ഗ്രീൻ ബുക്സ്
ആദിവാസി ജീവിതം
ഒരു സാംസ്കാരിക പഠനം
വി.എച്ച്. ദിരാർ

കഥാകൃത്ത്, കവി, പത്രപ്രവർത്തകൻ.
തൃശ്ശൂർ ജില്ലയിൽ ചേർപ്പിനടുത്ത് ചേനത്ത് ജനിച്ചു.
ഹൈദ്രോസ്-സുലൈഖ ദമ്പതികളുടെ ഏഴ് മക്കളിൽ രണ്ടാമൻ.
ചേർപ്പ് സി.എൻ.എൻ.ബിഎച്ച്.എസ്സ്, തൃശ്ശൂർ കേരളവർമ്മകോളേജ്,
കാലിക്കറ്റ് യൂണിവേഴ്സിറ്റി എന്നിവിടങ്ങളിൽ പഠനം.
തത്ത്വശാസ്ത്രത്തിൽ ബിരുദാനന്തരബിരുദം.
മദ്രാസ്സിലെ പി.പി.എസ്.ടി (പാട്രിയോട്ടിക്ക് പീപ്പിൾ ഓറിയന്റഡ്
സയൻസ് ആന്റ് ടെക്നോളജി) എന്ന സ്ഥാപനത്തിൽ ഗവേഷകൻ,
വയനാട്ടിലെ ഉറവ് നാടൻ ശാസ്ത്ര-സാങ്കേതിക പഠനകേന്ദ്രത്തിന്റെ
സ്ഥാപക പ്രസിഡണ്ട്, അട്ടപ്പാടിയിലെ അഹാഡ്സിൽ
അസി.ഡയറക്ടർ എന്നീ നിലകളിൽ പ്രവർത്തിച്ചിട്ടുണ്ട്.

പഠനം

ആദിവാസി ജീവിതം
ഒരു സാംസ്കാരിക പഠനം

വി.എച്ച്. ദിരാർ

ഗ്രീൻ ബുക്സ്

green books private limited
little road, ayyanthole, thrissur- 680 003
ph: 0487-2361038
website: www.greenbooksindia.com
e-mail: info@greenbooksindia.com

(malayalam)
adivasi jeevitham oru samskarika patanam
(study)
by
v.h. dirar

first published november 2016
copyright reserved

cover design : rajesh chalode
cover image : matriyoshka/istockphoto

branches:
thrissur 0487-2422515
palakkad 0491-2546162
kannur 0497-2763038
Thiruvananthapuram 9846670899

isbn : 978-93-86120-73-1

no part of this publication may be reproduced, or transmitted in any form or by any means, without prior written permission of the publisher

GBPL/843/2016

മുഖക്കുറി

നിഷ്കളങ്കരായ ഒരു ജനതയുടെ വാസസ്ഥലങ്ങളും ഭൂമിയും നമ്മൾ തട്ടിപ്പറിച്ചെടുത്തു. ആദിവാസികൾ വികസിക്കുന്നതും സർക്കാർ പദ്ധതികൾ വിജയിക്കുന്നതും അസഹനീയമായിരിക്കും ചിലർക്ക്. നമ്മുടെ കണ്ണ് തുറപ്പിക്കുന്ന ഈ കൃതിയിൽ, ഒരു സമൂഹത്തിന്റെ സാംസ്കാരികശരീരം പ്രധാനമാണെന്ന് അടിവരയിട്ട് പറയുന്നു. അവരുടെ സാംസ്കാരികബോധം വ്യതിരിക്തമായ ഒന്നാണെന്നും അതിനു പ്രചോദനമാകുന്ന സാംസ്കാരിക പ്രവർത്തനമാണ് അടിയന്തിരമായി നടത്തേണ്ടതെന്നും പറയുന്നു. ആദിവാസിമേഖലയിലെ മുഴുവൻ പ്രശ്നോത്തരികളെയും വിഷയമാക്കിയ അതീവ പ്രാധാന്യമുള്ള ഒരു പഠന കൃതി.

കൃഷ്ണദാസ്
മാനേജിങ് എഡിറ്റർ

ലതയ്ക്ക്

ആമുഖം

എന്റെ വ്യക്തിപരമായ അനുഭവങ്ങളാണ് ഈ പുസ്തകത്തിന് അടിസ്ഥാനം. കഴിഞ്ഞ ഇരുപത്തഞ്ച് വർഷങ്ങളിൽ പല നിലയിൽ ആദിവാസി സമൂഹങ്ങളോടൊപ്പം പ്രവർത്തിക്കാൻ അവസരം കിട്ടിയിരുന്നു. സ്വതന്ത്രപത്രപ്രവർത്തകൻ എന്ന നിലയിൽ, സാമൂഹ്യപ്രവർത്തകൻ (നാമമാത്രമായി) എന്ന നിലയിൽ, ഗവേഷകനും സർക്കാർ ഉദ്യോഗസ്ഥനും എന്ന നിലയിൽ. പാനൂരിന്റെ കേരളത്തിലെ ആഫ്രിക്ക എന്ന പുസ്തകമാണ് ആദിവാസിജീവിതം തൊട്ടറിയാനുള്ള ആഗ്രഹം എന്നിൽ ജനിപ്പിച്ചത്. തൃശ്ശൂരിലെ കേരളവർമ്മ കോളേജിൽ ഡിഗ്രിക്ക് പഠിക്കുന്ന കാലത്ത് എനിക്ക് അത് പാഠപുസ്തകമായിരുന്നു.

വയനാട്ടിൽവെച്ച് 1987 ലാണ് ആദ്യമായി ആദിവാസികളെ കാണുന്നത്. എന്റെ സുഹൃത്ത് ചന്ദ്രന്റെ വീട് വയനാടിന്റെ സിരാകേന്ദ്രമായ കല്പറ്റയിലായിരുന്നു. കല്പറ്റ അന്ന് ഒരു നഗരമായിരുന്നില്ല, നഗരത്തിന്റെ ക്ഷണം സ്വീകരിച്ച് ഗ്രാമം വിട്ട ഒരു പ്രവാസിയായിരുന്നു. ഒരു ദിവസം രാവിലെ കല്പറ്റയുടെ ഹൃദയഭാഗത്ത് സ്ഥിതിചെയ്യുന്ന ബസ്സ്റ്റാന്റിന് അരികിലെ പാൽ സൊസൈറ്റിയിലേക്ക് ചന്ദ്രനോടൊപ്പം നടക്കുമ്പോൾ വഴിയരികിൽ കുറച്ച് പേർ തീകായുന്നത് കണ്ടു. കല്പറ്റയുടെ വഴികളിലും കാപ്പിത്തോട്ടങ്ങളിലും മൗനത്തേക്കാൾ നിശ്ശബ്ദമായി പുകമഞ്ഞ് അപ്പോൾ നിറഞ്ഞിരുന്നു. ഡിസംബർ മാസമായിരുന്നു. എന്നാൽ അന്തരീക്ഷത്തിൽ ചൂട് കായാൻ മാത്രം തണുപ്പുണ്ടായിരുന്നില്ല. ആരാണ് തീകായുന്നത് എന്ന് ഞങ്ങൾ കണ്ടെത്താൻ ശ്രമിച്ചു. ചുരുണ്ട മുടിയും തടിച്ച ചുണ്ടുകളും ഇരുണ്ട നിറവുമുള്ള അവർ തങ്ങൾ പണിയരാണെന്ന് പറയാതെ പറഞ്ഞുകൊണ്ടിരുന്നു. തണുപ്പ് അവർക്ക് ഒരു ഇന്ദ്രിയാനുഭവമായിരുന്നില്ല. എന്നിട്ടും അവർക്ക് തണുത്തു. അതിനർത്ഥം അതൊരു സാംസ്കാരികാനുഭവം മാത്രമായിരുന്നു. അത് ശീലംകൊണ്ട് വേരോടിയ ഒരു ക്രിയയായിരുന്നു. ഭൂതകാലത്തിലെ

തണുപ്പിനെയാണ് അവർ വർത്തമാനകാലത്തിൽ ചൂടുകൊണ്ട് നേരിടുന്നത്. പ്രകൃതിയോട് വളരെ ചേർന്ന് ജീവിച്ച മനുഷ്യർ പ്രകൃതിയുടെ മാറ്റങ്ങൾക്കൊപ്പം മാറാതിരിക്കുന്നതിന്റെ ഒരു സൂചകമായി ഞാനതിനെ പിന്നീട് മനസ്സിലാക്കാൻ ശ്രമിച്ചു. അവരുടെ മനസ്സ് ആയിരക്കണക്കിന് വർഷങ്ങൾ അവർ കഴിച്ചു കൂട്ടിയ പ്രകൃതിയുടെ തന്നെ സൂക്ഷ്മരൂപമാകാമെന്ന് ഞാൻ ചിന്തിച്ചു. പ്രകൃതി വളരെ മാറിയിട്ടും അവരുടെ മനസ്സ് മാറി യിട്ടില്ല എന്ന ചിന്തയിലേക്ക് അത് എന്നെ നയിച്ചു. തുടർന്നു ണ്ടായ ഗോത്രസമൂഹവുമായി ബന്ധപ്പെട്ട എന്റെ അനുഭവങ്ങൾ ആ കാഴ്ചപ്പാടിന് ശക്തി പകരുക മാത്രമേ ചെയ്തിട്ടുള്ളൂ.

പ്രമുഖ എഴുത്തുകാരനും നവഗാന്ധിയനുമായ കെ. അരവി ന്ദാക്ഷന്റെ മേൽനോട്ടത്തിൽ മദ്രാസ്സിലെ പി.പി.എസ്.ടി ഫൗണ്ടേ ഷന് കീഴിൽ കേരളത്തിലെ ഇരുമ്പുസംസ്കരണ സാങ്കേതിക വിദ്യകളെപ്പറ്റിയുള്ള പഠനം നടത്താൻ പിന്നീട് എനിക്ക് ഒരവസരം ലഭിച്ചു. അതിന് തുടക്കം കുറിച്ചത് വയനാട്ടിലെ ഊരാളികുറുമ ആദിവാസികളുടെ കൈവേലകളെപ്പറ്റിയുള്ള പഠനത്തോടെ യാണ്. 1989ലാണ് ആ പഠനം നടന്നത്. അതിന്റെ ഭാഗമായി വയനാട്ടിലെ ആദിവാസി കേന്ദ്രങ്ങളിൽ വ്യാപകമായി യാത്ര ചെയ്യാൻ അവസരം ലഭിച്ചു. അന്ന് ചന്ദ്രന്റെ അച്ഛൻ മാധവൻ നായർ മനോരമ പത്രത്തിന്റെ ലേഖകനായിരുന്നു. മാത്രമല്ല, സ്വാതന്ത്ര്യസമരസേനാനിയായിരുന്ന ജിനചന്ദ്രന്റെ നേതൃത്വ ത്തിൽ സ്ഥാപിച്ച ആദിവാസി സ്കൂളുകളുടെ മാനേജരായി വയനാട്ടിൽ അദ്ദേഹം ദീർഘകാലം സേവനമനുഷ്ഠിക്കുകയും ചെയ്തിട്ടുണ്ട്. വയനാട്ടിൽ അദ്ദേഹത്തിനുണ്ടായിരുന്ന ഈ തല യെടുപ്പായിരുന്നു അക്കാലത്ത് എന്റെ യാത്രകളെ എളുപ്പമാക്കി തീർത്തത്. പ്രമുഖപത്രപ്രവർത്തകനായിരുന്ന അന്തരിച്ച ജയ ചന്ദ്രൻ, എഴുത്തുകാരനായ ഒ.കെ. ജോണി, പത്രപ്രവർത്തക രായ മുഹമ്മദലി, വിജയേട്ടൻ, സോളിഡാരിറ്റി എന്ന സന്നദ്ധ സംഘടനയുടെ പ്രവർത്തകൻ നാരായണൻ എന്നിവരുടെ നിർ ദ്ദേശങ്ങൾ പലപ്പോഴും എനിക്ക് വഴികാട്ടുകയും ചെയ്തു.

തുടർന്ന് വയനാട്ടിലെ ആദിവാസിപ്രശ്നങ്ങളെ സംബന്ധിച്ചും ഭൂമിയുടെ അന്യവൽക്കരണം സംബന്ധിച്ചും (അക്കാലത്ത് ആദി വാസിഭൂപ്രശ്നം പത്രങ്ങൾ റിപ്പോർട്ട് ചെയ്യാൻ മടിച്ചിരുന്നു) നിരവധി ലേഖനങ്ങൾ എഴുതാൻ എനിക്ക് അവസരം ലഭിച്ചി ട്ടുണ്ട്. സി.കെ.ജാനുവിന്റെ നേതൃത്വത്തിൽ നടന്ന ആദ്യകാല ഭൂസമരങ്ങളെ, ചെറിയതോതിലാണെങ്കിലും സഹായിക്കാൻ അന്ന് കല്പറ്റയിൽ പ്രവർത്തിച്ചിരുന്ന 'തുടി' എന്ന ഞങ്ങളുടെ സംഘ ടന ശ്രമിക്കുകയും ചെയ്തിട്ടുണ്ട്. സതീശൻ, രാമചന്ദ്രൻ, ചന്ദ്രൻ, ഭരതൻ, ഉദയൻ, കൃഷ്ണനൻ (ഈ ലോകം കൊള്ളില്ലെന്നും

അടുത്ത നൂറ്റാണ്ടിൽ ജീവിക്കാൻ ഞാനില്ലെന്നും പറഞ്ഞ് കൃഷ്ണൻ 1999ൽ ആത്മഹത്യ ചെയ്തു.) റഷീദ് തുടങ്ങിയവരായിരുന്നു അന്ന് തുടിയുടെ പ്രവർത്തകർ. അത്തരം പ്രവർത്തനങ്ങളിലൊന്നായിരുന്നു സി.കെ. ജാനുവിന് നല്ല ആദിവാസി പ്രവർത്തകയ്ക്ക് സർക്കാർ പ്രഖ്യാപിച്ച അവാർഡ് അവർ നിഷേധിച്ചപ്പോൾ ഒരു ബദൽ അവാർഡ് തുടിയുടെ നേതൃത്വത്തിൽ ഞങ്ങൾ നൽകിയത്. സുകുമാർ അഴിക്കോടാണ് സി.കെ.ജാനുവിന് കല്പറ്റയിൽ വെച്ച് ആ അവാർഡ് നൽകിയത്. പ്രമുഖ പരിസ്ഥിതി പ്രവർത്തകൻ കെ. മോഹൻകുമാർ, പൗരാവകാശപ്രവർത്തകൻ മുകുന്ദൻ. സി. മേനോൻ എന്നിവരുമായി ചേർന്ന് വയനാട്ടിലെ വിവിധ ആദിവാസി സംഘടനകളെ ഭൂമിപ്രശ്നത്തിന്റെ പേരിൽ ഏകോപിപ്പാൻ ഒരു ശ്രമവും നടത്തുകയുണ്ടായി. അത് വിജയിച്ചില്ല.

1994ൽ കേരളഫോറസ്റ്റ് റിസർച്ച് ഇൻസ്റ്റിറ്റ്യൂട്ടിലെ ശാസ്ത്രജ്ഞനായിരുന്ന ഡോ.ശങ്കറിന്റെ കീഴിൽ വംശീയ വൈദ്യത്തെക്കുറിച്ചുള്ള ഒരു പഠനവും ഞാൻ ആരംഭിച്ചു. സാമ്പത്തിക പ്രതിസന്ധിയെ തുടർന്ന് ആ പദ്ധതി പാതി വഴിയിൽ നിന്നെങ്കിലും കൂടുതൽ (വയനാടിന് പുറത്തും) ആദിവാസിമേഖലകൾ സന്ദർശിക്കാൻ അത് എനിക്ക് അവസരമൊരുക്കി. ഈ ആദിവാസിജീവിതാനുഭവങ്ങളുടെ ഊർജ്ജമായിരുന്നു സുഹൃത്തുക്കളോടൊപ്പം ഉറവ് എന്ന നാടൻ ശാസ്ത്ര-സാങ്കേതിക പഠനകേന്ദ്രം വയനാട്ടിൽ സ്ഥാപിക്കുന്നതിന് പ്രചോദനമായി ത്തീർന്നത്.

1997ൽ വയനാട്ടിൽ നിന്ന് ഞാൻ അട്ടപ്പാടിയിൽ വന്നു. അട്ടപ്പാടി പരിസ്ഥിതി പുനഃസ്ഥാപനപദ്ധതി നടപ്പിലാക്കുന്ന അഹാഡ്സിൽ അസി. ഡയറക്ടറായി ജോലി കിട്ടിയതിനെ തുടർന്ന് 2010 വരെ ഞാൻ അവിടെ ജോലി ചെയ്തു. അട്ടപ്പാടിയിലെ ആദിവാസി വിഭാഗങ്ങളുമായി വളരെ അടുത്ത് ഇടപഴകുന്നതിന് ഈ ജോലി എനിക്ക് അവസരം നൽകി. ആ പദ്ധതിയുടെ മുഖ്യലക്ഷ്യം പരിസ്ഥിതി പുനഃസ്ഥാപനമായിരുന്നുവെങ്കിലും ആദിവാസി സമൂഹത്തിനുവേണ്ടി വികസിപ്പിച്ച് ഒരുപാട് കാര്യങ്ങൾ ചെയ്യാൻ അഹാഡ്സ് ശ്രമിച്ചിരുന്നു. പ്രകൃതി-മനുഷ്യ വിഭവങ്ങൾ സൂക്ഷ്മനീർത്തടങ്ങളുടെ തലത്തിൽ ജനാധിപത്യപ്രക്രിയയിലൂടെ വികസിപ്പിക്കുന്നതിന് ഇന്ത്യയിൽ നടന്ന ഏറ്റവും നല്ല പരീക്ഷണങ്ങളിൽ ഒന്നായിരുന്നു അഹാഡ്സ്. നാനൂറോളം ജനകീയ സമിതികളാണ് ഈ പദ്ധതിയുടെ ആസൂത്രണ-നിർവ്വഹണപ്രക്രിയയിൽ പങ്കാളികളായിരുന്നത്. അട്ടപ്പാടിയുടെ വരണ്ട കുന്നുകളിൽ ഇന്നു കാണുന്ന ഹരിതകവചം ഈ പങ്കാളിത്തരീതിയുടെ പ്രത്യക്ഷ

നേട്ടങ്ങളിലൊന്നാണ്. മറ്റേതൊരു പദ്ധതിയേക്കാൾ കൂടുതലായി ജനപങ്കാളിത്തം ഉറപ്പുവരുത്തുന്നതിലും അഴിമതിമുക്തമായി പരിസ്ഥിതി-ആദിവാസിവികസനം മുന്നോട്ട് കൊണ്ട് പോകുന്നതിലും അഹാഡ്സ് വിജയിച്ചുവെങ്കിലും ആദിവാസികളെ ഒരു പ്രത്യേക സാംസ്കാരികഗണമായി മനസ്സിലാക്കി പ്രവർത്തിക്കാൻ അഹാഡ്സിനും സാധിച്ചിട്ടില്ല.

വയനാട്ടിലേയും അട്ടപ്പാടിയിലേയും ആദിവാസികളുമായുള്ള എന്റെ അനുഭവങ്ങളിൽ ഉത്തരങ്ങളേക്കാൾ കൂടുതൽ ചോദ്യങ്ങളാണ് അവശേഷിച്ചത്. എന്തുകൊണ്ടാണ് ആദിവാസിജീവിതം എന്നും പ്രശ്നനിർഭരമായിരിക്കുന്നത്? എന്തുകൊണ്ടാണ് പ്രശ്നങ്ങളോട് പ്രതികരിക്കാതെ അവർ നിസ്സംഗരായിരിക്കുന്നത്? എന്തുകൊണ്ടാണ് പ്രശ്നങ്ങൾ അവർക്ക് പ്രശ്നങ്ങളായി തോന്നാത്തത്? വന്തവാസികൾ എന്തുകൊണ്ടാണ് ദരിദ്രരിൽ ദരിദ്രരായ ഈ സമൂഹത്തെ എപ്പോഴും പഴിച്ചുകൊണ്ടിരിക്കുന്നത്. ആദിവാസിജീവിതവുമായി ഇടപഴകാൻ തുടങ്ങിയകാലം മുതൽ എന്നെ ഈ ചോദ്യങ്ങൾ അലട്ടിയിരുന്നു.

വികസനപദ്ധതിയുടെ കാര്യത്തിലും സമാനമായ ചില കാര്യങ്ങളുണ്ടായിരുന്നു. സർക്കാരിന്റേയും ഉദ്യോഗസ്ഥന്മാരുടേയും ആദിവാസിവിരുദ്ധത എന്ന പതിവ് വാദങ്ങളിൽ ഒതുങ്ങുന്നില്ല ഇത്തരം കാര്യങ്ങൾ. ആദിവാസികളുടെ മണ്ണും പെണ്ണും ചൂഷണവിധേയമായ കഥ മാത്രമേ അടുത്തകാലം വരെ കേട്ടിരുന്നുള്ളൂ. ഇപ്പോൾ അവരുടെ പ്രശ്നങ്ങൾ വിപണനം ചെയ്ത് ജീവിക്കുന്ന ഒരു വർഗ്ഗംകൂടി പിറവിയെടുത്തിരിക്കുന്നു. അതിൽ രാഷ്ട്രീയക്കാരുണ്ട്. കോൺട്രാക്ടർമാരുണ്ട്, സന്നദ്ധസംഘടനകളുണ്ട്. എന്നാൽ എന്തൊക്കെ പരിമിതിയുണ്ടെങ്കിലും രാഷ്ട്രീയക്കാർ അഞ്ചുവർഷത്തിലൊരിക്കലെങ്കിലും ജനകീയമായ ഓഡിറ്റിങ്ങിന് വിധേയമാക്കപ്പെടുന്നുണ്ട്. എന്നാൽ സന്നദ്ധസംഘടനകൾ അത്തരം ഓഡിറ്റിങ്ങിന് വിധേയമല്ല. മാധ്യമങ്ങളാണെങ്കിൽ (ഗുണങ്ങൾ വിസ്മരിക്കുന്നില്ല) ഉള്ളടക്കം ഭാവനകൊണ്ട് പൊലിപ്പിച്ചും റിപ്പോർട്ടിങ്ങിൽ ആലങ്കാരികഭാഷ അധികഡോസിൽ ചേർത്തും പലപ്പോഴും വാർത്തയെ വാർത്തയല്ലാതാക്കുന്നു. പലപ്പോഴും സംഭവങ്ങൾ നിലനിൽക്കുകയും വാർത്തകൾ ക്രമത്തിൽ വിരമിക്കുകയും ചെയ്യുന്നു. ഈയിടെ മാധ്യമങ്ങളിൽ ശ്രദ്ധേയമായ തലക്കെട്ടിൽ ഒരു വാർത്ത പ്രത്യക്ഷപ്പെട്ടിരുന്നു. കാട്ടിൽ ജീവിക്കുന്ന ഒരു വിഭാഗം ആദിവാസികളുടെ ജീവിതക്ലേശങ്ങളെക്കുറിച്ചായിരുന്നു അത്. റോഡില്ല, ആശുപത്രിയില്ല, റേഷൻകടയില്ല, ഭക്ഷണമില്ല അങ്ങനെ ഇല്ലായ്മകളുടെ ഒരു പരമ്പര അതിൽ നിരത്തിയിട്ടുണ്ട്. എന്നാൽ കാട്ടിൽ ഇതെല്ലാം ഉണ്ടാക്കിയാൽ അതിനെ കാടെന്ന് വിളിക്കാൻ

പറ്റുമോ? കാട് നഷ്ടപ്പെട്ടതുകൊണ്ടാണ് അവരുടെ ജീവിതം നരകതുല്യമായത് എന്നാണ് മാധ്യമങ്ങൾ എപ്പോഴും പറയുന്നത് എന്ന കാര്യം അവർ വിസ്മരിച്ചു. നാട്ടിൽ അവർ ക്ലേശം അനുഭവിക്കുമ്പോൾ അവർക്ക് നഷ്ടപ്പെട്ട കാടിന്റെ കരുണയെപ്പറ്റി നാം സംസാരിക്കും. കാട്ടിലാണ് അത്തരം സംഭവമെങ്കിൽ നാടിന്റെ കനിവില്ലായ്മയെപ്പറ്റിയും. പരസ്പരവിരുദ്ധമെന്ന് പറയാവുന്ന ഈ നിരീക്ഷണങ്ങളുടെ അടിത്തട്ടിൽ ആദിവാസി ജീവിതം സംബന്ധിച്ച ചില കാതലായ സത്യങ്ങൾ മറഞ്ഞുകിടപ്പുണ്ട്. ആദിവാസിസംസ്കാരവും അതിജീവനതന്ത്രവും സംബന്ധിച്ച വലിയ ചോദ്യങ്ങളുണ്ട് അവിടെ.

തിരുനെല്ലിയിൽ രണ്ട് പതിറ്റാണ്ട് മുമ്പ്, വഞ്ചിതരായ ആദിവാസി അമ്മമാരുടെ പ്രശ്നം (അന്തരിച്ച പ്രമുഖപത്രപ്രവർത്തകൻ ജയചന്ദ്രൻ മാതൃഭൂമി പത്രത്തിലെഴുതിയ പരമ്പരയെ തുടർന്ന്) കത്തിനിൽക്കുന്ന കാലത്ത് ഞാൻ സംസാരിച്ച അടിയ സ്ത്രീ ഉഷയുടെ പ്രതികരണം ഇന്നും എന്റെ മനസ്സിൽനിന്ന് മാഞ്ഞുപോയിട്ടില്ല. അവിവാഹിതയായ അവർക്ക് മൂന്നു മക്കളുണ്ടായിരുന്നു. മൂന്ന് പിതാക്കന്മാരുടെ പേരും അവൾ പറഞ്ഞു. ഒരാൾ പൊലീസുകാരൻ, ഒരാൾ കച്ചവടക്കാരൻ, ഒരാൾ തിരുനെല്ലിയിൽ തന്നെയുള്ള കുടിയേറ്റകർഷകൻ. ഈ മൂന്നുപേരിൽ ഒരാളുടെ പോലും സംരക്ഷണം അവൾക്ക് കിട്ടിയിട്ടില്ല. എന്നാൽ അവൾക്ക് അതിൽ പരാതിയൊ പരിഭവമൊ ഇല്ല. അവൾ ചിരിച്ചുകൊണ്ടാണ് എന്റെ ചോദ്യങ്ങൾക്ക് മറുപടി പറഞ്ഞത്. അതിൽ എന്തെങ്കിലും ചൂഷണമുണ്ടെന്നൊ അസാധാരണത്വമുണ്ടെന്നൊ അവൾക്ക് തോന്നിയില്ല. സ്വന്തമായി വീടുപോലുമില്ലാത്ത അവൾ ജ്യേഷ്ഠന്റെ കരുണയിലാണ് കഴിഞ്ഞിരുന്നത്. പിന്നീട് ഞാൻ വയനാട്ടിലും അട്ടപ്പാടിയിലുമായി അത്തരത്തിലുള്ള ധാരാളം അമ്മമാരെ കണ്ടു. അവരിൽ മഹാഭൂരിപക്ഷത്തിനും അതേ മാനസികാവസ്ഥ തന്നെയായിരുന്നു. രോഗത്തോട് മരണത്തോട്, സമയത്തോട്, വികസനത്തോട്, ഭൂകവർച്ചകളോട്. അതേ മാനസികാവസ്ഥ തന്നെ പിൻതുടരുന്നത് കാണുകയുണ്ടായി.

പതിനെട്ട് വർഷം മുമ്പ് അട്ടപ്പാടിയിലെ ആനവായ് ഊരിൽ ഞാൻ ചെല്ലുമ്പോൾ മൂപ്പന്റെ വീട്ടിൽ ഇരിക്കാൻ സ്ഥലമില്ലായിരുന്നു. വീട്ടുമുറ്റത്ത് കൊയ്തുകൂട്ടിയ കഞ്ചാവ് ചെടികളുടെ മുകളിലിരുന്നാണ് ഞാനന്ന് അവരോട് സംസാരിച്ചത്. മൂപ്പന്റെ ഭാര്യ അപ്പോൾ ചെറിയ അടയ്ക്കക്കത്തിക്കൊണ്ട് കഞ്ചാവിലകൾ തണ്ടിൽനിന്ന് വേർതിരിക്കുകയായിരുന്നു. മൂപ്പൻ അത് ഉണക്കുന്നതിനുവേണ്ടി മാറ്റിവെച്ചുകൊണ്ടിരുന്നു. ഓരോ വർഷവും കോടികൾ വിലമതിക്കുന്ന കഞ്ചാവാണ് കുറുമ്പമേഖലകളിൽ അക്കാലത്ത് കൃഷിചെയ്തിരുന്നത്. എന്നാൽ ഒരാൾ പോലും

അതുകൊണ്ട് അവിടെ സമ്പന്നനായില്ല. സ്വകാര്യസ്വത്തിന്റേയും സമ്പാദ്യത്തിന്റേയും സാംസ്കാരികപാഠങ്ങൾ അവർക്ക് വന്തവാസികളെപ്പോലെ വഴങ്ങിയിരുന്നില്ല. അങ്ങനെ എന്തുകൊണ്ട് എന്ന ചോദ്യം ബാക്കിവെച്ച നിരവധി സംഗതികൾ ഞാൻ നേരിടുകയുണ്ടായി. രാഷ്ട്രീയശരീരംപോലെതന്നെ, ഒരുപക്ഷേ അതിലധികം പ്രാധാന്യമുണ്ട് ഒരു സമൂഹത്തിന്റെ സാംസ്കാരികശരീരത്തിന് എന്ന് അനുഭവങ്ങൾ എന്നെ ബോധ്യപ്പെടുത്തി. കാർഷികപൂർവ്വഘട്ടത്തിന്റെ തുടർച്ചയായ ആദിവാസിസംസ്കാരത്തിൽ പരിസ്ഥിതിനിർണ്ണയത്തിന്റെ അടയാളങ്ങൾ പ്രബലമാണെന്നും മനസ്സിലാക്കാൻ സാധിച്ചു. അതായത് ആദിവാസിസമൂഹത്തെ അതിന്റെ സാംസ്കാരികമണ്ഡലത്തിൽ നിന്ന് കൂടി മനസ്സിലാക്കേണ്ടതുണ്ട്. അവരുടെ ആന്തരികവികാസത്തിന് അന്തരീക്ഷമൊരുക്കുന്ന വികസനവീക്ഷണത്തിന്റേയും അതിന് പ്രചോദനമാകുന്ന സാംസ്കാരികപ്രവർത്തനത്തിന്റെയും ശക്തമായ വിടവ് ഇപ്പോഴും നിലനിൽക്കുന്നു. ഇത്തരം സംഗതികളാണ് ഈ പുസ്തകത്തിൽ സമാഹരിച്ച ലേഖനങ്ങൾ.

ഈ പുസ്തകം പ്രസിദ്ധീകരിക്കാൻ സന്മനസ്സ് കാണിച്ച ഗ്രീൻസ് ബുക്സിന്റെ എം.ഡി. കൃഷ്ണദാസിനും എഡിറ്റർ ശ്രീമതി സ്നേഹയ്ക്കും എന്റെ ഹൃദയം നിറഞ്ഞ നന്ദി. അതുപോലെ ഗോത്രജീവിതത്തിന്റെ അനുഭവങ്ങളും വിവരങ്ങളും പങ്കുവെച്ച അട്ടപ്പാടിയിലെ പളനിസ്വാമി ഉൾപ്പടെയുള്ള ആദിവാസി സുഹൃത്തുക്കളോടും എനിക്ക് കടപ്പാടുണ്ട്. ഞാൻ വലിയ മനോവിഷമം നേരിട്ട കാലത്ത് എഴുതാൻ ആത്മവിശ്വാസം പകർന്ന എന്റെ സുഹൃത്തുക്കളായ ബിനു, ബൈജു, ഷജത്നൻ എന്നിവർക്ക് പ്രത്യേകം നന്ദി.

വി.എച്ച്. ദിരാർ

ഉള്ളടക്കം

പരന്ന ഭൂമിയിലെ മനുഷ്യർ 17
ആദിവാസി ജീവിതം
ഒരു പരിസ്ഥിതി-സാംസ്കാരികപാഠം 29
അനുഭവങ്ങളിലെ ഗോത്രചിഹ്നങ്ങൾ 51
അട്ടപ്പാടിയും ആദിവാസികളും 69
ചിലർ ചോലകളിലെ മത്സ്യരാജ്യങ്ങളിലേക്ക്
പുറപ്പെടുന്നു മൊതയ അരങ്ങേറ്റം 95
കാട്ടിലെത്തുമ്പോൾ 99
കറിയിലകൾ പാടുന്നു 103
ലോക ആദി(മ)വാസിദിനം 107

പരന്ന ഭൂമിയിലെ മനുഷ്യർ

പ്രകൃതിയും സംസ്കൃതിയും

മനുഷ്യൻ ലോകത്തെ കാണുന്നത് അയാളുടെ കണ്ണിലൂടെയല്ല, സംസ്കാരത്തിലൂടെയാണ്. ഒരാൾ നോക്കുന്നതല്ല കാണുന്നത് മറിച്ച് കാണാൻ ആഗ്രഹിച്ചതാണ് നോക്കുന്നത് എന്നതാണ് സത്യം. അതായത് കാഴ്ചയെ സംസ്കാരം നിർണ്ണയിക്കുന്നു. ഒരാൾ എന്നത് പ്രത്യക്ഷത്തിൽ ഒരു വ്യക്തിയായിരിക്കുമ്പോൾതന്നെ ഒരു സാംസ്കാരികഗണത്തിന്റെ ഭാഗമാണ്. അതുകൊണ്ട് ഇന്ദ്രിയാനുഭവങ്ങൾ ഒരർത്ഥത്തിൽ സാംസ്കാരികാനുഭവങ്ങളാണ്. വ്യക്തിതലം എന്നതിലുപരി സമൂഹതലമാണ് അനുഭവങ്ങൾക്ക് അർത്ഥവും മാനവും നൽകുന്നത്. ജീവിതത്തിന്റെ എല്ലാ അംശങ്ങളെയും സ്പർശിക്കുന്ന ഒരു ആഴപ്പരപ്പാണ് അത്.

ലോകത്തെവിടേയും മനുഷ്യഹൃദയം മിനുട്ടിൽ 72 പ്രാവശ്യം മിടിക്കുന്നു. നൂറ്റാണ്ടുകൾ പഴക്കം വരുന്ന അമ്മയും കുഞ്ഞുമുള്ള 466 പെയിന്റിങ്ങുകൾ അപഗ്രഥിച്ചപ്പോൾ അവയിൽ 373 എണ്ണത്തിലും കുട്ടികൾ ഇടത്തെ മുലകുടിക്കുന്നതായിരുന്നുവെന്ന് പ്രശസ്ത നരവംശ ശാസ്ത്രജ്ഞനായ ഡെസ്മെണ്ട് മോറീസ് പറയുന്നു. കുട്ടി ഗർഭാവസ്ഥയിൽ കേട്ട ആദിമനാദമാണ് ഹൃദയസ്പന്ദനം. ജനനാനന്തരവും ഈ നാദം കുട്ടിക്ക് ആശ്വാസവും സുഖവും നൽകുന്നു. ഈ പ്രകൃതിപാഠമാണ് പെയിന്റിങ്ങുകളിൽ തെളിയുന്നത്. ഗർഭധാരണം, മുലയൂട്ടൽ, കുട്ടികളുടെ ഭാഷാസ്വാംശീകരണശേഷി തുടങ്ങിയ നിരവധി കാര്യങ്ങളിലും മനുഷ്യർ പൊതുവായി ചില ഗുണങ്ങൾ പങ്കിടുന്നുണ്ടെന്നും അദ്ദേഹം നിരീക്ഷിക്കുന്നു. ലോകത്തെവിടേയും മനുഷ്യൻ ചിരിക്കുന്നതും കരയുന്നതും ഒരുപോലെയാണെന്നതും സർവ്വസമ്മതം.

'ലോകത്തെങ്ങും മനുഷ്യവംശം തങ്ങളുടെ വികാരങ്ങളും ഭാവങ്ങളും പ്രകടിപ്പിക്കുന്നത് ഏകദേശം ഒരേ രീതിയിലാണ്' എന്ന് ചാൾസ് ഡാർവിൻ നിരീക്ഷിക്കുന്നുണ്ട്. വികാരപ്രകടനത്തിന്റെ ആംഗ്യങ്ങൾ സംസ്കാരങ്ങൾതോറും വളരെ സമാനമാണ്. മുഷ്ടികൊണ്ട് ഇടിക്കുന്നതോ ആംഗ്യം കാണിക്കുന്നതോ കോപത്തെ സൂചിപ്പിക്കുന്നു. കൈ രണ്ടും കൂട്ടിപ്പിടിച്ച് തിരുമ്മുന്നത് ആകുലതയുടെ അടയാളമാകാം. കൈപ്പത്തി കാണിച്ച് കുമ്പിടുന്നത് വിധേയത്വത്തിന്റെയോ അംഗീകാരത്തിന്റെയോ

17

ധ്വനികളാണ്. ആലസ്യത്തിന്റയോ മടുപ്പിന്റയോ സൂചനയാണ് 'വായ് കോട്ട' എന്ന് ഹെഡ് വിഗ് ലെവിസ് തന്റെ ശരീരഭാഷ എന്ന പുസ്തകത്തിൽ സൂചിപ്പിക്കുന്നു. തോള്കുലുക്കൽ, കൈകൊട്ടൽ, കൈവിരൽ ഞൊട്ടയിടൽ എന്നീ ക്രിയകളും ഒരേ അർത്ഥത്തിലാണ് പ്രയോഗിക്കപ്പെടുന്നതത്രേ.

എക്മൻ, ഫ്രീസൻ എന്നീ ചിന്തകരുടെ അഭിപ്രായത്തിൽ ഏത് സംസ്കാരത്തിലായാലും വിവിധ വികാരങ്ങൾ പ്രകടിപ്പിക്കുന്നതിനു വേണ്ടി മനുഷ്യൻ മുഖത്തെ പേശികൾ ചലിപ്പിക്കുന്നത് ഒരേ രീതിയിലാണ്. എന്നാൽ അത്തരം വികാരങ്ങൾക്കുള്ള കാരണം, പ്രത്യാഘാതങ്ങൾ, അനുബന്ധപെരുമാറ്റം എന്നിവ സംസ്കാരങ്ങൾതോറും വ്യതിരിക്തമായിരിക്കുമെന്നും അവർ നിരീക്ഷിക്കുന്നു. അതായത് ചില അടിസ്ഥാനവികാരങ്ങൾ പ്രകാശിപ്പിക്കുന്നതിനുള്ള ശരീരഭാഷ അതീന്ദ്രിയമായി/ ജനിതകമായി കൈമാറ്റം ചെയ്യപ്പെടുന്നുണ്ടാവണം. പാപ്പുവാ ന്യൂഗിനിയയിലെ കൊടുങ്കാടുകളിൽ വസിക്കുന്ന ടൗലാമ്പി എന്ന പ്രാചീന ഗോത്രവർഗ്ഗത്തിന്റെ ശരീരഭാഷയും മുഖഭാവവും ഈ നിരീക്ഷണത്തെ ശരിവെക്കുന്നതാണ് (www.youtube.com,uploaded on may 31,2011) ഒരു ആധുനികനരനെ ആദ്യമായി അവർ കണ്ടുമുട്ടുന്നതും അതുമായി ബന്ധപ്പെട്ട പ്രതികരണങ്ങളുമാണ് ഈ വീഡിയോയിലുള്ളത്. ഭയം, ആശങ്ക, കൗതുകം, സന്തോഷം തുടങ്ങിയ വികാരങ്ങൾ അവർ പ്രകടിപ്പിക്കുന്നത് ആധുനികമനുഷ്യന് സമാനമായ മുഖചലനങ്ങളിലൂടെയും ആംഗികക്രിയകളിലൂടെയുമാണ്.

ഇങ്ങനെ ഉദാഹരിക്കാൻ തീർച്ചയായും ധാരാളം കാര്യങ്ങളുണ്ട്. എന്നാൽ മനുഷ്യൻ എന്ന നിലയിലുള്ള ഇത്തരം സമാനതകൾക്കിടയിലും സമൂഹങ്ങളെ വ്യത്യസ്തവും വൈവിധ്യപൂർണ്ണവുമായി നിലനിർത്തുന്ന പ്രധാനഘടകം സംസ്കാരമാണ്.

സംസ്കാരത്തിലേക്ക് സംക്രമിക്കുന്ന ചില മാനുഷികഗുണങ്ങളിൽ ജനിതകമുദ്രകൾ കണ്ടേക്കാമെങ്കിലും സംസ്കാരം ജന്മസിദ്ധമല്ല. അത് തലമുറകളിൽ നിന്ന് തലമുറകളിലേക്ക് പകരുന്നതും പഠിച്ചെടുക്കുന്നതുമാണ്. സംസ്കാരത്തിന് ഇപ്പോൾ നൂറ്റമ്പതിലേറെ നിർവ്വചനങ്ങൾ ലഭ്യമാണ്. നിർവ്വചനങ്ങൾ എന്തായാലും ഒരു സാമൂഹികഗണത്തിന്റെ മുഴുവൻ പെരുമാറ്റരീതികളുടേയും ഭൂമികയാണ് സംസ്കാരം. ജാതി, മതം, വംശം, ഭാഷ, ദേശം എന്നിങ്ങനെ നിരവധി ഘടകങ്ങൾ ഇത്തരം സാംസ്കാരികഗണങ്ങളുടെ അടയാളസൂചകങ്ങളായി വർത്തിക്കുന്നു. അവ സാംസ്കാരികരൂപീകരണത്തിന്റെ ഫലങ്ങളാണ്, കാരണങ്ങളല്ല, പിന്നീട് അവ കാരണങ്ങളായി തീരാമെങ്കിലും. വാസ്തവത്തിൽ പ്രകൃതി അഥവ പരിസ്ഥിതിയാണ് ഏത് സാംസ്കാരികഗണത്തിന്റേയും സ്വഭാവ നിർണ്ണയം നടത്തുന്നത്. എന്നാൽ ജാതി, മതം തുടങ്ങിയവ സ്വത്വചിഹ്നമായും സംഘബോധമായും മാറുന്നതോടെ ഈ ആദിമകാരണങ്ങൾ അദൃശ്യമാവുകയൊ വിസ്മരിക്കപ്പെടുകയൊ തമസ്കരിക്കപ്പെടുകയൊ ചെയ്യുന്നു. പ്രകൃതി/പരിസ്ഥിതിയുടെ മൗലികസ്വാധീനങ്ങൾ കൂട്ടി

ച്ചേർക്കൽകൊണ്ടോ വ്യാഖ്യാനങ്ങൾകൊണ്ടൊ മറ്റൊരർത്ഥത്തിൽ പ്രതിഷ്ഠിക്കപ്പെടുന്നു.

മതപരം എന്ന നിലയിൽ അറബിപുരുഷന്മാർ ധരിക്കുന്ന തോബയും മുസ്ളീം സ്ത്രീകൾ ധരിക്കുന്ന പർദ്ദയും യഥാർത്ഥത്തിൽ പരിസ്ഥിതി നിർണ്ണയത്തിന്റെ അടയാളങ്ങളാണ്. മണൽക്കാറ്റിൽ നിന്നുള്ള സുരക്ഷ യാണ് അവയുടെ യഥാർത്ഥധർമ്മം. ഇസ്ളാം വിശ്വാസികൾ നമസ്കാര ത്തിന് മുമ്പ് നടത്തുന്ന ദേഹശുചീകരണം (വുളു) എന്ന ചടങ്ങിലും അതേ പരിസ്ഥിതിനിർണ്ണയം കാണാവുന്നതാണ്. ജലം അത്യപൂർവ്വമായ പ്രദേശമാണ് ഇസ്ളാം ആവിർഭവിച്ച അറേബ്യൻ മണലാരണ്യം. ഏറ്റവും കുറച്ച് വെള്ളംകൊണ്ട് പ്രകൃതിയിലേക്ക് തുറന്നുവെച്ച, അഴുക്ക് പുരളാ വുന്ന, ശരീരഭാഗങ്ങൾ ഈ രീതിയിൽ വൃത്തിയാക്കുന്നു. അവരുടെ പര മ്പരാഗതവസ്ത്രങ്ങൾ വലിയൊരളവിൽ അഴുക്കിൽനിന്ന് ശരീരത്തെ സംരക്ഷിച്ചിരുന്നുവെങ്കിലും.

ബൈബിൾ പഴയനിയമത്തിലെ ആബേലിന്റേയും കായേനിന്റേയും കഥയിലും സമാനമായ ഉദാഹരണങ്ങൾ കാണാവുന്നതാണ്. ദൈവ പ്രീതിക്കായി ആബേൽ നൽകിയത് തന്റെ ആട്ടിൻകൂട്ടത്തിലെ ഒരാട്ടിൻ കുട്ടിയുടെ മാംസമാണ്.. കായേൻ ധാന്യങ്ങളും അർച്ചിച്ചു. എന്നാൽ ദൈവം പ്രസാദിച്ചത് ആബേലിന്റെ സമർപ്പണത്തിലാണ്. ആബേലിനെ പ്പോലെ എനിക്ക് പ്രിയപ്പെട്ടത് നൽകിയാൽ നീയും എനിക്ക് പ്രിയപ്പെട്ട വനാവും എന്ന് ദൈവം കായേനിനെ ഉദ്ബോധിപ്പിക്കുകയും ചെയ്തു. മരുഭൂമിയിലെ ദൈവത്തിന് ഈ രീതിയിൽ മാത്രമേ പ്രതികരിക്കാൻ സാധിക്കൂ. കാരണം മരുഭൂമിയിലെ ദൈവം സസ്യഭുക്കല്ല, മാംസഭുക്കാണ്. എന്നാൽ ഇന്ത്യയിലെ ഹിന്ദുദൈവങ്ങൾക്ക് പ്രിയം സസ്യങ്ങളോടാണ്. ധാന്യങ്ങൾ,പഴങ്ങൾ, പാൽ, വെണ്ണ, നെയ്യ് തുടങ്ങിയവയാണ് ഹിന്ദുദൈവ ങ്ങളുടെ ഇഷ്ടഭോജ്യം. ഇന്ത്യൻ ഉപഭൂഖണ്ഡത്തിലെ സസ്യസമൃദ്ധിയാണ് ദൈവങ്ങളുടെ ഈ സ്വഭാവരൂപീകരണത്തിന് കാരണം. അതിനർത്ഥം സംസ്കാരത്തെ രൂപപ്പെടുത്തുന്നതിൽ അതത് പ്രദേശത്തെ പരിസ്ഥി തിക്ക് വലിയപങ്കുണ്ടെന്നാണ്.

ഈ കഥയുടെ ഒടുവിൽ കായേൻ ആബേലിനെ കൊല്ലുന്നു. അങ്ങനെ ഭൂമിയിലെ ആദ്യത്തെ നരഹത്യയും ഭ്രാതൃഹത്യയും സംഭവിക്കുന്നു. എന്നാൽ ഈ പുരാവൃത്തത്തിന് മറ്റൊരു മാനം കൂടിയുണ്ട്. ഗോത്ര സംസ്കാരത്തിനും കാർഷിക സംസ്കാരത്തിനും ഇടയിലെ ഒരു അന്ത രാളഘട്ടത്തിലേക്ക് കൂടി അത് വിരൽചൂണ്ടുന്നുണ്ട്. ഒടുവിൽ ഗോത്ര സംസ്കാരം തിരോഭവിക്കുകയും കാർഷികസംസ്കാരം ആവിർഭവിക്കു കയും ചെയ്തു. അതായത് ആബേലും കായേനും വാസ്തവത്തിൽ രണ്ടു സംസ്കാരങ്ങളുടെ പ്രതിനിധാനമാണ്.

ഗോത്രസംസ്കാരം അഥവാ ഇക്കോകൾച്ചർ

മഹാസ്ഫോടനസിദ്ധാന്തമനുസരിച്ച് 13.7 ദശലക്ഷം കോടി വർഷം മുമ്പാണ് പ്രപഞ്ചമുണ്ടായത്. കോടിക്കണക്കിനുവർഷങ്ങൾക്കുശേഷം

അതായത് 4.54 ദശലക്ഷം കോടി വർഷം മുമ്പ് ഭൂമിയും പിറന്നു. ജീവന്റെ ആവിർഭാവത്തിനുവേണ്ടി പിന്നെയും ഒരുപാട്കാലം കാത്തിരിക്കേണ്ടി വന്നു. 3.8–3.5 ലക്ഷം കോടി വർഷങ്ങൾക്കിടയിലെപ്പോഴൊ അത് സംഭ വിച്ചിരിക്കാമെന്നാണ് പഠനങ്ങൾ സൂചിപ്പിക്കുന്നത്. മനുഷ്യന്റേയും ചിമ്പൻസിയുടേയും പൊതുപൂർവ്വികനായ ആസ്ട്രലോപിത്തക്കസ് ഭൂജാതനായത് 5–7 ദശലക്ഷം വർഷം മുമ്പ് മാത്രമാണ്. ഭൂമിയുടേയും ജീവന്റെയും പ്രായത്തിനുമുമ്പിൽ ആസ്ട്രലോപിത്തക്കസിന്റെ ജന്മകാല ത്തിന് ഒരു നിമിഷത്തിന്റെ ദൈർഘ്യമേയുള്ളൂ. തുടർന്ന് ദശലക്ഷ ക്കണക്കിന് വർഷങ്ങൾക്കുശേഷമാണ് മനുഷ്യന്റെ പൂർവ്വികനായ ഹോമോസാപ്പിയൻ രൂപംകൊള്ളുന്നത്, 2.5 –4 ലക്ഷം വർഷത്തിനിടയിൽ. ഈ പൊതുപൂർവ്വികനെ ചെത്തിയും മിനുക്കിയും കാലം അതിന്റെ മഹാ യാത്രയിൽ മനുഷ്യനെ രൂപപ്പെടുത്തി. ഹോമോസാപ്പിയന് മുമ്പ് 1.8 ദശ ലക്ഷവർഷത്തിനും 5.7 ലക്ഷം വർഷത്തിനുമിടയിൽ ഹോമോ ഇറക് ടസ്സ് (ജാവ മനുഷ്യൻ) എന്ന ഒരു കണ്ണികൂടിയുണ്ടായിരുന്നുവെന്ന് നര വംശശാസ്ത്രജ്ഞർ ലഭ്യമായ ഫോസിലുകളുടെ പിൻബലത്തിൽ സമർ ത്ഥിക്കുന്നുണ്ട്. ജാവ, ചൈന, ആഫ്രിക്ക, ജർമ്മനി, ഗ്രീസ് തുടങ്ങിയ സ്ഥലങ്ങളിൽ നിന്നാണ് ഹോമോ ഇറക്ടസ്സിന്റെ ഫോസിലുകൾ കണ്ടെ ടുത്തിട്ടുള്ളത്.

ആഫ്രിക്കയുടെ നിഗൂഢവന്യതയിൽ പിറക്കുകയും പെരുകുകയും ചെയ്ത ഹോമോസാപ്പിയൻ പിന്നീട് മറ്റു വൻകരകളിലേക്ക് കുടിയേറി. ആദ്യം ഏഷ്യയിലും അവിടെ നിന്ന് പിന്നീട് യൂറോപ്പിലും അവർ ഒഴുകി പ്പരന്നു. ഈ വ്യാപനം നടന്നത് 1,00,000– 50,000 വർഷത്തിനിടയിലായി രിക്കാമെന്നാണ് നരവംശശാസ്ത്രജ്ഞർ അനുമാനിക്കുന്നത്. എന്താ യാലും ആധുനിക ഡി.എൻ.എ പരീക്ഷണങ്ങൾ വെളിപ്പെടുത്തുന്ന കൗതുകകരമായ വസ്തുത ഏഷ്യയിലെ മങ്കോളിയൻ വംശവും യൂറോ പ്പിലെ കൊക്കേഷ്യൻ വംശവും തമ്മിൽ അടുത്ത രക്തബന്ധമു ണ്ടെന്നാണ്. 40,000 വർഷം പഴക്കം വരുന്ന ഒരു പൊതുപൈതൃകത്തി ലേക്ക് ഈ ജനിതകവിശകലനങ്ങൾ വിരൽ ചൂണ്ടുന്നു. ആഫ്രിക്കൻ വംശവുമായുള്ള പൊതുപൈതൃകത്തിന്റെ പ്രായമാകട്ടെ പിന്നെയും പിറകിലേക്ക് പോവുകയും 1,20,000 വർഷം മുമ്പുള്ള ഒരു കാലത്തിൽ ചെന്ന് നിൽക്കുകയും ചെയ്യുന്നു.

5 ദശലക്ഷം വർഷം മുമ്പ് ആസ്ട്രലോപിത്തക്കസ്സ് എന്ന പൊതു പൂർവ്വികനിൽനിന്ന് പുറപ്പെട്ട ഹോമോസാപ്പിയൻ തന്റെ ജൈവപരിണാ മങ്ങളെ മസ്തിഷ്കവികാസത്തിലേക്ക് കൂടി നയിച്ചപ്പോൾ സഹോദ രനായ ചിമ്പൻസി എന്ന ആൾക്കുരങ്ങ് ജൈവപരിണാമത്തിൽ മാത്ര മായി നിലയുറപ്പിച്ചു. ബുദ്ധിവികാസത്തിന്റെ കാര്യത്തിൽ മനുഷ്യൻ കഴിഞ്ഞാൽ തൊട്ടടുത്ത സ്ഥാനം ചിമ്പൻസിക്കാണെങ്കിലും ലക്ഷ ക്കണക്കിന് വർഷം മുമ്പ് നേടിയ അതേ കഴിവുകളിൽ തന്നെ അവ ഇന്നും തുടരുന്നു. വിത്തുകൾ പൊട്ടിക്കാൻ, കുരങ്ങിനെ വേട്ടയാടാൻ. കുഴിയിൽ നിന്ന് ചിതലിനേയും ഉറുമ്പിനേയും പിടിക്കാൻ കല്ലും മര

ക്കമ്പുകളും ചിമ്പൻസികൾ ഉപയോഗിക്കാറുണ്ട്. എന്നാൽ അവ മിനുസപ്പെടുത്താൻ ഇതുവരേയും അവയ്ക്ക് സാധിച്ചില്ല. ഹോമോസാപ്പിയാനാകട്ടെ പരിണാമചരിത്രത്തിലൂടെ അതിവേഗം മുന്നേറുകയായിരുന്നു. ഈ ഹോമോസാപ്പിയനാണ് പ്രാചീനശിലായുഗസംസ്കാരത്തിന് നാന്ദി കുറിച്ചത്. ആഫ്രിക്ക, അൾജീരിയ, ഇസ്രയേൽ, ചൈന തുടങ്ങിയ ഭൂമേഖലയിൽ നിന്ന് ഈ ശിലായുഗസംസ്കാരത്തിന്റെ ധാരാളം തെളിവുകൾ ലഭിച്ചിട്ടുണ്ട്. കുന്തങ്ങൾ, അസ്ത്രമുനകൾ, എല്ലുകൊണ്ടും ചിപ്പികൾകൊണ്ടും നിർമ്മിച്ച ആഭരണങ്ങൾ തുടങ്ങിയവ. 1,00,000-44,000 വർഷത്തിനിടയിലാണ് ഈ വസ്തുവകകളുടെ പഴക്കമെന്നും നിരീക്ഷിക്കപ്പെട്ടിട്ടുണ്ട്.

കുന്തങ്ങളും അസ്ത്രങ്ങളും ആയുധങ്ങൾ എന്ന ഗണത്തിലാണെങ്കിലും അവ ബുദ്ധിവികാസത്തിന്റെ രണ്ടു ഘട്ടങ്ങളെയാണ് പ്രതിനിധീകരിക്കുന്നത്. കുന്തം ശരീരശക്തിയുടെ പരിമിതികൾ മാത്രമാണ് അതിജീവിക്കുന്നതെങ്കിൽ അമ്പ് സ്വയം സുരക്ഷ നൽകുന്നതോടൊപ്പം ഇരയുടെ വേഗതയേയും ദൂരത്തേയും നേരിടുന്നു. ഇരയുമായി മുഖാമുഖമോ തൊട്ടടുത്തുനിന്നൊ നേരിടാനുള്ള പ്രാപ്തിയാണ് കുന്തം മനുഷ്യന് നൽകുന്നത്. എന്നാൽ കുന്തത്തിന്റെ ചെറിയരൂപമായ അമ്പ് ഒരേ സമയം ഇരയുടെ ശക്തിയേയും വേഗതയേയും നേരിടുന്നു. കുന്തം കൈകൊണ്ട് എറിയുമ്പോൾ അമ്പ് വില്ലുകൊണ്ട് എറിയുന്നു. മാത്രമല്ല, ഇരയുടെ പ്രത്യാക്രമണത്തെ നേരിടുകയും വേണ്ട. അതായത് കുന്തത്തിനും അമ്പിനുമിടയിൽ മനുഷ്യന് ആയിരക്കണക്കിന് വർഷങ്ങളുടെ ഇടവേളയുണ്ടാവും. പിന്നെയും ആയിരക്കണക്കിന് വർഷങ്ങൾ മസ്തിഷ്കത്തിലൂടെ പ്രവഹിച്ചശേഷമാകണം ആഭരണങ്ങൾ മനുഷ്യൻ രൂപകല്പന ചെയ്തത്. ആഭരണങ്ങളാകട്ടേ ഇണയുമായോ പദവിയുമായോ ഇരയുമായോ ബന്ധപ്പെട്ട പ്രതീകസംസ്കാരത്തിന്റെ സൂചകങ്ങളാണ്. ബുദ്ധിവികാസത്തിന്റെ ഒരു സുപ്രധാനഘട്ടത്തെയാണ് ഈ സൂചകഭാഷകൾ പ്രതിനിധാനംചെയ്യുന്നത്.

ഇന്നും ഈ ആധുനികോത്തരദശയിൽപ്പോലും ഹോമോസാപ്പിയൻ നിർമ്മിച്ച സംസ്കാരവുമായി ജീവിക്കുന്ന നിരവധി പ്രാചീനഗോത്രസമൂഹങ്ങളുണ്ട്. ലോകത്തിന്റെ പലഭാഗങ്ങളിലായി നൂറോളം പ്രാചീന ഗോത്രവർഗ്ഗങ്ങൾ ആധുനികലോകത്തിന്റെ സ്പർശമേല്ക്കാതെ, വിവസ്ത്രരായി, ലിഖിതഭാഷകളില്ലാതെ, വേട്ടയാടിയും കായ്കനികൾ ഭക്ഷിച്ചും ജീവിതം തുടരുന്നുണ്ട്. ഇന്ത്യയിലെ ആൻഡമാൻ ദ്വീപുവാസികളായ ജാവര, ഓംഗി, സെന്റിനറി, തെക്കെ അമേരിക്കയിലെ കാരിമ്പ്സ്, ജിവാറോഇൻഡ്യൻസ്, ഫിലിപ്പൈൻസിലെ ഇലോൻഗോട്ട്സ്, തെക്ക് കിഴക്കെ ഏഷ്യയിലെ ദായക്ക്സ്, പാപ്പുവാ ന്യൂഗിനിയയിലെ ടോലാമ്പി (വളരെ അടുത്ത കാലത്ത് മാത്രമാണ് അവർ ആധുനിക മനുഷ്യനുമായി നേരിട്ട് ഇടപ്പെട്ടത്) എന്നിവർ അവയിൽപ്പെടുന്നു. ആധുനികമനുഷ്യന് അവരെക്കുറിച്ചുള്ള അറിവുകൾ ഇന്നും നാമമാത്രമാണ്.

ഭൂമിയിലെ എല്ലാ ജീവജാലങ്ങളും പരിസ്ഥിതിയോട് ഇണങ്ങിയാണ് അതിജീവനം സാധ്യമാക്കുന്നത്. മനുഷ്യൻ മാത്രമാണ് അതിജീവനത്തിനുവേണ്ടി പരിസ്ഥിതിയെ ഇണക്കിയെടുക്കുന്നത്. മിക്കവാറും ജീവികൾ അവ പിറന്നുവീണ ഭൂപ്രകൃതിയോട് ചേർന്നും പ്രതിപ്രവർത്തിച്ചും കഴിച്ചുകൂട്ടുന്നു. ഭൂമിയിലെ ഭൂരിപക്ഷം ജീവജാലങ്ങൾക്കും അതത് പരിസ്ഥിതിക്കിണങ്ങുന്ന ജൈവികസ്വഭാവവും അതിജീവനതന്ത്രവുമുണ്ട്. ചില ജീവികളാകട്ടെ അവയുടെ വ്യവഹാരമണ്ഡലത്തിന്റെ വ്യാപ്തി കൊണ്ട് വൻകരകളെപ്പോലും ചെറുതാക്കുന്നു. അനാദികാലം മുതൽ നീലത്തിമിംഗലങ്ങൾ ഇണചേരാനും പ്രജനനത്തിനും പറ്റിയ ജലാശയങ്ങൾ തേടി ഉൾക്കടലിൽനിന്ന് ആയിക്കണക്കിന് കിലോമീറ്റർ സഞ്ചരിക്കുന്നു. സാൽമൻ മത്സ്യങ്ങൾ തങ്ങൾ പിറന്നുവീണ അതേ സ്ഥലത്ത് തിരിച്ചെത്താൻ സമുദ്രം പല അളവിൽ താണ്ടുന്നു. ഓരോ ആണ്ടിലും വടക്കു-കിഴക്കൻ അമേരിക്ക, കാനഡ എന്നീ പ്രദേശങ്ങൾ ഹിമാവൃതമാവുമ്പോൾ ചിലതരം നിശാശലഭങ്ങൾ സുദീർഘമായ പ്രവാസത്തിനിറങ്ങുന്നു. അല്പായുസ്സുകളായ ഈ നിശാശലഭങ്ങൾ 3500 കിലോമീറ്റർ യാത്രചെയ്ത് മധ്യമെക്സിക്കോയിലെത്തുന്നു. സൈബീരിയൻ കൊക്കുകൾ ആയിരക്കണക്കിന് കിലോമീറ്റർ താണ്ടി എല്ലാവർഷവും കേരളത്തിലെത്തുന്നു. ഈ ദേശാടകർക്ക് അവയുടെ സഞ്ചാരപഥത്തിലും ലക്ഷ്യസ്ഥാനത്തിലും കൃത്യത പുലർത്താൻ സഹായിക്കുന്നത് അവയുടെ ശരീരത്തിലുള്ള ജൈവഘടികാരമാണെന്ന് റിഥംസ് ഓഫ് ലൈഫ് എന്ന പുസ്തകത്തിൽ റസ്സൽഫോസ്റ്ററും ലിയോൺ ക്രിറ്റ്സ്മാനും നിരീക്ഷിക്കുന്നു. എന്നാൽ ഈ ജീവിവർഗ്ഗങ്ങളൊന്നും അതിപുരാതനമായ അവയുടെ കർമ്മമണ്ഡലത്തെ ഇന്നുവരെ പുതുക്കിയിട്ടില്ല.

കാക്കയും സൂചിമുഖിയും തൂക്കണാംകുരുവിയുമെല്ലാം പഴയ അതേ കൂടുകൾ തന്നെ ഇപ്പോഴും നിർമ്മിക്കുന്നു. ജന്മവാസനയുടേയും ജൈവഘടികാരത്തിന്റേയും വഴിയാണ് അവയുടെ അതിജീവനതന്ത്രം. എന്നാൽ ചില ജീവികൾ വലിയ പ്രതിസന്ധികൾ നേരിടുമ്പോൾ അതിവേഗം മ്യൂട്ടേഷന് വിധേയമാവുകയും അതുവഴി അതിജീവിക്കുകയും ചെയ്യുന്നു. സൂക്ഷ്മജീവികളാണ് ഇക്കാര്യത്തിൽ അതിവൈഭവം പ്രകടിപ്പിക്കുന്നത്. ആധുനികമായ ഔഷധപ്രയോഗങ്ങളെ അതിജീവിച്ച നൂറുകണക്കിന് വൈറസ്സുകളും ബാക്ടീരിയകളും ഇന്ന് ലോകത്തുണ്ട്. കീടനാശിനികളുടെ തീവ്രവാദത്തെ അതിജീവിച്ച ധാരാളം കീടങ്ങളുമുണ്ട്. ദിനോസറുകളുടെ കാലത്തോളം ജീവചരിത്രമുള്ള, ലോകം ഏറ്റവും കൂടുതൽ വെറുക്കുകയും പൊരുതുകയും ചെയ്യുന്ന കൊതുകുകളുടെ അതിജീവനവും ഇതേ ഗണത്തിൽപ്പെടുത്താവുന്നതാണ്.

ഓക്സ് ഫോർഡ് സർവ്വകലാശാലയിലെ എച്ച് സി ഡി കെറ്റിൽ വെൽ നടത്തിയ ചില പഠനങ്ങൾ അതിജീവനവുമായി ബന്ധപ്പെട്ട് നിശാശലഭങ്ങളിൽ സംഭവിച്ച മ്യൂട്ടേഷനുകൾ വ്യക്തമാക്കുകയുണ്ടായി. ഇംഗ്ലണ്ടിൽ പരക്കെ കണ്ടുവന്നിരുന്ന ഒരു ചെറുനിശാശലഭമാണ് പേപ്പേർഡ് മോത്ത്. ബിസ്റ്റൺ ബെറ്റുലാരിയ എന്നാണ് ഇതിന്റെ ശാസ്ത്ര നാമം.

ഇളം തവിട്ടു നിറത്തിൽ കുരുമുളക് പൊടി വിതറിയതു പോലെയാണ് അതിന്റെ ചിറകുകളുടെ വർണ്ണം. 1845 ൽ കറുപ്പ് നിറമുള്ള ഒരു ശലഭം അവിടെ പ്രത്യക്ഷപ്പെട്ടു. ക്രമത്തിൽ അതിന്റെ എണ്ണം വർദ്ധിച്ചു. 1895 ആയപ്പോഴേക്കും ശലഭ സമൂഹത്തിൽ 99% വും കറുപ്പന്മാരായി തീർന്നു. 1970 വരെ ഈ സ്ഥിതി തുടർന്നു. പിന്നീട് ഇളം തവിട്ടു നിറത്തിലുള്ള ശലഭങ്ങളുടെ എണ്ണം വർദ്ധിക്കാൻ തുടങ്ങി. എന്തുകൊണ്ടാണ് ഇങ്ങനെ സംഭവിച്ചത്. ഉത്തരം സുവ്യക്തമാണ് - പ്രകൃതി നിർദ്ധാരണം. ഈ ശലഭങ്ങൾ മരങ്ങളുടെ തടികളിൽ പറ്റിപ്പിടിച്ചുകൊണ്ടാണ് പകൽ കഴിച്ചു കൂട്ടുന്നത്. അവയുടെ ശത്രുക്കൾ പക്ഷികളും. ഇളം തവിട്ടു നിറത്തിൽ കുരുമുളക് പൊടി വിതറിയതു പോലെയുള്ള ചിറകുള്ള നിശാശലഭങ്ങൾ മരത്തടിയുടെ നിറത്തിന് സദൃശ്യമായതുകൊണ്ട് പക്ഷികൾക്ക് തിരിച്ചറിയാൻ കഴിയാതെ വരുന്നു. അങ്ങനെ അവ അതിജീവിക്കുന്നു. എന്നാൽ മാഞ്ചസ്റ്ററിലും പരിസര പ്രദേശങ്ങളിലും കൽക്കരി ഉപയോഗിച്ച് പ്രവർത്തിക്കുന്ന വ്യവസായ ശാലകൾ തുടങ്ങിയതോടെ പരിസ്ഥിതിയിൽ മാറ്റങ്ങൾ വന്നു. വ്യവസായ ശാലകളിൽ നിന്നുള്ള കരിയും പുകയുമേറ്റ് മരത്തിന്റെ തടികൾ കറുത്തിരുണ്ടു. അങ്ങനെ ഇളം നിറമുള്ള നിശാശലഭങ്ങൾ ഇര പിടിയന്മാർക്ക് ള്ളുപ്പം കാണാമെന്നായി. കറുത്ത നിറമുള്ളത് അദൃശ്യമാവുകയും ചെയ്തു. അങ്ങനെ ഇളം നിറത്തിലുള്ളവ വലിയതോതിൽ നശിച്ചു. കറുത്തവയുടെ വംശം അതിവേഗം വർദ്ധിക്കുകയും ചെയ്തു.

കാലാന്തരത്തിൽ പരിസ്ഥിതി ബോധം വർദ്ധിക്കുന്നു. കൽക്കരിയുടെ സ്ഥാനത്ത് മറ്റ് ഊർജ്ജസ്രോതസ്സുകൾ വരുന്നു. മരത്തടികൾ അവയുടെ സ്വാഭാവിക നിറം വീണ്ടെടുക്കുന്നു. അതോടെ കറുപ്പ് നിശാശലഭങ്ങൾ പക്ഷികളുടെ കണ്ണിൽപ്പെടുന്നു. വിണ്ടും ഇളം നിറത്തിലുള്ള ചിത്രശലഭങ്ങളുടെ എണ്ണം വർദ്ധിക്കുന്നു. പ്രകൃതി നിർദ്ധാരണത്തിന്റെ ഉദാഹരണങ്ങളിലൊന്നാണ് ഇത്. അതിജീവനത്തിനുവേണ്ടി ജീവികൾ കൈക്കൊള്ളുന്ന രൂപമാറ്റങ്ങൾ. മനുഷ്യനിലും മറ്റു വലിയ ജന്തുജാലങ്ങളിലും നടന്ന പരിണാമത്തിന്റെ യുഗാന്തര സമസ്യകൾ വെറും പതിറ്റാണ്ടുകളിലൂടെ ചെറു ജീവികളിൽ സംഭവിക്കുന്നു.

മനുഷ്യന്റെ സംസ്കാരത്തിലും അതേ അതിജീവന തന്ത്രം മറ്റൊരു രീതിയിൽ പിൻതുടരുന്നു. അവിടെ ശരീരമില്ല. മനസ്സാണ് മാറുന്നത്. ജൈവ പരിണാമത്തിലെന്ന പോലെ സംസ്കാരത്തിന്റെ ഉത്പത്തിപരിണാമങ്ങൾക്കും അതിജീവനസമരം മുഖ്യ ചാലകശക്തിയാണ്. മനസ്സ് പുതിയ അറിവും സങ്കേതങ്ങളും ഒരുക്കി ശരീരത്തെ കൂടുതൽ അതിജീവനക്ഷമമാക്കുന്നു. അമ്പും വില്ലും തോക്കിനുമുമ്പിൽ തോറ്റടങ്ങുന്നു. ടൈപ്പ്റൈറ്റർ കമ്പ്യൂട്ടറിനു മുമ്പിൽ നാടുവിടുന്നു. അമ്മി മിക്സിക്കുമുമ്പിൽ ലെറ്റർ പ്രസ്സ് ഓഫ്സെറ്റിന് മുമ്പിൽ, അരിവാൾ കൊയ്ത്തുയന്ത്രത്തിന് മുമ്പിൽ, അങ്ങനെ അങ്ങനെ...

ഗോത്രജീവിതത്തിലും അതിന്റെ തുടക്കം കാണാം. കാർഷിക സംസ്കാരത്തിൽ അതിന്റെ വിപ്ലവകരമായ മുന്നേറ്റം കാണാം. പ്രകൃതം

(പ്രകൃതിസംസ്കാരം) സംസ്കൃതമായി (കാർഷികസംസ്കാരം) മാറുന്നു. വ്യവസായയുഗത്തിൽ കാർഷികസംസ്കാരം തൊട്ടടുത്ത ഘട്ടത്തിൽ പ്രവേശിച്ചു. സൃഷ്ടിപരമെന്നപോലെ നാശോന്മുഖമായും ഈ യുഗത്തിൽ സംസ്കാരത്തിന്റെ തുടർച്ച കാണാം.

ശരീരശക്തിയിൽ അധിഷ്ഠിതമായ അതിജീവനതന്ത്രങ്ങളുടെ സ്ഥാനത്ത് മസ്തിഷ്കത്തിൽ അധിഷ്ഠിതമായ അതിജീവനതന്ത്രം നാമെടുത്തു. കായ്കനി ശേഖരണവും വേട്ടയാടലും ഒറ്റയ്ക്ക് സാധ്യമല്ലാതെ വന്നപ്പോൾ മനുഷ്യൻ സംഘം ചേർന്നു. സ്വന്തം ശരീരശക്തി തികയാതെ വന്നപ്പോൾ അന്യന്റെ ശരീരശക്തി കൂട്ടിച്ചേർക്കപ്പെട്ടതുപോലെ, ഭൗതിക വസ്തുക്കൾ അനുപൂരക ശക്തി സ്രോതസ്സുകളായി കൂട്ടിച്ചേർക്കപ്പെട്ടു. അതുപോലെ പ്രകൃതി വിഭവങ്ങൾ തികയാതെ വന്നപ്പോൾ വിഭവങ്ങൾ സൃഷ്ടിക്കാനും തുടങ്ങി. വിഭവങ്ങൾ സൃഷ്ടിക്കാൻ കഴിയും എന്ന് ആദ്യം കണ്ടെത്തിയത് സ്ത്രീകളാവണം.

മനുഷ്യൻ നായാടി ജീവിച്ചിരുന്ന കാലത്ത് സ്ത്രീകൾക്ക് മാത്രമാണ് ഒരിടത്ത് സ്ഥിരമായി കുറച്ചുകാലം തങ്ങേണ്ടി വരുക. ഗർഭകാലത്തും പ്രസവാനന്തരവും. അതിജീവനുമായി ബന്ധപ്പെട്ട് നിരന്തരം ചലിച്ചുകൊണ്ടിരിക്കുന്നവരായിരുന്നുവല്ലോ അവർ. ഒരിടത്ത് മാസങ്ങളോളം താമസിക്കേണ്ടി വരുമ്പോൾ അവിടെ വീഴുന്ന വിത്തിനെ, അതിൽ നിന്ന് മുരട് പൊട്ടുന്ന ചെടിയെ, അതിന്റെ വളർച്ചകളെ അവർക്ക് തുടർച്ചയായി നിരീക്ഷിക്കാൻ സാധിച്ചു. പ്രകൃതി സ്വയം ചെയ്യുന്ന ഒരു ക്രിയ ഏതോ ആന്തരിക ചോദനയിൽ മനുഷ്യൻ ചെയ്യാൻ തുടങ്ങുന്നു. അങ്ങനെ ഭൂമിയിൽ മനുഷ്യൻ തന്റെ കൈകൾകൊണ്ട് ബോധപൂർവ്വം ഇട്ട വിത്തിൽ നിന്നാണ് ക്രമപ്രവൃദ്ധമായി കാർഷിക സംസ്കാരം പിറന്നത്.

കാർഷിക സംസ്കാരത്തിന്റെ (അഗ്രികൾച്ചർ) പാഠശാലയിൽ നിന്നാണ് മുഖ്യധാരാസമൂഹങ്ങൾ അവരുടെ ജീവിതരീതികൾ ചിട്ടപ്പെടുത്തുകയും ചരിത്രത്തിലൂടെ പരിപോഷിപ്പിക്കുകയും ചെയ്തത്. ഏറ്റവും പഴക്കം ചെന്ന കാർഷിക സംസ്കാരത്തിന്റെ തെളിവുകൾ ക്രസന്റ് ബെൽറ്റ് എന്നറിയപ്പെടുന്ന ഇന്നത്തെ ഇറാൻ, ഇറാക്ക്, ജോർദ്ദാൻ തുടങ്ങിയ മേഖലകളിൽ നിന്നാണ് കിട്ടിയിട്ടുള്ളത്. ഏകദേശം 7000 വർഷങ്ങൾക്ക് മുമ്പാണ് ആ കാർഷികസംസ്കൃതി അവിടെ നിലനിന്നിരുന്നതെന്ന് ചരിത്രകാരന്മാർ അനുമാനിക്കുന്നു. സിന്ധു-ഗംഗാതടങ്ങൾ, യൂഫ്രട്ടീസ് -ടൈഗ്രീസ് നദീതടം, നൈൽ നദീതടം എന്നിവിടങ്ങളിലെ കാർഷിക സംസ്കാരത്തിന് 3500-4000 വർഷവും കണക്കാക്കുന്നു. എന്നാൽ ഗോത്ര സമൂഹങ്ങൾ കാർഷിക സംസ്കാരത്തിന്റേതായ ഈ ഒരു ഘട്ടം അഭിമുഖീകരിച്ചിട്ടില്ല. ഗോത്രസംസ്കാരം ഒരിക്കലും കുന്നിറങ്ങിയില്ല. കുന്നിറങ്ങിയവർ സമതലങ്ങളിൽ മറ്റൊരു സംസ്കാരത്തിന് വിത്തിട്ടു. കുന്നിൽ വിഭവങ്ങൾ പ്രകൃതി സൃഷ്ടിച്ചു. സമതലങ്ങളിൽ വിഭവങ്ങൾ മനുഷ്യൻ സൃഷ്ടിച്ചു. ഒരുപക്ഷേ വിഭവങ്ങൾക്കുവേണ്ടിയുള്ള മൽസരങ്ങളിൽ തോറ്റുപോയവരാവാം അല്ലെങ്കിൽ പ്രകൃതിദുരന്തങ്ങളിൽ വിഭവങ്ങൾ നഷ്ടപ്പെട്ടവരാവാം അപ്രകാരം സമതലങ്ങളിൽ എത്തിപ്പെട്ടത്.

പ്രകൃതിയെ അനുകരിച്ച് വിഭവങ്ങൾ നിർമ്മിക്കാനുള്ള ഈ പ്രക്രിയ വലിയജ്ഞാനോദയങ്ങൾക്കും അതുവഴി അനുബന്ധ സാങ്കേതിക വികാസത്തിലേക്കും മനുഷ്യനെ നയിച്ചു. അതോടൊപ്പം സമയബോധ ത്തിൽ, സ്ഥലബോധത്തിൽ, കരുതിവെപ്പിൽ, ആസൂത്രണത്തിൽ വലിയ പരിവർത്തനങ്ങൾക്കും കാർഷികസംസ്കാരം തുടക്കം കുറിച്ചു. അതിന്റെ തുടർച്ചയായാണ് സമൂഹത്തിൽ തൊഴിൽ വിഭജനവും വർഗ്ഗ രൂപീകരണവും സംഭവിച്ചത്. ഈ കാർഷികസംസ്കൃതിയുടെ വികാസ ഘട്ടത്തെയാണ് നവനാഗരികസമൂഹം പ്രതിനിധാനം ചെയ്യുന്നത്. എന്നാൽ പ്രാചീനഗോത്രസമൂഹങ്ങളാകട്ടെ പ്രകൃതി ആസൂത്രണം ചെയ്ത ജീവിതവ്യവസ്ഥയിൽ തന്നെ തുടർന്നു. വേട്ടയാടിയും ഫല മൂലാദികൾ ശേഖരിച്ചും അവർ കാലയാപനം ചെയ്തു. ചില ഗോത്ര സമൂഹങ്ങൾ ഒരു പടി കൂടി മുന്നോട്ടുപോവുകയും പ്രകൃതിയെ തങ്ങൾ ക്കനുകൂലമായി പാകപ്പെടുത്താൻ ശ്രമിക്കുകയും ചെയ്തു. അപ്രകാരം ആവിർഭവിച്ചതാണ് പുനംകൃഷി. പ്രകൃതിവിഭവങ്ങളുടെ മൊത്തത്തിലുള്ള ശോഷണമോ വിഭവങ്ങൾക്കുമേലുള്ള സമ്മർദ്ദമോ അതിന് കാരണമാകാ നിടയില്ല. മറിച്ച്, ചില കാലങ്ങളിൽ പ്രത്യേകിച്ച് വർഷകാലത്ത് അവർ നേരിട്ട ഭക്ഷ്യവിഭവദൗർലഭ്യവും വിഭവശേഖരണം നടത്താനുള്ള ബുദ്ധി മുട്ടുമാകാം അതിന് കാരണം. അങ്ങനെ പുനം കൃഷി അവരുടെ നാടോടി ജീവിതത്തിനിടയിലെ സുപ്രധാനമായ ഒരു ആസൂത്രിത പ്രവർത്തനമായി ത്തീർന്നു.

പ്രാചീന ഗോത്രസ്വഭാവത്തിൽ നിന്ന് വഴിമാറി മൃഗപരിപാലനം, കൈ വേലകൾ എന്നീ മേഖലകളെകൂടി വികസിപ്പിച്ചുകൊണ്ട് കാർഷികപൂർവ്വ ഘട്ടത്തിനും കാർഷികസംസ്കാരത്തിനുമിടയിൽ അവർ നിലയുറപ്പി ക്കുകയായിരുന്നു. നാടോടി ജീവിതം അർദ്ധനാടോടിജീവിതമായി രൂപാ ന്തരപ്പെട്ടു. പുനംകൃഷി ആരംഭിച്ചതോടെ കുറച്ചുകാലമെങ്കിലും ഒരിടത്ത് നിർബന്ധമായും അവർക്ക് തങ്ങേണ്ടിവന്നിട്ടുണ്ട്. വന്യമൃഗങ്ങളിൽ നിന്നും പക്ഷികളിൽ നിന്നും വിത്തും വിളവും കാക്കേണ്ടിവന്നു. വിത്തും ധാന്യ ങ്ങളും സൂക്ഷിക്കേണ്ടിവന്നു. വേട്ടയാടലിലും ഫലമൂലാദികളുടെ ശേഖര ണത്തിലുമുണ്ടായിരുന്ന അതേ കൂട്ടായ്മയെ സമയബന്ധിതമായരീതി യിൽ വിഭവങ്ങൾ നിർമ്മിക്കുന്ന ഈ പ്രക്രിയയിലേക്ക് വികസിപ്പിക്കേണ്ടി വരികയും ചെയ്തു. അതോടെ സ്ഥിരമായ ആവാസകേന്ദ്രങ്ങളും തുടർന്ന് സ്ഥിരമായ ശ്മശാനകേന്ദ്രങ്ങളും രൂപംകൊണ്ടു. ജീവിച്ചിരിക്കുന്നവരെ പോലെ മരിച്ചവർക്കും ഒരു പ്രത്യേക ഭൂഖണ്ഡം ഉണ്ടാവുന്നത് മരണാ നന്തരജീവിതത്തെപ്പറ്റിയുള്ള പുതിയ കാഴ്ചപ്പാടുകളും കൊണ്ടുവരു ന്നുണ്ട്. എന്നാൽ ഈ ഘട്ടത്തിൽപോലും വിഭവങ്ങളുടെ മുഖ്യദാതാവ് പ്രകൃതി തന്നെയായിരുന്നു. യാതൊരു മാറ്റങ്ങൾക്കും വിധേയമാകാതെ നൂറ്റാണ്ടുകളോളം ഈ ഘട്ടത്തിൽ അവർ ഉറച്ചുപോയി. മുഖ്യധാരാ സമൂഹം കാർഷികസംസ്കാരത്തിൽനിന്ന് വ്യവസായയുഗത്തിലേക്കും അവിടെനിന്ന് നവനാഗരികതയിലേക്കും അതിവേഗം വികസിച്ചപ്പോൾ അർദ്ധനാടോടി സ്വഭാവത്തോടുകൂടിയ ഗോത്രസംസ്കാരം വർത്തമാന കാലത്തോളം തുടർന്നു.

ഇങ്ങനെ തന്നെയാണ് നിലവിൽ അറിയപ്പെടുന്ന മുഴുവൻ ഗോത്ര സമൂഹങ്ങളുടേയും ചരിത്രം എന്ന് പറയുന്നത് ചരിത്രവിരുദ്ധമാവും. സംസ്കാരം വികസിച്ചത് അങ്ങനെ രേഖീയമായിട്ടല്ല. നിരവധി സമൂഹങ്ങൾ ചരിത്രത്തിന്റെ വിവിധഘട്ടങ്ങളിൽ ഓരങ്ങളിലേക്ക് തള്ളിമാറ്റപ്പെട്ടിട്ടുണ്ട്. ഇന്ത്യയെ സംബന്ധിച്ച് ആന്ധ്രയിലെ ഗോണ്ടുകൾ, ബംഗാളിലെ സാന്താളുകൾ, മദ്ധ്യപ്രദേശിലെ ഭീലുകൾ, കേരളത്തിലെ കുറിച്യർ, മുതുവാന്മാർ, മലപ്പുലയന്മാർ തുടങ്ങിയവർ ചരിത്രത്തിന്റെ ഏതോ കാലങ്ങളിൽ മറ്റു സമൂഹങ്ങളുമായുള്ള അതിജീവനമത്സരത്തിൽ തോറ്റ് കാടുപൂകുകയും ഗോത്രസ്വഭാവത്തിലേക്ക് വീണ്ടും തിരിച്ചുനടക്കുകയും ചെയ്തവരാകാമെന്ന് നിരീക്ഷിക്കപ്പെട്ടിട്ടുണ്ട്. കൃഷിയോടുള്ള ആഭിമുഖ്യം, സാമൂഹികക്രമം, മിത്തുകൾ, സ്വാതന്ത്ര്യബോധം തുടങ്ങിയവയിൽ മറ്റു ഗോത്രസമൂഹങ്ങളിൽ നിന്ന് സൂക്ഷ്മവ്യത്യാസം അവർ പുലർത്തുന്നുണ്ടെന്ന കാര്യവും ശ്രദ്ധിക്കേണ്ടതാണ്. ബ്രിട്ടീഷ്കാർക്കെതിരെ കുറിച്യരും സാന്താളുകളും ഭീലുകളും നടത്തിയ കലാപങ്ങൾ അതിന്റെ മറ്റൊരു സൂചകവുമാണ്.

സ്വയംകൃതമായി വികസിച്ചുവന്നതാണെങ്കിലും ബാഹ്യസമ്മർദ്ദങ്ങൾ കൊണ്ട് ഉണ്ടായി വന്നതാണെങ്കിലും ആദിവാസി ജീവിതം അടിസ്ഥാനപരമായി പ്രകൃതിനിബദ്ധമാണ്. ചുരുക്കത്തിൽ പരിസ്ഥിതി നിർണയങ്ങൾ പ്രബലമായ ഇക്കോ കൾച്ചറാണ് ആദിവാസികൾക്കുള്ളത്. തഴച്ചുനിന്ന പ്രകൃതിയിലൂടെ, അതിന്റെ സമയപ്രവാഹത്തിലൂടെ സമാനതകളില്ലാതെ ഒഴുകിക്കൊണ്ടിരുന്ന ഒരു സംസ്കാരം.

കോളനീകരണം

കോളനീകരണകാലം മുതൽ ആരംഭിച്ച പുതുസമൂഹത്തിന്റെ അധിനിവേശങ്ങൾക്കുമുമ്പിൽ ഗോത്രസമൂഹങ്ങൾക്ക് പിടിച്ചുനിൽക്കാൻ സാധിച്ചില്ല. കൊളമ്പസ്സിന് മുമ്പു തന്നെ പാശ്ചാത്യർ യുറോപ്പിന് പുറത്തേക്ക് അധിനിവേശം ആരംഭിച്ചിരുന്നു. 1336ൽ സ്പെയിൻകാർ കാനറിദ്വീപുകളുടെ ഒരു ഭാഗം പിടിച്ചടക്കി. ഏതാനും വർഷങ്ങൾക്കുള്ളിൽ 80,000 ജനസംഖ്യയുണ്ടായിരുന്ന അവിടത്തെ ഗ്വാഞ്ചെഗോത്രം ഉന്മൂലനം ചെയ്യപ്പെട്ടു. 1492 ഒക്ടോബർ 12നാണ് കൊളമ്പസ് അമേരിക്കയിലെ സാൻസാൽവദോർതീരത്ത് കപ്പലിറങ്ങിയത്. ഒരു പുതിയലോകം അതോടെ പിറന്നുവീണു. കാടും മണ്ണും കീഴടക്കപ്പെട്ട മനുഷ്യരും വിഭവങ്ങളായി ത്തീരുന്ന ഒരു കാലം ആരംഭിക്കുകയായിരുന്നു. അവിടെ കപ്പലിറങ്ങിയപ്പോൾ കൊളമ്പസ്സ് സ്പെയിനിലെ രാജാവിനും രാജ്ഞിക്കുമെഴുതിയ കത്തിലെ വാചകങ്ങൾ വളരെ പ്രശസ്തമാണ്. 'എത്ര സമാധാനപ്രിയരും മെരുക്കമുള്ളവരുമാണ് ഈ ജനസമൂഹം. അവർ അയൽക്കാരെ അവരെപ്പോലെ തന്നെ സ്നേഹിക്കുന്നു. അവരുടെ മന്ദഹാസം നിറഞ്ഞ സംഭാഷണം ഹൃദ്യവും മാന്യവുമാണ്. വിവസ്ത്രരാണെങ്കിലും അവരുടെ പെരുമാറ്റം വളരെ കുലീനമാണ്' തദ്ദേശവാസികൾ അത്രമാത്രം സ്നേഹോഷ്മളമായാണ് കൊളമ്പസ്സിനേയും കൂട്ടുകാരേയും സ്വീകരിച്ചത്. എന്നാൽ

അവരെ സ്വീകരിച്ച ടൈനോസ്, ആരാവക് ഗോത്രങ്ങൾക്ക് പ്രതിഫലമായി കിട്ടിയത് മരണമോ അല്ലെങ്കിൽ അടിമത്തമോ ആയിരുന്നു. പതിറ്റാണ്ടുകൾക്കുള്ളിൽ തന്നെ ആ വംശങ്ങൾ ഭൂമുഖത്ത്നിന്ന് അപ്രത്യക്ഷരായി.

യൂറോപ്യൻ അധിനിവേശത്തിന്റെ ഭാരം താങ്ങാനാവാതെ പിന്നീടുണ്ടായ നൂറ്റാണ്ടുകളിൽ നിരവധി ആദിവാസി വിഭാഗങ്ങൾ ഭൂമിയിൽനിന്ന് അന്തർധാനം ചെയ്യുകയുണ്ടായി. മനുഷ്യാവകാശങ്ങൾക്ക് കൂടുതൽ മൂല്യം കല്പിക്കുന്ന ഈ ആധുനികകാലത്തുപോലും ഒരാദിവാസി വിഭാഗം ഭൂമിയിൽനിന്ന് തിരോഭവിച്ചു. തെക്കെ അമേരിക്കയിലെ യാഗാൻ ഇൻഡ്യൻ എന്ന ആദിവാസിവിഭാഗമായിരുന്നു അത്. ആ വംശത്തിലെ അവസാനത്തെ മനുഷ്യൻ 1999 ൽ ഭൂമിയിൽ നിന്ന് നിഷ്ക്രമിച്ചു. എന്തുകൊണ്ടാണ് അതിജീവനസമരത്തിൽ ഗോത്രസമൂഹങ്ങൾ ഇങ്ങനെ തോറ്റുപോവുന്നത്. 2600 വർഷങ്ങൾക്ക് മുമ്പ് ബുദ്ധനും 2000 വർഷം മുമ്പ് ക്രിസ്തുവും പ്രബോധനം ചെയ്ത സ്നഹസിദ്ധാന്തങ്ങൾ ഏറ്റുവാങ്ങിയ ജനതയാണ് അത്തരം സിദ്ധാന്തങ്ങളില്ലാത്ത ജനതയെ എന്നെന്നേക്കുമായി തോല്പിച്ചത്. അതിന് മറ്റൊരു അർത്ഥം കൂടിയുണ്ട്. സ്നേഹം ഒരു സിദ്ധാന്തമാവുന്നത് അത് നഷ്ടപ്പെടുമ്പോഴാണ്. ആദിവാസികളെ സംബന്ധിച്ച് സ്നേഹം അതിജീവനത്തിന്റെ പ്രകൃതിദത്തമായ പാഠമായിരുന്നു. അതായത് സ്നേഹം ഒരു മൂല്യമെന്ന നിലയിൽ വേർതിരിയുക പോലും ചെയ്തിരുന്നില്ല. അത് അതിജീവനത്തിന് ആവശ്യമായ പാരസ്പര്യത്തിന്റെ അവിഭാജ്യഘടകമായി നിലനിന്നു. വർഗ്ഗരൂപീകരണം സംഭവിക്കുകയും സ്വകാര്യസ്വത്ത് ഉണ്ടാവുകയും സമ്പത്തും അധികാരവും സമൂഹത്തിന്റെ ചില കേന്ദ്രങ്ങളിൽ നിക്ഷേപിക്കപ്പെടുകയും ചെയ്തപ്പോഴാണ് സ്നേഹം ഒരു സിദ്ധാന്തമായി മാറുന്നത്.

ഉച്ചനീചത്വങ്ങൾകൊണ്ട് സങ്കീർണ്ണവും അപമാനവികവുമായി തീർന്ന ഭൂമിക്ക് സ്നേഹത്തിന്റെ ഔഷധവുമായി ബുദ്ധനും ക്രിസ്തുവും മറ്റു പലരും കടന്നുവന്നു. എന്നാൽ സ്നേഹം ഒരു സിദ്ധാന്തമായി മനസ്സിലാക്കിയ സമൂഹം സ്നേഹം ജീവരക്തമായ സമൂഹത്തെ തോല്പിച്ചു. 'വെള്ളക്കാർ വരുമ്പോൾ അവരുടെ കൈയിൽ ബൈബിളും ഞങ്ങളുടെ കൈയിൽ ഭൂമിയുമുണ്ടായിരുന്നു. അവർ ഞങ്ങളോട് പ്രാർത്ഥിക്കാൻ പറഞ്ഞു. ഞങ്ങൾ കണ്ണടച്ച് പ്രാർത്ഥിച്ചു. കണ്ണ് തുറന്നപ്പോൾ അവരുടെ കൈയിൽ ഭൂമിയും ഞങ്ങളുടെ കൈയിൽ ബൈബിളുമായി.' സബ്സഹാറൻ സമൂഹത്തിന്റെ വിമോചനസമരകാലത്ത് പ്രശസ്തിയാർജ്ജിച്ച ഒരു നാടോടിക്കഥയാണിത്. ദക്ഷിണാഫ്രിക്കയിലെ വർണ്ണവെറിയൻ (അപ്പാർത്തിഡ്) ഭരണകൂടത്തിനെതിരെ വിമോചനപോരാട്ടം നയിച്ച ആർച്ച് ബിഷപ്പ് ഡെസ്മണ്ട് ടുട്ടുവാണ്, ഉപജ്ഞാതാവ് ആരെന്ന് അറിയാത്ത, ഈ കഥയ്ക്ക് പ്രചാരം നൽകിയത്. പിന്നീട് ധാരാളം എഴുത്തുകാർ കഥയുടേയും കവിതകളുടേയും രൂപത്തിൽ അത് ഭേദഗതികളോടെ പുനരാവിഷ്കരിക്കുകയുണ്ടായി. സ്നേഹത്തിന്റെ പുസ്തകമായ ബൈബിൾ ഏറ്റവും സ്നേഹശൂന്യമായി കൈമാറ്റം ചെയ്യപ്പെട്ടുവെന്നാണ് ഈ കഥ സാക്ഷ്യപ്പെടുത്തുന്നത്.

ഈ അധുനാധുനകാലത്തും പലതരം സംസ്കാരങ്ങൾക്കിടയിൽ വളരെ വ്യത്യസ്തമായി ഏറെക്കുറെ അദൃശ്യവുമായി തുടർന്നുവരുന്നു ആദിവാസിജീവിതം. പരിഷ്കൃതമെന്ന് പറയപ്പെടുന്ന സംസ്കാരങ്ങൾക്ക് തീർത്തും അന്യവും ദുർഗ്രഹവുമാണ് അത്. സ്ഥലകാലബോധം, ലോക ബോധം, ആവാസവ്യവസ്ഥ, സ്ഥാപന -സംഘടനാബോധം, സ്വകാര്യ സ്വത്ത്, ആസൂത്രണബോധം, ആരോഗ്യസങ്കല്പം തുടങ്ങിയ എല്ലാ കാര്യങ്ങളിലും ഗോത്രസംസ്കാരം വ്യത്യസ്തതകൾ സൂക്ഷിക്കുന്നുണ്ട്. അതായത് പരിസ്ഥിതിനിർണ്ണയത്തിൽ രൂപംപ്രാപിച്ച അവരുടെ സംസ്കാരം വലിയ മാറ്റങ്ങൾക്കോ വ്യാഖ്യാനങ്ങൾക്കോ വിധേയമല്ലാതെ ഇന്നും തുടരുന്നു. ആയിരത്താണ്ടുകൾക്ക് മുമ്പ് ആവിർഭവിച്ച കാർഷിക പൂർവ്വസംസ്കൃതി (ഇക്കോകൾച്ചർ) ഇന്നും നാഗരികസംസ്കാരത്തിന്റെ വലിയസമ്മർദ്ദങ്ങൾക്കിടയിലും തുടരുകയാണ്. ചുരുക്കത്തിൽ അഗ്രികൾച്ചറിന്റെ പിൻതുടർച്ചയല്ല, ഇക്കോകൾച്ചറിന്റെ പിൻതുടർച്ചയാണ് ആദിവാസികളുടേത്. 2001ലെ സെൻസസ് അനുസരിച്ച് ലോകത്ത് 37 കോടി ആദിവാസികളുണ്ട്. ആകെ ലോകജനസംഖ്യയുടെ 5 %. 90 രാജ്യങ്ങളിലെ 5000 വ്യത്യസ്തവിഭാഗങ്ങളിലായി അവർ വ്യാപിച്ചുകിടക്കുന്നു. ആഫ്രിക്കയിലാണ് ഏറ്റവും കൂടുതൽ ആദിവാസികളുള്ളത്. തൊട്ടടുത്തസ്ഥാനം ഇന്ത്യക്കാണ്. 533 വിഭാഗങ്ങളിലായി 8.5 കോടി (2001 ലെ സെൻസസ്സ്) ആദിവാസികൾ ഇന്ത്യയിലുണ്ടെന്നാണ് കണക്ക്. അതായത് ഇന്ത്യൻ ജനസംഖ്യയുടെ 8.19 % വും ലോകആദിവാസിജനസംഖ്യയുടെ 23 %വും. ഇന്ത്യയിലെ 75 ആദിവാസിവിഭാഗങ്ങൾ പ്രാചീനഗോത്രവർഗ്ഗത്തിൽപെട്ടവരുമാണ്. കേരളത്തിൽ സർക്കാർ പട്ടികയിലുള്ളത് 35 വിഭാഗം ആദിവാസികളാണ്. അതിൽ ചോലനായ്ക്കർ, കാട്ടുനായ്ക്കർ, കാടർ, കൊറഗർ, കുറുമ്പർ എന്നീ അഞ്ച് വിഭാഗങ്ങൾ പ്രാചീനഗോത്രവർഗ്ഗമാണ്.

അർദ്ധനാടോടിഘട്ടത്തിൽ ഉറച്ചുപോയവരാണ് ഇന്ന് ലോകത്തിൽ അതിജീവിക്കുന്ന ആദിവാസിവിഭാഗങ്ങളിൽ ഭൂരിപക്ഷവും. അധിനിവേശത്തിന്റെയും തത്ഫലമായ നാഗരികതയുടേയും മുമ്പിൽ അവർ പകച്ചു നിൽക്കുന്നു. വെറും പതിറ്റാണ്ടുകൾ കൊണ്ടാണ് അവരുടെ മണ്ണിൽനിന്ന് ഇക്കോസംസ്കാരത്തിന്റേതായ പരിസ്ഥിതിഘടകങ്ങൾ ഓരോന്നായി അഴിഞ്ഞുപോവുകയും വ്യവസായ സംസ്കാരത്തിന് അഭിമുഖം നിൽക്കാൻ അവർ നിർബന്ധിതരാവുകയും ചെയ്തത്. മുഖ്യധാരാ സംസ്കാരങ്ങൾ നൂറ്റാണ്ടുകളിലൂടെയും പല ഉത്പാദനരൂപങ്ങളിലൂടെയും പ്രസ്ഥാനങ്ങളിലൂടെയും പരിണമിച്ചാണ് ഇവിടെ എത്തിച്ചേർന്നത്. പക്ഷേ, മറ്റെവിടേയും എന്നപോലെ കേരളത്തിലും ആദിവാസികൾക്ക് ലഭിച്ചത് പതിറ്റാണ്ടുകൾ മാത്രം. ഇക്കോകൾച്ചർ രൂപം കൊള്ളുകയും നിലനിൽക്കുകയും ചെയ്ത ഭൗതിക പരിസ്ഥിതികൾ മാറിയിട്ടും അവയിൽ നിന്ന് അന്യവൽക്കരിക്കപ്പെട്ടിട്ടും മാനസികവിതാനത്തിൽ അവയുടെ രേഖാചിത്രങ്ങളുമായി ജീവിച്ചുകൊണ്ടിരിക്കുന്നു എന്നതാണ് ഗോത്രസമൂഹങ്ങൾ നേരിടുന്ന സാംസ്കാരികാഘാതം (cultural shock)

ആദിവാസി ജീവിതം
ഒരു പരിസ്ഥിതി-സാംസ്കാരികപാഠം

പരിസ്ഥിതി നിർണ്ണയം

ഏതൊരു സമൂഹത്തിന്റെ സംസ്കാരത്തിലും പരിസ്ഥിതിയുടെ സ്വാധീനം കാണാവുന്നതാണ്. അതായത് സംസ്കാരത്തെ നിർണ്ണയിക്കുന്നതിൽ പരിസ്ഥിതിക്ക് വലിയ പങ്കുണ്ട്. അതിജീവനത്തിനുവേണ്ടി മനുഷ്യൻ എത്രമാത്രം പ്രകൃതിവിഭവങ്ങളെ ആശ്രയിക്കുന്നു അതിന നുസരിച്ചായിരിക്കും പൊതുവിൽ പരിസ്ഥിതിനിർണ്ണയത്തിന്റെ തോത്. പരിഷ്കൃതസമൂഹത്തെ സംബന്ധിച്ചിടത്തോളം പ്രകൃതിയെ നേരിട്ട് ആശ്രയിക്കുന്നത് കുറയുകയും സമാന്തരമായി ഒരു പ്രകൃതിയെ അഥവാ ഉത്പാദനവ്യവസ്ഥയെ സൃഷ്ടിച്ച് അത് വഴി അതിജീവനം സാധ്യമാക്കുകയും ചെയ്തു. വാസ്തവത്തിൽ ഈ സമാന്തരപ്രകൃതിയുടെ വേരുകൾ സ്വാഭാവികപ്രകൃതിയിലാണ് ഉറച്ചുനിൽക്കുന്നത്.എന്നാൽ പരിഷ്കൃതസംസ്കാരം ഒരു മിഥ്യാബോധംകൊണ്ട് ഈ യാഥാർത്ഥ്യത്തെ വിസ്മരിക്കുകയും പ്രകൃതിയിൽനിന്ന് കൂടുതൽകൂടുതൽ അകലാൻ ശ്രമിക്കുകയും ചെയ്തുകൊണ്ടിരിക്കുന്നു. അതിന് ഒരു പരിധിയുണ്ടെന്ന പ്രകൃതിയുടെ മുന്നറിയിപ്പുകളാണ് പരിസ്ഥിതിദുരന്തങ്ങൾ.

സമകാലിക ആദിവാസിസമൂഹവും ഈ മുഖ്യധാരാസംസ്കാരത്തിന്റെ പ്രചോദനത്തിലും അനുഭവമണ്ഡലത്തിലും തന്നെയാണ് കഴിഞ്ഞുകൂടുന്നത്. എന്നാൽ ആദിവാസികളുടെ മനസ്സിൽ ഈ പുതു സംസ്കാരം അതേരീതിയിൽ ദഹിച്ചുചേർന്നില്ല.മനസ്സ് കാർഷികപൂർവ്വ ഘട്ടത്തിലും അഥവാ ഇക്കോസംസ്കാരത്തിലും ശരീരം നാഗരികഘട്ടത്തിലും എന്ന വിരുദ്ധാവസ്ഥയിലായി അവരുടെ ജീവിതം. ആദിവാസികളുടെ അതിജീവനപ്രതിസന്ധിയുടെ ഒരു പ്രധാനഹേതു ഈ അവസ്ഥയാണ്. ആദിവാസിവികസനം, വിദ്യാഭ്യാസം,ആരോഗ്യം തുടങ്ങിയ ഏത് തലത്തിലും ആദിവാസി വ്യത്യസ്തമായ ഒരു സാംസ്കാരികാനുഭവമാണെന്ന യാഥാർത്ഥ്യത്തെ ഇതുമൂലം നമുക്ക് അഭിമുഖീകരിക്കേണ്ടി വരും.

കേരളത്തിലെ ആദിവാസിസംസ്കാരത്തിലും പരിസ്ഥിതിനിർണ്ണയം വളരെ പ്രബലമാണ്. വനജീവിതത്തിന്റെ സ്മരണകളും അതിന്റെ

പ്രതീകാത്മകമായ ആവിഷ്കാരങ്ങളുംകൊണ്ട് ഇന്നും അവിടെ പരിസ്ഥിതി തളിർത്ത് നിൽക്കുന്നു. ജനനം, തിരണ്ടുകല്യാണം, വിവാഹം, മരണം, ആഘോഷങ്ങൾ, കൃഷി, വൈദ്യം, സാമൂഹികക്രമം, ഭക്ഷണം തുടങ്ങിയ എല്ലാ കാര്യങ്ങളിലും പരിസ്ഥിതി/കാടിന്റെ സ്വാധീനം കാണാവുന്നതാണ്. വയനാട്ടിലെ മുള്ളകുറുമരുടെ നരിക്കൂത്ത് എന്ന ചടങ്ങ് ഇതിന് ഉത്തമദൃഷ്ടാന്തമാണ്. ആവാസകേന്ദ്രങ്ങളിൽ നരിയിറങ്ങുമ്പോൾ പണ്ട് മുള്ളകുറുമർ സംഘടിതമായി കുന്തവും വടിയുമായി അതിനെ നേരിട്ടിരുന്നു. ഈ നരിവേട്ടയുടെ അനുസ്മരണമാണ് നരിക്കൂത്ത് എന്ന ചടങ്ങ്. കണ്ണവംകാട്ടിലെ കുറിച്യരുടെ കലാരൂപമായ മാമ്പാട്ട്, നരിപ്പാട്ട്, കൂമൻപാട്ട്, കാട്ടിപാട്ട് എന്നിവയുടെയെല്ലാം അടിസ്ഥാനം മൃഗ-പക്ഷി പുരാവൃത്തമാണ്. അതുപോലെ മുള്ളകുറുമഗോത്രത്തിലെ പുരുഷന്മാർ മരിച്ചാൽ ഇപ്പോഴും അവരുടെ കുഴിമാടത്തിന് മുകളിൽ അമ്പും വില്ലും സമർപ്പിക്കുന്ന ഒരു ചടങ്ങുണ്ട്. തുലാം മാസം പത്തിന് വയനാട്ടിലെ കുറിച്യർ നടത്തുന്ന ചടങ്ങിലും പഴയ വേട്ടയാടി ജീവിതത്തിന്റെ അടയാളങ്ങൾ കാണാവുന്നതാണ്. പണ്ട് മൃഗങ്ങൾക്ക് പിറകെ അവർ അമ്പുകൾ നീട്ടിപ്പിടിച്ചു. ഇപ്പോൾ ഉരുളുന്ന ഒരു ഉരലിലേക്ക് അമ്പെയ്തുകൊണ്ട് ചടങ്ങ് തീർക്കുന്നു. കാരണം വനത്തിന് ഉള്ളിലായാലും പരിസരത്തായാലും വനജീവിതം വിലക്കപ്പെട്ടിരിക്കുന്നു. തിരുവനന്തപുരം ജില്ലയിൽ പാർക്കുന്ന കാണിക്കാർ ആൺകുട്ടികൾ ജനിച്ചാൽ നടത്തുന്ന ഒരു പ്രധാന പ്രാർത്ഥന തന്നെ വേട്ടയുമായി ബന്ധപ്പെട്ടതാണ്. ദൈവങ്ങളും പരേതാത്മക്കളും ചേർന്ന് കാട്ടിൽ വേട്ടയാടാൻ വേണ്ട സഹായങ്ങൾ ചെയ്യണമെന്ന അപേക്ഷയാണ് ആ പ്രാർത്ഥനയുടെ സാരം. ('ഇതാണ് പുള്ളച്ച് കിട്ടിയ കന്നിവേട്ട മിരുവം. അരയമുത്തനോ കാക്കറുമുത്തനോ കുടുംബത്തില് ചത്തുകെട്ടുപോയ ചാവുക്കളോ ഒക്കെയെടുത്ത് പെറ്റിയും കൊണ്ട് കാവലായി നിന്ന് കാട്ടിലും മേട്ടിലും ഒരാപത്തും വരുത്തികൂട്ടാലെ കണ്ട് കാത്ത് സൂക്ഷിച്ച് കുഞ്ഞുക്ക് വേട്ടമിരുവം റൊക്കെ കാട്ടികൊടുക്കണം. ഏത് വെച്ചുപോയാലും വിളക്കമുണ്ടായിവരണം. കട്ടുക്കും കരച്ചും എന്നുവേണ്ട ഏതൊരു കാര്യത്തൂക്കം നിങ്കെയൊക്കെ ഒതുവിയെ ഒള്ളൂ ഞാങ്കള്ക്ക് കാണിക്കാർ" സി.കെ.കരുണാകരൻ, 1989, കേരളഭാഷാ ഇൻസ്റ്റിറ്റ്യൂട്ട്). അപ്രകാരം കേരളത്തിലെ ഏതാണ്ട് എല്ലാ ആദിവാസി വിഭാഗങ്ങളുടെ പുരാവൃത്തങ്ങളിലും വനം സുപ്രധാനസ്ഥാനത്തുണ്ട്.

അട്ടപ്പാടിയിലെ ഇരുള ആദിവാസികളുടെ മരണാനന്തരചടങ്ങുകളിൽ മ്ലാവിന്റെ മാംസം നിർബന്ധമായിരുന്നു. അടിയന്തരദിനത്തിൽ (ചീര്) ശവമാടത്തിൽ മ്ലാവിറച്ചിയും കൊട്ടെണ്ണയും വെച്ച് പ്രാർത്ഥിക്കുന്നു. പക്ഷേ, മ്ലാവിന് പകരം ഇപ്പോൾ ആടിന്റെ മാംസം അവർ വെയ്ക്കുന്നു. പരേതാത്മാവിന് പ്രിയപ്പെട്ട മ്ലാവിറച്ചി വിളമ്പിയാൽ ഇന്ന് ജീവിച്ചിരിക്കുന്നവർ ജയിലിൽ പോകും. അട്ടപ്പാടിയിലെ ഇരുളർ, മുഡുഗർ, കുറുമ്പർ എന്നീ ആദിവാസികൾ ഒരുക്കുന്ന കുഴിമാടങ്ങളുടെ കാര്യത്തിലും കാട് എന്ന പരിസ്ഥിതി വ്യൂഹത്തോടുള്ള പ്രതിപ്രവർത്തനം കാണാവുന്നതാണ്. കുഴിയിൽ ശവശരീരത്തിന്റെ തലമാത്രം കടന്നു

നിൽക്കുന്ന ഒരു ദ്വാരം കൂടിയുണ്ടാവും. മാത്രമല്ല, ശവത്തിന്റെ കാലുകൾ പത്മാസനരൂപത്തിൽ മടക്കുകയും ചെയ്യും. വന്യമൃഗങ്ങൾ ശവം തോണ്ടിയെടുക്കാതിരിക്കാനുള്ള ഒരു മുൻകരുതലാണ് ഇതെന്ന കാര്യം പ്രത്യേകം പറയേണ്ടതില്ലല്ലോ. കാണിക്കാർ ഈ വന്യമൃഗഭീഷണിയെ പ്രതിരോധിക്കുന്നതിന് ശവമാടത്തിന് മുകളിൽ മുള്ള് വിതറുകയാണ് ചെയ്തിരുന്നത്. കാട്ടുനായ്ക്കർ, ചോലനായ്ക്കന്മാർ, കുറുമ്പർ തുടങ്ങിയ ഗോത്രവിഭാഗങ്ങൾ ഇന്നും കാടിറങ്ങിയിട്ടില്ല. അതായത് പ്രകൃതി ആസൂത്രണം ചെയ്ത, പ്രകൃതിയോടൊപ്പം തുടർന്നുപോന്ന ജീവിതത്തെ ഇന്നും വലിയ അളവിൽ പിന്തുടരുന്നു അവർ. ഇന്നും വനവിഭവശേഖരണമാണ് അവരുടെ മുഖ്യ ഉപജീവനമാർഗ്ഗം.

ആധുനികസംസ്കാരത്തിന്റെ ഈ ഉച്ചസ്ഥായിയിൽപോലും പഴയ വനജീവിതത്തിന്റെ പല അംശങ്ങളും ആദിവാസി ജീവിതത്തിൽ കാണാവുന്നതാണ്. കാടായിരുന്നു അവർക്ക് എല്ലാം. ആഹാരവും ഔഷധവും പാർപ്പിടവും. എന്തിന് അടിച്ചുവാരാനുള്ള ചൂലുപോലും വനവിഭവങ്ങളായിരുന്നു. ഇപ്പോഴും കാട്ടുതേനും കുന്തിരിക്കവും ഉൾപ്പെടെയുള്ള ആയുർവ്വേദകേന്ദ്രങ്ങൾക്കാവശ്യമായ ഔഷധസസ്യങ്ങളിൽ അധികവും പ്രദാനം ചെയ്യുന്നത് ആദിവാസികളാണ്. പണ്ട് അവർ അവർക്കുവേണ്ടി വനവിഭവങ്ങൾ ശേഖരിച്ചു. ഇപ്പോൾ അവർ വിപണിക്കുവേണ്ടി വനവിഭവങ്ങൾ ശേഖരിക്കുന്നു. റാഗി, തിന എന്നീ ചെറുധാന്യങ്ങളുടെ കൃഷിയും കാട്ടുകിഴങ്ങുകളോടുള്ള പ്രിയവും ഇന്നും അവർ ഉപേക്ഷിച്ചിട്ടില്ല.. വിവാഹവുമായി ബന്ധപ്പെട്ട് സ്ത്രീധന സമ്പ്രദായം ഇപ്പോഴും അവർക്കിടയിലില്ല. പുരുഷനാണ് സ്ത്രീക്ക് ധനം നൽകുന്നത്. വംശം വർദ്ധിപ്പിക്കുന്ന സ്ത്രീക്ക് കിട്ടിയിരുന്ന പുരാതനമഹിമകൾക്ക് പ്രഭ നഷ്ടപ്പെട്ടെങ്കിലും ചടങ്ങുകളുടെ രൂപത്തിൽ അതിന്റെ നേർത്ത അലയൊലികൾ ഇന്നും നിലനിൽക്കുന്നുണ്ട്. അതായത്, പാരമ്പര്യമൂല്യങ്ങളും പരിഷ്കൃതമൂല്യങ്ങളും തീവ്രമായി കലങ്ങുകയും ഒരു സന്ദിഗ്ധഘട്ടത്തിൽ അവർ എത്തിപ്പെടുകയും ചെയ്തു. പരിഷ്കൃതമൂല്യങ്ങൾ ഒരു മഹാഖ്യാനമായി അവരുടെ ജീവിതത്തിനു ചുറ്റും നിറഞ്ഞുകഴിഞ്ഞു. വിപണിയായി, രുചികളായി, അധികാരകേന്ദ്രങ്ങളായി, സമുദായ-രാഷ്ട്രീയ സംഘടനകളായി, സ്ഥാപനങ്ങളും വികസനരൂപങ്ങളുമായി. അതിജീവനത്തിന്റെ ഈ പുതുസങ്കേതങ്ങളുമായി (psychological Adaptation) സമരസപ്പെടാൻ അവർക്ക് ഇനിയും സാധിച്ചിട്ടില്ല. ആഗോളീകരണവും തജ്ജന്യമായ വിപണിവ്യാപനവും നിരവധി പ്രാദേശികസമൂഹങ്ങളെ ഇതുപോലെ പ്രതിസന്ധിയിലാക്കിയിട്ടുണ്ട്. എന്നാൽ അവർക്ക് അത്തരം സാംസ്കാരികാഘാതത്തെ, ജീവിതത്തെ പല നിലയിൽ സമ്മർദ്ദത്തിലാക്കുമെങ്കിലും താരതമ്യേന വേഗത്തിൽ മറികടക്കാൻ സാധിക്കും. കാരണം അത്തരം സങ്കേതങ്ങളുടെ പൂർവ്വരൂപങ്ങളുമായി അവർക്ക് സുദീർഘബന്ധങ്ങളുണ്ട്. അവയെല്ലാം കാർഷികസംസ്കാരത്തിന്റെ തുടർച്ച എന്ന നിലയിലൊ വളർച്ചയെന്ന നിലയിലൊ ഉള്ള ഭൗതിക

നിർമ്മിതികളാണ്. എന്നാൽ കാർഷികപൂർവ്വസംസ്കൃതിയിൽ നിന്നുള്ള ഒരു എടുത്തുചാട്ടമാണ് ആദിവാസികൾക്ക് നിർവ്വഹിക്കാനുള്ളത്.

വിഭവങ്ങൾ അപരിമിതവും ആവശ്യങ്ങൾ പരിമിതവുമായ ഒരു ലോകമായിരുന്നു ഒരിക്കൽ അവരുടേത്. ഈ ദീപ്തകാലമാണ് ബ്രിട്ടീഷ് ആധിപത്യവും തുടർന്നുണ്ടായ കുടിയേറ്റവും ചേർന്ന് ഇല്ലാതാക്കിയത്. ഇപ്പോൾ അവർ ആവശ്യങ്ങൾ അപരിമിതവും വിഭവങ്ങൾ പരിമിതവുമായ ലോകത്തെത്തി. പ്രകൃതിയെ വളരെ കൂടുതൽ ആശ്രയിച്ചിരുന്നുവെങ്കിലും പ്രകൃതിയിൽ നിന്ന് വളരെകുറച്ച് മാത്രമേ അവർ എടുത്തിരുന്നുള്ളൂ. കുടിയേറ്റങ്ങൾ കൂടുതലായതോടെ ഈ വിഭവങ്ങൾ അവർക്ക് അന്യമായിത്തീർന്നു. സ്വതന്ത്ര്യാനന്തരമാണ് ഇത്തരം കുടിയേറ്റങ്ങൾ വർദ്ധിച്ചത്. ദാരിദ്ര്യം പരിഹരിക്കാൻവേണ്ടി പരമാവധി ഭക്ഷ്യധാന്യം ഉത്പാദിപ്പിക്കുക (Grow More Food Programme 1951-1961) എന്നതായിരുന്നു അന്നത്തെ ഇൻഡ്യൻ സർക്കാരിന്റെ നയം. കാടിനെ ഉത്പാദനശൂന്യമായ ഒരു പാഴ്പ്രദേശമായാണ് പരിഗണിച്ചിരുന്നത്. അപ്രകാരം കാട് വെട്ടി കൃഷി ചെയ്യുന്നത് അന്ന് സർക്കാർ പ്രോത്സാഹിപ്പിച്ചിരുന്നു. വനമേഖലകളിൽ അതിനുവേണ്ടി ജവാന്മാർക്കും (Wayanad Colonization Scheme) ഭൂരഹിതർക്കും സർക്കാർ ഭൂമി പതിച്ചുനൽകിയിരുന്നു. വ്യവസായത്തിനുവേണ്ടിയും വനം ചൂഷണം ചെയ്യുന്നത് സർക്കാർ പ്രോത്സാഹിപ്പിച്ചു. 1957ൽ ഇ.എം.എസ്സ് സർക്കാർ ഒരു ടൺ മുള ഒരു രൂപ നിരക്കിൽ മാവൂർ റയോൺസിന് നൽകാൻ തീരുമാനിച്ചത് അതിന് ഒരു ഉദാഹരണമാണ്. എന്നോ കുന്നിറങ്ങിയവരുടെ വംശപരമ്പര അപ്രകാരം വിഭവങ്ങൾക്കുവേണ്ടി വീണ്ടും കുന്നു കയറുകയായിരുന്നു. കാട് തടിയായും മുളയായും കുന്നിറങ്ങി. കാട്ടിൽകൃഷിയിടങ്ങളും അവയ്ക്ക് അതിരുകളുമുണ്ടായി. കാട്ടിൽ അങ്ങനെ നാടുകൾ മുളച്ചു പൊന്തി. ശേഷിച്ച കാട് സർക്കാരിന്റേതായി. അങ്ങനെ ആദിവാസികൾ കാടിനും നാടിനുമിടയിലായി. നിന്ന നില്പിൽ അവരുടെ കാടുകൾക്ക് അതിരുകളുണ്ടായി. നിന്ന നില്പിൽ അവരുടെ കാടുകൾ തടികളായി ചുരമിറങ്ങി. അവരുടെ നാടോടിജീവിതത്തിൽ വേലികൾ നിറഞ്ഞു. കുടിയേറ്റഗ്രാമങ്ങളും തുണ്ടുഭൂമികളും അവരുടെ സ്വതന്ത്ര സഞ്ചാരങ്ങൾക്ക് പരിധി നിർണ്ണയിച്ചു.

അന്യവൽക്കരണം

എല്ലാ ആദിവാസി മേഖലകളിലേക്കും വികസനത്തിന്റെ ആദ്യരൂപം റോഡുകളാണ്. റോഡുകളിലൂടെയാണ് കുടിയേറ്റങ്ങൾ പതഞ്ഞു പൊന്തിയത്. ആ റോഡുകൾവഴിയാണ് കാട് ചുരമിറങ്ങിയത്. അപ്രകാരം പ്രകൃതിവിഭവങ്ങളിൽനിന്ന് ആദിവാസികൾ അന്യവത്ക്കരിക്കപ്പെടുകയായിരുന്നു. അഞ്ഞൂറോളം ഔഷധസസ്യങ്ങൾ, ഇരുപത്തഞ്ചോളം കാട്ടുപഴവർഗ്ഗങ്ങൾ, അമ്പതുതരം കറി ഇലകൾ, പലതരം കിഴങ്ങുകൾ, വീടിനും വീട്ടുപകരണനിർമ്മാണത്തിനുമുള്ള മുളകൾ തുടങ്ങിയവ ആദിവാസിക്ക് പ്രദാനം ചെയ്തിരുന്നത് വനമായിരുന്നു. പുനംകൃഷിക്കും അവർ കാടിനെ ആശ്രയിച്ചു. വെറും പതിറ്റാണ്ടുകൾകൊണ്ടാണ് ഈ പ്രകൃതി

വിഭവങ്ങൾ ആദിവാസികൾക്ക് അന്യമായി തീർന്നത്. ഇതോടെ അവയുമായി ബന്ധപ്പെട്ട അറിവിൽനിന്നും ആദിവാസികൾ അന്യവൽക്കൃതരായി. പ്രകൃതിവിഭവങ്ങൾ ജീവസന്ധാരണത്തിന് പാകപ്പെടുത്തിയ ഗോത്രവിദ്യകൾക്ക് വിഭവങ്ങളുടെ അഭാവത്തിൽ നിലനില്പില്ലാതാവുകയായിരുന്നു. ഔഷധസസ്യങ്ങൾ വിരളമായതോടെ ആരോഗ്യവിധികൾക്ക് പരിക്കേറ്റു. പുല്ലിനും മുളയ്ക്കും ക്ഷാമം നേരിട്ടതോടെ പരമ്പരാഗതഗൃഹനിർമ്മാണരീതികൾ അസാധ്യമായി. അറിവിന്റെ ഈ അന്യവൽക്കരണം സ്വാഭാവികമായും സംസ്കാരത്തിന്റെ അന്യവൽക്കരണത്തിലേക്കും നയിച്ചു. സംസ്കാരത്തിൽ നിലീനമായി കിടക്കുന്ന അറിവിന്റെ അപചയം സംസ്കാരത്തെയും സ്വാധീനിക്കുന്നു. വിഭവങ്ങളിൽനിന്നും അറിവിൽനിന്നും സംസ്കാരത്തിൽനിന്നുമുള്ള ഈ അന്യവൽക്കരണങ്ങളിലൂടെയാണ് ഗോത്രസമൂഹം വിഭവങ്ങൾ പരിമിതവും ആവശ്യങ്ങൾ അപരിമിതവുമായ, ജീവിതം വിപണിയിൽ നിന്ന് വാങ്ങേണ്ടിവരുന്ന, ഒരു ലോകത്ത് എത്തിച്ചേർന്നത്. വേട്ടയാടൽ കുറ്റകൃത്യങ്ങളായി. വനവിഭവശേഖരണത്തിനും പുനംകൃഷിക്കും നിയന്ത്രണങ്ങൾ വന്നു. പിന്നെ വികസനത്തിന്റെ രൂപത്തിൽ പുതിയ ലോകം ആദിവാസികൾക്ക് അരികിലെത്തി. സർക്കാർ പ്രകൃതിയെപ്പോലെ സൗജന്യങ്ങൾ ചുരത്തി നോക്കി. സ്വയം പുനർനിർമ്മിച്ചും നിസ്വാർത്ഥമായും സൗജന്യങ്ങൾ നൽകുന്ന പ്രകൃതിയെപ്പോലെ സർക്കാരിന് പ്രവർത്തിക്കാൻ പറ്റുമോ?

ആദിവാസി വികസനത്തിനുവേണ്ടി നാളിതുവരെ കോടിക്കണക്കിന് രൂപയാണ് പട്ടികവർഗ്ഗ ഉപപദ്ധതിയിലൂടെ (ടി.എസ്.പി.) ചെലവഴിച്ചത്. കൃത്യമായ കണക്കുകൾ ലഭ്യമല്ല. സംസ്ഥാന പദ്ധതികളിൽനിന്നുള്ള വിഹിതം, കേന്ദ്രാവിഷ്കൃത പരിപാടികൾ, ട്രൈബൽ സബ്പ്ളാനിൽ നിന്നുള്ള പ്രത്യേക കേന്ദ്രധനസഹായം, ധനകാര്യ സ്ഥാപനങ്ങളിൽ നിന്നുള്ള സാമ്പത്തികസഹായം എന്നീ വിഭവസ്രോതസ്സുകളാണ് ടി.എസ്.പി. ഫണ്ടിൽ ഉൾപ്പെടുന്നത്. ഇതുകൂടാതെ സന്നദ്ധസംഘടനകൾവഴി കോടികൾ വേറേയും.

പതിറ്റാണ്ടുകളുടെ വികസനപ്രവർത്തനങ്ങൾ അധികവും പാഴായിപ്പോയെന്ന് ആദിവാസി സമൂഹത്തിന്റെ ആനുകാലികചിത്രം വ്യക്തമാക്കുന്നു.

25000ത്തോളം ആദിവാസികുടുംബങ്ങൾ ഇപ്പോഴും ദാരിദ്ര്യരേഖയ്ക്ക് താഴെയാണ്. വീടില്ലാത്ത കുടുംബങ്ങൾ പതിനായിരത്തോളമുണ്ട്. സർക്കാർ കണക്കിൽ സാക്ഷരതാനിരക്ക് 57.22 ശതമാനം ആണെങ്കിലും അനുഭവങ്ങൾ 40 ശതമാനത്തിൽ കൂടുതൽ രേഖപ്പെടുത്തുന്നില്ല. ആരോഗ്യസ്ഥിതിയാകട്ടെ അവർണനീയമാംവിധം തകർന്നുകൊണ്ടിരിക്കുന്നു. അരിവാൾ രോഗം (sickle cell anemia) കുഷ്ഠം, ക്ഷയം, അനീമിയ, കാലുമുറിയൻ രോഗം, മറ്റു സാംക്രമിക രോഗങ്ങൾ തുടങ്ങിയവ ആദിവാസി മേഖലകളിൽ ഒഴിയാബാധയാണ്. ഇപ്പോൾ ജീവിതശൈലീ രോഗങ്ങളും മാനസികരോഗങ്ങളും വർദ്ധിച്ചുവരുന്നു. ആത്മഹത്യാനിരക്കും കൂടുന്നുണ്ട്.

ആത്മഹത്യയ്ക്ക് ഒരിക്കലും വഴങ്ങാതിരുന്ന ഗോത്രമനസ്സ് ക്രമത്തിൽ അതിനു പാകപ്പെടുകയാണ്. വിദ്യാഭ്യാസരംഗത്താവട്ടെ വ്യാപകമായ കൊഴിച്ചിലാണ്.

കുടിയേറ്റങ്ങൾക്കിടയിൽ ഞെരുങ്ങിക്കിടന്ന ഗോത്രസമൂഹത്തിലേക്ക് വികസനപ്രവർത്തനങ്ങൾ കടന്നുവന്നതും പരകീയ സമൂഹങ്ങളിലൂടെ തന്നെയാണ്. അതുകൊണ്ട് മലയാളിയുടെ ചെരിപ്പിനനുസരിച്ച് ആദിവാസികളുടെ കാല് മുറിക്കുന്ന ഒരു വികസനതന്ത്രം രൂപപ്പെട്ടു. പുതുലോകത്തിന്റെ വക്താക്കളിലൂടെ അത് പ്രയോഗിക്കപ്പെടുകയും ചെയ്തു. ആദിവാസികളുടെ സാംസ്കാരികവും സാമൂഹികവും മനശ്ശാസ്ത്രപരവുമായ പ്രത്യേകതകൾ ഒരിക്കലും പരിഗണിക്കപ്പെട്ടില്ല. (സർക്കാരിന്റെ ഭാഗത്തുള്ള ആത്മാർത്ഥതയുടെ മാത്രം കുറവല്ല) ഈ ദിശയിലേക്ക് വിരൽ ചൂണ്ടുന്നതാണ് 1969-ൽ കേന്ദ്രസർക്കാർ നിയോഗിച്ച ഷിലു കമ്മിറ്റിയുടെ ആദിവാസി വികസന പ്രവർത്തനങ്ങൾ സംബന്ധിച്ച അവലോകന റിപ്പോർട്ട്.

'ആദിവാസി വികസന പ്രവർത്തനങ്ങൾക്ക് ഒരിക്കലും ഉദ്ഗ്രഥിത സ്വഭാവമുണ്ടായിരുന്നില്ല. സ്കീമുകൾ മിക്കവാറും വാർപ്പു മാതൃകയിൽ ഉണ്ടാക്കപ്പെട്ടവയും പട്ടികവർഗ്ഗ വികസനത്തിന് അനുയോജ്യമല്ലാത്തവയുമായിരുന്നു.' ഈ റിപ്പോർട്ടിനുശേഷം പതിറ്റാണ്ടുകൾ പിന്നിട്ടിട്ടും ആദിവാസികളെ സ്വന്തം കാലിൽ നിൽക്കാൻ പ്രാപ്തമാക്കുന്ന, അവരുടെ സാംസ്കാരികധാതുവിൽ തൊടുന്ന വികസനസങ്കല്പത്തിന് രൂപം നൽകാൻ സാധിച്ചിട്ടില്ല. ഭൂമി ഉൾപ്പെടെയുള്ള വിഭവങ്ങളുടെ അന്യവൽക്കരണം ഇനിയും പരിഹരിക്കപ്പെട്ടിട്ടില്ല. സൗജന്യങ്ങൾ നൽകി നൽകി (അവ ശരിയായ അളവിൽ കിട്ടിയിട്ടില്ലെങ്കിലും) ആദിവാസികളുടെ സർഗാത്മകതപോലും കെടുത്തിക്കളഞ്ഞു എന്നതാണ് സാമ്പ്രദായിക വികസനതന്ത്രത്തിന്റെ നേട്ടം.

മീനല്ല അവർക്ക് നൽകേണ്ടിയിരുന്നത് മീൻ പിടിക്കാനുള്ള ചൂണ്ടയാണ്. ആയിരം കപ്പച്ചെടിക്കിടയിൽ ഒരു കപ്പച്ചെടിയിൽ നിന്ന് ലഭിച്ച നൂറുകിലോ തൂക്കം വരുന്ന കപ്പ ചൂണ്ടിക്കാട്ടി കപ്പക്കൃഷിയുടെ ഉത്പാദന നേട്ടത്തെ വിലയിരുത്തുംപോലെ വിദ്യാഭ്യാസരംഗത്തെ ഒറ്റപ്പെട്ട ഉദാഹരണങ്ങൾ (ഉദ: ഡോ. കമലാക്ഷിയെപ്പോലുള്ള ആദിവാസികൾ) മുഖ്യധാരാവികസന സങ്കല്പത്തിന് ന്യായീകരണമായി നിരത്തുന്നതിലാണ് സർക്കാരിനു പ്രിയം.എന്നാൽ ഡോ. കമലാക്ഷിയോടൊപ്പം പഠിച്ച നൂറുക്കണക്കിന് കുട്ടികൾ എവിടെയെന്ന ചോദ്യം എപ്പോഴും ബാക്കിയാവുന്നു.

സ്ഥലം

സ്ഥലം എന്നത് ആദിവാസിക്ക് ജൈവസത്തയാണ്. സസ്യങ്ങളും പക്ഷിമൃഗാദികളും നിറഞ്ഞ സജീവത. അതിന്റെ താളലയങ്ങൾക്ക് അനുകൂലമായി മനുഷ്യൻ എന്ന ജനുസും കഴിഞ്ഞുകൂടി. മറ്റുജീവിവർഗ്ഗങ്ങളെ വടിച്ചുമാറ്റിയ മനുഷ്യകേന്ദ്രീകൃതമായ ലോകവീക്ഷണം ഗോത്രസംസ്കാരത്തിന് അന്യമാണ്. ഇന്നും കോഴി, ആട്, പശു, നായ്ക്കൾ എന്നിവയുമായി ഇടകലർന്ന് ജീവിക്കുന്ന ധാരാളം ആദിവാസി ഊരുകൾ

കേരളത്തിൽ കാണാം. ആദിവാസിയിതരസമൂഹത്തിലും ഇത്തരം ജീവികൾ പരിപാലിക്കപ്പെടുന്നുണ്ട് എന്നത് നേരാണ്. എന്നാൽ അവയുമായുള്ള സഹവാസരീതികളിൽ ആദിവാസിസംസ്കാരം വ്യത്യസ്തത പുലർത്തുന്നു. അവ വീട്ടിലെ അംഗങ്ങളെപ്പോലെ മനുഷ്യന്റെ ആവാസസ്ഥാനങ്ങളിൽ തന്നെ സഹവസിക്കുന്നു.സഹവാസം ആദിവാസികൾക്ക് ഒരു ജീവിതരീതിയാണ്. വനത്തിന്റെ ഒരു ചെറിയ പരിച്ഛേദത്തെകൂടി അത് ഓർമ്മിപ്പിക്കുന്നുണ്ട്.

വളർത്തുജീവികൾ മരിച്ചാൽ കുടുംബത്തിലെ ഒരംഗം മരിച്ച പ്രതീതിയാണ് വീട്ടിൽ. അവയെ വില്ക്കുമ്പോഴും സമാനമായ വൈകാരികാവസ്ഥ അവർ പ്രകടിപ്പിക്കുന്നു. വളർത്തുജീവികളെ കൊന്നുതിന്നുന്ന രീതികളും അവർക്കുണ്ടായിരുന്നില്ല. ദൈവങ്ങൾക്കും പിതൃക്കൾക്കും ബലിയർപ്പിക്കുകയാണ് പതിവ്. ബലി നൽകുന്നത് വളർത്തുജീവിയെ മാത്രമല്ല, ആ ജീവിയോടുള്ള വൈകാരികബന്ധത്തെകൂടിയാണ്. ബലിശിഷ്ടം ദൈവികപരിവേഷത്തിൽ അവർ ഭക്ഷിക്കുകയും ചെയ്യുന്നു. ആയിരക്കണക്കിന് വർഷം മുമ്പ് മനുഷ്യൻ ജീവികളെ ഇണക്കിവളർത്താൻ തുടങ്ങിയ കാലത്തിന്റെ അടയാളങ്ങൾ ഇന്നും അവരുടെ ജീവിപരിപാലനരീതികളിലുണ്ട്. മാത്രമല്ല, ആധുനികനരനെപ്പോലെ സാമ്പത്തികപ്രവർത്തനത്തിന്റെ മൂലകങ്ങളായി ആദിവാസികൾ അവയെ പരിഗണിക്കുന്നുമില്ല. മറിച്ച് അതിജീവനവുമായി ബന്ധപ്പെട്ട പുരാതനമായ ജൈവികബോധത്തിന്റെ തുടർച്ചയാണ് അതിലുള്ളത്.

'മണ്ണേ നമ്പി ലേലേല മരമിര്ക്ക്/മരത്തെ നമ്പി ലേലേല ചില്ലിറ്ക്ക്/ ചില്ലേ നമ്പി ലേലേല കൊമ്പിറ്ക്ക്/ പൂവേ നമ്പി ലേലേല കായിറ്ക്ക്/ കായെ നമ്പി ലേലേല കിളിയിറ്ക്ക്/ കിളിയെ നമ്പി ലേലേല നാമിറ്ക്ക് (അട്ടപ്പാടിയിലെ ഇരുളരുടെ പാട്ട്).

മണ്ണും മരങ്ങളും പക്ഷികളും മനുഷ്യനും തമ്മിലുള്ള പാരസ്പര്യവും അതിലധിഷ്ഠിതമായ ആദിവാസികളുടെ ജൈവബോധവും ഈ പാട്ടിൽ നിന്ന് വായിച്ചെടുക്കാനാവും. അതായത് പ്രകൃതിയുടെ ആവാസവ്യവസ്ഥയിൽനിന്ന് വേർതിരിയാത്ത അതിജീവനവ്യവസ്ഥയുടെ ഭാഗമാണ് അവർക്ക് സ്ഥലം.

വളർന്നുകിടക്കുന്ന സ്ഥലവും ഒതുങ്ങിനിൽക്കുന്ന ജനപഥവുമാണ് അവരുടേത്. സ്ഥലമെന്നത് വേരുകളായി താഴേക്കും ചില്ലകളായി മുകളിലേക്കും വ്യാപിച്ചുകിടക്കുന്നു സ്ഥലത്തിന്റെ ത്രിമാനതലം. സ്ഥലങ്ങൾ സ്വകാര്യമാക്കുന്നതിന്റെ യുക്തികളും ആദിവാസിസംസ്കാരത്തിന് അന്യമായിരുന്നു. കുടിയേറ്റങ്ങൾ വ്യാപിച്ചിട്ടും സ്ഥലങ്ങൾ സ്വകാര്യമാക്കുന്നതിന്റെ യുക്തികൾ ആദിവാസിക്ക് പിടികിട്ടിയില്ല. ഇപ്പോഴും തന്റേടത്തെപ്രതി ഇടം നാഗരികനെപ്പോലെ അയാൾ/അവൾ വികാരപ്പെടുന്നില്ല.

സ്ഥലം നാഗരികന് അന്യസത്തയാണ്. അയാൾ അതിനെ വസ്തുവൽക്കരിച്ചു. അതായത് സ്ഥലത്തിൽനിന്ന്, പ്രകൃതിയിൽനിന്ന് അയാൾ സ്വയം അന്യവൽകൃതനായി. ആദിവാസിക്കാകട്ടെ സ്ഥലമെന്നത് ആത്മസത്തയാണ്. സ്ഥലത്തുനിന്ന് വേർപെടുത്തിക്കൊണ്ട് ആദിവാസി

ആദിവാസി ജീവിതം
ഒരു സാംസ്കാരിക പഠനം

ജീവിതത്തെ ദർശിച്ചിരുന്നില്ല. അവർ സ്ഥലത്തിലൂടെയും സ്ഥലം അവരിലൂടെയും കടന്നുപോയി. ചുരുക്കത്തിൽ സ്ഥലം അവർക്ക് പ്രകൃതിയാണ്, കാടാണ്, ജൈവവ്യൂഹമാണ്. സ്ഥലത്തിന്റെ സ്വാഭാവികതയ്ക്ക് പരുക്കേൽക്കാതിരിക്കാനും സ്ഥലത്തിനു സ്വയം വളരാൻ അവസരം നൽകുന്നതുമായ ചാക്രികമായ പുനം കൃഷി ഈ കാഴ്ചപ്പാടിൽനിന്ന് രൂപം കൊണ്ടതാണ്. ഭക്ഷണം നിർമ്മിച്ച ശേഷം പ്രകൃതിയെ സ്വയം നിർമ്മിക്കാൻ വിട്ടശേഷം അടുത്ത സ്ഥലത്തേക്ക് അവർ പോകുന്നു. മരണം പോലും സ്ഥലത്തിലേക്കുള്ള ഒരു വളർച്ചയാകുന്നു. അതുകൊണ്ടാണ് വികാരമൂർച്ഛകളില്ലാതെ, നിസ്സംഗരായി അവർ മരണത്തെ അഭിമുഖീകരിക്കുന്നത്. ആകാശത്തിലെ സ്വർഗ്ഗനരകങ്ങളല്ല; ഭൂമിയുടെ കീഴ്ലോകമാണ് അവരുടെ മരണാനന്തര വാസസ്ഥലമെന്ന് ആദിവാസിമിത്തുകൾ സൂചിപ്പിക്കുന്നു. മറ്റുള്ളവർക്ക് മരണാനന്തരജീവിതം മേൽലോകത്തിലാണ്. മരിച്ചാലും ആദിവാസികൾ ഭൂമിക്ക് വെളിയിൽ പോകുന്നില്ല.

കാലം ആദിവാസി ജീവിതത്തിൽ

കാലമെന്നത് ആദിവാസിക്ക് ഇപ്പോഴും സമയത്തിന്റെ ചെറുമാത്രകളായിട്ടില്ല. നാടോടിജീവിതത്തിന്റെ വന്യപ്രകൃതിയിൽ നിന്ന് വെറും പതിറ്റാണ്ടുകൾകൊണ്ട് നാഗരികചുറ്റുപാടുകളിൽ എത്തിപ്പെട്ടവരാണല്ലോ അവർ. ഗോത്ര സംസ്കൃതിയിൽനിന്നുള്ള നീണ്ട സാംസ്കാരിക പരിണാമങ്ങളിലൂടെയാണ് മനുഷ്യൻ സമയത്തെ മണിക്കൂറുകളിലേക്കും മിനിറ്റുകളിലേക്കും സെക്കന്റുകളിലേക്കും സൂക്ഷ്മപ്പെടുത്തിയത്.

കാർഷികസംസ്കാരത്തിന്റെ ആദ്യഘട്ടത്തിലെ സുപ്രധാനമായ രണ്ടു കണ്ടുപിടുത്തങ്ങളാണ് കുംഭാരചക്രവും കാളവണ്ടിയും. ആയിരക്കണക്കിന് വർഷങ്ങൾക്കു മുമ്പ് സംഭവിച്ച ഈ രണ്ട് കണ്ടുപിടിത്തങ്ങളേയും ആദിവാസികൾ അഭിമുഖീകരിക്കുന്നത് പതിറ്റാണ്ടുകൾക്ക് മുമ്പ്, അതായത്, കുടിയേറ്റം ആരംഭിച്ചതോടെയാണ്. കാർഷികസംസ്കാരം പൊതുവിൽ സമയത്തെക്കൂടി മൂലധനമാക്കാൻ തുടങ്ങിയിരുന്നുവെങ്കിലും വേഗതകൊണ്ടും കാര്യശേഷികൊണ്ടും സമയത്തെ പുനർനിർണ്ണയിക്കാൻ തുടങ്ങിയത് ഈ പ്രാചീനസങ്കേതങ്ങളാണ്. എന്നാൽ ഈ രണ്ട് സാങ്കേതികവിദ്യകളും ആദിവാസികൾക്ക് അന്യമായിരുന്നു. കേരളത്തിൽ മൺപാത്രനിർമ്മാണത്തിൽ പാരമ്പര്യവൈദഗ്ധ്യമുണ്ടായിരുന്ന ഒരു ഗോത്രസമൂഹമാണ് വയനാട്ടിലെ ഊരാളികുറുമർ. അവർ പാത്രത്തിന്റെ രൂപത്തിൽ മണ്ണുരുട്ടി മുളങ്കമ്പുക്കൊണ്ട് മണ്ണ് തോണ്ടിക്കളഞ്ഞാണ് അടുത്ത കാലം വരെ പാത്രം രൂപപ്പെടുത്തിയിരുന്നത്. കുംഭാരചക്രത്തിൽ ഈ സമയംകൊണ്ട് നിരവധി പാത്രങ്ങൾ രൂപപ്പെടും. വിപണിയിൽ നിന്ന് മുന്തിയതരം മൺപാത്രങ്ങൾ ലഭ്യമായതോടെ ആ കരകൗശലവിദ്യകൾ അന്യംനിന്നു. കൂടുതൽ ഭാരം വഹിച്ചുകൊണ്ട്, കൂടുതൽ വേഗതയിൽ സഞ്ചരിച്ചുകൊണ്ട് കാളവണ്ടികൾ സമയത്തെ നൂറ്റാണ്ടുകൾക്കുമുമ്പ് തന്നെ പുനർനിർണ്ണയിക്കുകയും അത് പുതുരൂപം ആർജ്ജിച്ച് വ്യവസായ വിപ്ലവത്തിലൂടെ മുന്നേറുകയും ചെയ്തു. ആധുനികമനസ്സ് പുതിയ സമയബോധത്തെ പാകപ്പെടുത്തിയെടുത്തത് സഹസ്രാബ്ദങ്ങളിലൂടെയാണെന്ന് ചുരുക്കം. ആദിവാസിയാകട്ടെ, കാർഷികസംസ്കൃതിയുടെ

ഘട്ടങ്ങൾപോലും താണ്ടാതെ, നേരെ വ്യവസായ സംസ്കൃതിയുടെ കാല ബോധത്തിലേക്ക് ചുഴറ്റിയെറിയപ്പെട്ടു.

ജീവിതം നിറയുകയും ഒഴിയുകയും ചെയ്യുന്ന ആയുസ്സിന്റെ പുസ്തക മാണ് ആദിവാസിയുടെ അടിസ്ഥാനകാലം. ഋതുക്കളുടെ വേഷ പ്പകർച്ചകളും ദിനരാത്രങ്ങളുടെ ഒഴുക്കുമാണ് അവർക്ക് കാലത്തിന്റെ അടയാളം. ചില്ലകളിൽ തേൻ നിറയുന്നത് കണ്ട്, വൃക്ഷങ്ങളിൽ ഫല ങ്ങൾ ഉണ്ടാവുന്നത് കണ്ട്, ഭൂഗർഭത്തിൽ കിഴങ്ങുകൾ രൂപം കൊള്ളുന്നതു കണ്ട് കാലഭേദങ്ങളെ അയാൾ പ്രകൃതിയിൽനിന്ന് വായിച്ചെടുത്തു. സ്ത്രീ കൾക്കാകട്ടെ, കാലം ശരീരത്തിൽ രേഖപ്പെടുത്തി - തിരളൽ, ആർത്തവ ചക്രം, ഗർഭം, പ്രസവം എന്നിങ്ങനെ.

ആദിവാസികളുടെ പാട്ടും കഥകളും അതുപോലെതന്നെ കാലരഹിത മാണ്. പ്രകൃതിയും ഋതുക്കളും സംഭവങ്ങളും അവയോടുള്ള പ്രതിക രണങ്ങളുമാണ് അവയുടെ പ്രധാന ഉള്ളടക്കം. ഏതുകാലത്ത് രചിക്കപ്പെട്ട താണെങ്കിലും ഗോത്രസംസ്കാരത്തിന്റെ എല്ലാ കാലത്തേയും അത് പ്രതി നിധീകരിക്കുന്നുണ്ട്. അതുപോലെ അവയിൽ പ്രത്യക്ഷപ്പെടുന്ന കഥാ പാത്രങ്ങൾക്കും കാലബന്ധമില്ല. അവരുടെ ജീവിതം ഒരു പ്രത്യേകതാള ത്തിൽ മാറ്റങ്ങളില്ലാതെ ഒരുപാട് കാലം തുടർന്നു എന്നാണ് അതിനർത്ഥം.

ലിപികളില്ലാത്തതുകൊണ്ട് ഓരോ തലമുറയും പാട്ടുകൾ പുതുക്കി കൊണ്ടിരുന്നു. കൂട്ടിച്ചേർക്കുകയോ വെട്ടിക്കളയുകയോ ചെയ്തുകൊണ്ടി രുന്നു. വാമൊഴികളിൽ കാലം ദ്രവരൂപിയാണ്. ഒഴുകുക എന്ന ജൈവാ വസ്ഥയെ മാത്രമാണ് അത് വെളിപ്പെടുത്തുന്നത്. രചനകൾ ലിപികളിൽ ആവിഷ്കരിക്കുന്നതോടെ കാലം ഖരരൂപിയാവുകയും ജീവിതത്തിന്റെ ഒഴുക്കിന് ചരിത്രാവസ്ഥ കൈവരികയും ചെയ്യുന്നു. ആദിവാസിയുടെ കാലംപോലെ ചരിത്രവും ദ്രവാത്മകമായിരുന്നു. എന്നാൽ ഇതര സമൂഹ ങ്ങൾ അവരുടെ ജീവിതത്തിൽ തൊട്ടതിന്റെ സൂചനകളും അവരുടെ പാട്ടു കളിൽ നിന്ന് അപൂർവ്വമായി മനസ്സിലാക്കാൻ സാധിക്കുന്നതാണ്.

വളരെ മന്ദഗതിയിൽ ചലിച്ച ഈ കാലമാണ്, കുടിയേറ്റസമൂഹം എത്തിപ്പെട്ടതോടെ ആദിവാസിക്ക് മുമ്പിൽ ത്വരിതഗതിയിലായത്. ആദി വാസികൾക്ക് അവരുടെ സ്വാശ്രയജീവിതം നഷ്ടപ്പെടുന്നു. അവർ കീഴട ക്കപ്പെട്ടവരും അടിയാന്മാരും പണിയാളന്മാരുമായി തീരുന്നു. പക്ഷേ ഈ അധികാരഘടനയ്ക്ക് അവരുടെ പരമ്പരാഗത സമയബോധത്തെ മാറ്റാൻ സാധിച്ചില്ല. സമയബോധം ഒരു സാംസ്കാരികനിർമ്മിതിയാണ്. ബാഹ്യ മായ അധികാരപ്രയോഗംകൊണ്ട് മാത്രം അത് നിർമ്മിക്കപ്പെടില്ല. അതു കൊണ്ട് പണിക്കളത്തിൽ അയാൾ അവൾ സമയത്തിനെത്തുന്നില്ല. ഉത്തര വാദിത്വമില്ലാത്തവരെന്ന ചീത്തപ്പേര് അത് ആദിവാസിയെ സ്ഥിരം കേൾ പ്പിക്കുന്നു. ഊരിൽ 5 മണിക്ക് ഒരു യോഗം വെച്ചെന്നിരിക്കട്ടെ. എല്ലാം നേരത്തെ പറഞ്ഞുറപ്പിച്ചിട്ടുണ്ടല്ലോ എന്ന ധൈര്യത്തിൽ അവിടെ ചെല്ലുക. ഒറ്റ ഒരാളെപ്പോലും കണ്ടെന്നുവരില്ല. ഞാനിപ്പോൾ ആളുകളെ കൂട്ടി വരാം എന്ന് പറഞ്ഞ് പുറപ്പെട്ടവനെ കാത്തിരുന്നാൽ നിങ്ങളുടെ രാത്രികൂടി നഷ്ടപ്പെട്ടേക്കാം.

യോഗനേരങ്ങളിലെ ആദിവാസികളുടെ പെരുമാറ്റവും വിചിത്രമാണ്. വേദിക്ക് അഭിമുഖമായി ഇരിക്കാൻ അവർക്ക് മടിയാണ്. അല്പം ഓരം ചെരിഞ്ഞാണ് അവരുടെ ഇരിപ്പ്. സ്ത്രീകളിലാണ് ഈ പ്രതികരണം കൂടുതൽ. രാത്രിയിലാണെങ്കിൽ വെളിച്ചത്തെക്കാൾ നിഴലിനോടാണ് അവർക്ക് പ്രിയം. നിഴലിടങ്ങളിൽ ഒതുങ്ങാൻ അവർ അബോധപൂർവ്വം ശ്രമിക്കുന്നു. ആദിവാസികളുടെ ജീവിതത്തിൽ വെളിച്ചത്തേക്കാൾ ഇരുട്ടിനായിരുന്നല്ലൊ പ്രാമുഖ്യം. രാത്രി മാത്രമായിരുന്നില്ല ഇരുട്ട്. പകലും ഇരുട്ടായിരുന്നു. വെളിച്ചം കഷ്ടിച്ച് എത്തിനോക്കുന്ന വൻകാടുകളായിരുന്നു പകലുകളിൽ അവരുടെ വ്യവഹാരമണ്ഡലം. സൂര്യനെ മറച്ചുവെച്ച കോടമഞ്ഞായിരുന്നു അവരുടെ പ്രഭാതങ്ങൾ. രാത്രി കടുത്ത ഇരുട്ട്. പകൽ നേർത്ത ഇരുട്ട് എന്നതായിരുന്നു അവരുടെ പൂർവ്വകാലം. രാത്രിയിൽ അവർ കത്തിക്കുന്ന പന്തംപോലും വെളിച്ചത്തേക്കാൾ കൂടുതൽ നിഴലുകളെയാണ് സൃഷ്ടിച്ചിരുന്നത്. അതുകൊണ്ടാകണം അവർ വെളിച്ചത്തേക്കാൾ കൂടുതൽ ഇരുട്ടിനെ സ്നേഹിച്ചത്. ആദിവാസിസങ്കേതങ്ങളിൽ സ്ഥാപിച്ച വൈദ്യുതി വിളക്കുകളുടെ ബൾബുകൾ എറിഞ്ഞു പൊട്ടിക്കുന്ന വിരുതുകൾക്ക് പിറകിലുള്ളത് സാമൂഹികവിരുദ്ധതയല്ല, ഈ പ്രാചീനബോധമാണ്. മറ്റൊരു ശ്രദ്ധേയമായ കാര്യം രാത്രികളിൽ ആദിവാസികൾ വാക്കുകൊണ്ടും ശരീരംകൊണ്ടും കൂടുതൽ ആവിഷ്കരിക്കപ്പെടുന്നുവെന്നതാണ്. പകലിൽ തലകുനിച്ച്, സംസാരിക്കാൻ മടികാണിച്ച ആദിവാസി രാത്രികളിൽ വാചാലനാവുന്നു. ഇരുട്ടിൽ അവർ കൂടുതൽ തെളിയുന്നു. രാത്രിയെക്കൂടി പകലാക്കിക്കൊണ്ടിരിക്കുന്ന ആധുനികമനസ്സിന് സ്പർശിച്ചറിയാനാവാത്ത ഒരു കാലബോധം അവരുടെ ഉള്ളിലുണ്ട്.

വയനാട്ടിൽ സാധാരണയായി കാണുന്ന ഒരു ചിത്രമാണ് പണിയരുടെ കൂനിക്കൂടിയുള്ള ഇരിപ്പ്. എത്രനേരമാണ് നിസ്സംഗരായി, നിഷ്ക്രിയരായി അവർ ഒരേ ഇരിപ്പിൽ തുടരുന്നത്. കാലം അവരുടെ ജീവിതത്തിലൂടെ അതിവേഗം ഒഴുകിപ്പോകുന്നതും ആയുസ്സിന്റെ പുസ്തകത്തിൽ ഏടുകൾ കുറയുന്നതും അവർ അറിയുന്നതേയില്ല. നഷ്ടപ്പെടുന്ന നിമിഷങ്ങളെപ്രതി പോലും ആധുനിക മനുഷ്യൻ ഉത്കണ്ഠകൊള്ളുമ്പോഴാണ് യാതൊരു വിഭ്രാന്തികളുമില്ലാതെ സമയപ്രവാഹത്തിൽ അശ്രദ്ധനായി ആദിവാസി കഴിഞ്ഞുകൂടുന്നത്.

ചരക്കാകുന്ന അദ്ധ്വാനം

പരിഷ്കൃതന് അദ്ധ്വാനം ചരക്കാണ്. അത് ഒരേസമയം ഉത്പാദനോപാദിയും ഉത്പന്നവുമായിരിക്കുന്നു. എന്നാൽ ആദിവാസിക്ക് അദ്ധ്വാനം ഒരു ചരക്കായിരുന്നില്ല. കാർഷികസംസ്കാരവും തുടർന്നുണ്ടായ വർഗ്ഗരൂപീകരണവുമാണ് അദ്ധ്വാനത്തെ അന്യവൽക്കരിച്ചത്. ഈ ചരിത്രഘട്ടത്തെ ആധുനികകാലം വരേയും ആദിവാസികൾ അഭിമുഖീകരിച്ചില്ല. അതുകൊണ്ട് അദ്ധ്വാനം അവർ വില്ക്കുകയോ വാങ്ങുകയോ ചെയ്തിരുന്നില്ല. കൂട്ടമായി അദ്ധ്വാനത്തിൽ ഏർപ്പെടുക എന്നതായിരുന്നു അവരുടെ രീതി. വേട്ടയാടലിലും കായ്കനി ശേഖരിക്കുന്നതിലും പുനം കൃഷിയിലുമെല്ലാം ഈ കൂട്ടായ്മ വേരോടിയിരുന്നു.

കൂലിപ്പണി ചെയ്യുന്ന സംസ്കാരം അവർക്ക് തീരെ അപരിചിതമായിരുന്നു. ഭൂമിയും കാടും നഷ്ടപ്പെട്ട് ദരിദ്രരായതോടെയും കുടിയേറ്റക്കാരന്റെ അടിമപ്പണിക്കാരായി മാറിയതോടെയുമാണ് കൂലിപ്പണി എന്ന സങ്കല്പവുമായി ആദിവാസികൾ ഇടപഴകുന്നത്. വയനാട്ടിലെ അടിയ ആദിവാസി വിഭാഗത്തിന്റെ പുരാവൃത്തങ്ങളിൽ പറയുന്ന മാവേലിമണുവതെയ്യത്തിന്റെ കഥയും പണിയരുടെ ആദിമാതാപിതാക്കളായ മേലോരച്ഛന്റെയും കീഴോരുത്തിയുടെയും കഥയും ആദിവാസി സമൂഹത്തിന്റെ അന്യവൽക്കരിക്കപ്പെടുന്ന വിഭവത്തെയും അദ്ധ്വാനത്തെയും സംബന്ധിച്ച് ലഭിക്കുന്ന നല്ല സൂചകങ്ങളാണ്. മാവേലി മണുവതെയ്യത്തിന്റെ കഥയിൽ അദ്ദേഹത്തെ കബളിപ്പിച്ച് ഭൂമി തട്ടിയെടുത്ത സംഭവമാണ് പറയുന്നത്. ഇത് വിഭവങ്ങളിൽനിന്നുള്ള അന്യവൽക്കരണത്തെയാണ് സൂചിപ്പിക്കുന്നത്. വയനാടൻ ചെട്ടി കെണിവെച്ച് പിടിച്ച മേലോരച്ഛന്റേയും കീഴോരുത്തിയുടെയും കഥ അദ്ധ്വാനം അന്യവൽക്കരിക്കപ്പെടാൻ തുടങ്ങിയതിന്റെ സൂചകമാണ്.

ആധുനിക മനുഷ്യന്റെ ചരിത്രത്തിൽ അദ്ധ്വാനത്തിന്റെ അന്യവൽക്കരണത്തിന് നൂറ്റാണ്ടുകൾ പഴക്കമുള്ളപ്പോൾ ഗോത്രസമൂഹത്തിന് പതിറ്റാണ്ടുകൾ മാത്രം. അതുകൊണ്ട് കൂലിപ്പണിയോട് ഇപ്പോഴും ആദിവാസികൾക്ക് അത്ര ആഭിമുഖ്യമില്ല. പണി വേഗത്തിൽ നീക്കാനോ തുടർച്ചയായി പണിയിലേർപ്പെടാനോ അവർക്കാകുന്നില്ല. ആദിവാസികൾ മഹാമടിയന്മാരാണ്. പണിയെടുക്കില്ലെന്ന് അധിക്ഷേപിക്കുന്നവർ ഈ സാംസ്കാരിക യാഥാർത്ഥ്യത്തെ മനസ്സിലാക്കാൻ കൂട്ടാക്കുന്നില്ല. ഗോത്രസംസ്കാരത്തിൽ അദ്ധ്വാനമെന്നത് സമയബന്ധിതമെന്നതിനെക്കാൾ താളബന്ധിതമാണ്.

ആവാസരീതികളും സമൂഹഘടനയും

ആദിവാസികൾ ഇന്നും കൂട്ടമായാണ് പാർക്കുന്നത്. വേട്ടയാടിയും കായ്കനികൾ ശേഖരിച്ചും പുനം കൃഷി ചെയ്തും കഴിഞ്ഞുകൂടിയ പ്രാക്തനജീവിതങ്ങൾക്ക് ഈ കൂട്ടംകൂടൽ അനുപേക്ഷണീയമായിരുന്നു. ഇന്ന് വേട്ടയാടലില്ല. കായ്കനി സമ്പാദനമില്ല. കൊത്തുകാടുകൾ (പുനംകൃഷിയിടങ്ങൾ) ഏർക്കാടുകളായി പരിണമിക്കുകയും ചെയ്തു. പക്ഷേ, ആവാസകേന്ദ്രങ്ങൾ പഴയപടി നിലനിൽക്കുകയും ചെയ്യുന്നു. ഗോത്രസംസ്കൃതിയുടെ രക്തപ്രസാദമില്ലാത്ത വെറും എല്ലിൻകൂടുകളായി മാറിക്കൊണ്ടിരിക്കുന്നു ഈ ആവാസകേന്ദ്രങ്ങൾ. പരമ്പരാഗത അധികാരരൂപങ്ങൾ പടംപൊഴിച്ചു. ഊരുമൂപ്പൻ സ്ഥാനം അലങ്കാരമായിത്തീർന്നു. മൂപ്പൻ സ്ഥാനം എല്ലാ ആദിവാസി വിഭാഗങ്ങളിലും പാരമ്പര്യമായി കൈമാറുന്നതാണ്. ജനാധിപത്യസമൂഹത്തിന്റെ ഭാഗമായി തീർന്നതോടെ അത്തരം അധികാരരൂപങ്ങൾക്ക് പ്രസക്തി നഷ്ടപ്പെട്ടു. പഴയലോകത്തിലെ വിഭവവിനിയോഗം, സാമൂഹികക്രമം, മനുഷ്യബന്ധങ്ങൾ തുടങ്ങിയവ കൈകാര്യം ചെയ്തിരുന്ന ഒരു രാഷ്ട്രീയരൂപമായിരുന്നുവല്ലോ അത്. പുതിയലോകം അതിനെ വെട്ടിക്കളഞ്ഞു. ഇപ്പോൾ വാർഡ്മെമ്പർക്ക് ലഭ്യമാക്കാൻ പറ്റുന്ന സേവനങ്ങൾക്കുമുന്നിൽ മൂപ്പൻ അസാധുവായി

ത്തീരുന്നു. അങ്ങനെ അട്ടപ്പാടിയിലെ ഊരുമൂപ്പൻ, കുറുതല, മണ്ണ്ക്കാരൻ, ഭണ്ഡാരി എന്നീ അധികാരരൂപങ്ങൾ പൂർണ്ണമായും നോക്കുകുത്തിയായി ത്തീർന്നു; പല ഊരുകളിലും പേരിന് ഇവരെല്ലാം ഉണ്ടെങ്കിലും. എല്ലാ വിഭാഗം ഗോത്രത്തലവന്മാരും ഇതേ ഗതിതന്നെയാണ് നേരിടുന്നത്. ഇവ യെല്ലാം മാറുന്നത് അപകടമാണെന്നല്ല പറയാൻ ശ്രമിക്കുന്നത്. ഒന്ന് പിൻവാങ്ങുമ്പോൾ കൂടുതൽ അനുയോജ്യമായ മറ്റൊരു സംവിധാനം ഊരിൽ രൂപം കൊള്ളേണ്ടതുണ്ട്. അത് ആദിവാസി ഊരുകളിൽ സംഭ വിച്ചില്ല. പകരം ആർക്കും അഴിഞ്ഞാടാവുന്ന രീതിയിൽ അരാജകമായി ത്തീർന്നു ഊരുകൾ.

ജന്മികളുടെ ചൂഷണോപകരണമായി പലപ്പോഴും പരമ്പരാഗത അധികാരരൂപങ്ങൾ അധഃപതിച്ചെങ്കിലും ഊരുനിവാസികളെ പരസ്പരം ബന്ധിപ്പിച്ചിരുന്ന ഭരണസംവിധാനം എന്ന നിലയിൽ ഇത് വളരെ പ്രധാന പ്പെട്ടതായിരുന്നു. ഇപ്പോൾ വ്യക്തിബന്ധങ്ങളും കുടുംബബന്ധങ്ങളും ജീർണ്ണിപ്പിച്ചുകൊണ്ട്, വിവാഹമോചനങ്ങൾ സാധാരണമായിക്കൊണ്ട്, കുട്ടികൾ അനാഥരായിക്കൊണ്ട്, മദ്യവും മയക്കുമരുന്നും വ്യാപിച്ചു കൊണ്ട്, ഊരുകൾ അരക്ഷിത താവളങ്ങളായിത്തീർന്നു. പരസ്പര വിശ്വാസത്തിന്റെ സ്ഥാനത്ത് അവിശ്വാസവും സംശയവും സ്ഥായിയായി ത്തീർന്നു. തമ്മിലടി സംഭവങ്ങൾ സാമാന്യമായി. ആർക്കും നിയന്ത്ര ണമില്ല; സ്വയം നിയന്ത്രണവുമില്ല. ഊര് പൂർണ്ണമായും അഭയമല്ലാതാ വുകയും അത് നിലനിൽക്കുന്നതിന്റെ എല്ലാ യുക്തികളും പൂർണ്ണമായും പിൻവാങ്ങുകയും ചെയ്തു.

ഊരുവ്യവസ്ഥ തകർക്കണമെന്ന് വാദിക്കുന്നവർക്ക് ആവശ്യമായ ന്യാ യീകരണങ്ങൾ ഇത് ഒരുക്കുന്നുണ്ടല്ലോ എന്ന് തോന്നാം. പക്ഷേ, തകർ ക്കുകയല്ല! സ്വയം തകരുകയാണ് വേണ്ടത്. പുതിയ ജീവിതസാഹചര്യ ങ്ങളോട് സമർത്ഥമായി പ്രതിപ്രവർത്തിക്കാൻ പറ്റുന്ന രീതിയിൽ പരി ണമിക്കുകയാണ് വേണ്ടത്. കാരണം ഊര് വെറും ഭൗതികമായ നിർമിതി യല്ല; ഒരു സാംസ്കാരികനിർമിതിയാണ് - അബോധപൂർവ്വം പിൻതുട രുന്ന ഒരു മനോഭാവത്തിന്റെ പ്രത്യക്ഷീകരണം. ആധുനികകാലത്ത് അതിന് പരോക്ഷമായ മറ്റൊരു അർത്ഥംകൂടിയുണ്ട്. സർക്കാരിന്റെ സൗജന്യങ്ങളിൽ കഴിയുന്നവർ,സാമ്പത്തികപ്രവർത്തനങ്ങളിൽ പങ്കെ ടുക്കാത്തവർ എന്നിങ്ങനെ. അപ്രകാരം ആദിവാസികളെ ചെറുതാക്കി കാണിക്കുന്ന ആഖ്യാനമായിരിക്കുന്നു ഊരുകൾ. ഒരു ജനത എന്ന നില യിൽ ആദിവാസികൾക്ക് പിന്നെ എന്ത് ആത്മാഭിമാനമാണുള്ളത്.

ഊരുവ്യവസ്ഥയ്ക്കെതിരെ വാദിക്കുന്നവർ ഒറ്റപ്പെട്ട് കുടുംബങ്ങളായി താമസിക്കുന്ന ആദിവാസികളെയാണ് ഉദാഹരിക്കാറ്. പുതുസംസ്കാര വുമായും തജ്ജന്യമായ അതിജീവനതന്ത്രവുമായും വേഗത്തിൽ താദാത്മ്യപ്പെടാൻ സാധിച്ചവരാണ് അവർ. വാസ്തവത്തിൽ അവർ ഊരു വിട്ടതുകൊണ്ട് മെച്ചപ്പെട്ടവരല്ല. മെച്ചപ്പെട്ടതുകൊണ്ട് ഊര് വിട്ടവരാണ് - മിക്കവാറും സർക്കാർ ഉദ്യോഗസ്ഥന്മാർ, മിശ്രവിവാഹിതർ എന്നിവരാണ് ഈ കൂട്ടത്തിലുള്ളത്.അവരെ സംബന്ധിച്ചിടത്തോളം ഊരുകൾ

കാലത്തോടൊപ്പം വളരാൻ വിസമ്മതിക്കുന്ന, സ്വയം സ്തംഭിച്ചുപോയ ഒരാവാസവ്യവസ്ഥയാണ്. അതുകൊണ്ട് അവർ ഊര് ഉപേക്ഷിക്കുന്നതു പോലെ സ്വത്വവും ഉപേക്ഷിക്കുവാൻ ശ്രമിക്കുന്നവരാണ്. പുതിയലോകത്തിന്റെ സാധ്യതകളല്ല അവിടെയുള്ളത് പ്രശ്നങ്ങളാണ്. ഒരിക്കൽ ഒരു സമൂഹമെന്ന നിലയിൽ അവരെ മുന്നോട്ടുനയിച്ച സംസ്കാരത്തിന്റെ ഉണ്മകളാകട്ടെ പുതിയകാലത്ത് അപ്രസക്തമായിത്തീരുകയും ചെയ്തു. അതായത് ആദിവാസി സഹജീവിതവും സമൂഹസഹജീവിതവും അവരെ സംബന്ധിച്ച് വ്യക്തമായും രണ്ടുദിശകളിലായിത്തീർന്നു. ഊരിൽ ജീവിതം തളംകെട്ടിനിൽക്കുകയോ മന്ദഗതിയിൽ മാത്രം മുന്നോട്ട് ചലിക്കുകയോ ചെയ്യുമ്പോൾ വെളിയിൽ ജീവിതം കാലാനുസൃതമായി പുരോഗമിക്കുന്നു. ജാതിയിൽ, മതത്തിൽ, ഭാഷയിൽ ബഹുരൂപിയായി നിൽക്കുമ്പോഴും പൊതുസമൂഹം പുരോഗതിയെ സംബന്ധിച്ച് ഒരേ ദർശനത്തിൽ വിശ്വസിക്കുകയും ഒരേ മാതൃകയിൽ സ്വപ്നം കാണുകയും സമാനമായ ജീവിതമത്സരത്തിൽ പങ്കെടുക്കുകയും ചെയ്യുന്നുണ്ട്. അതുകൊണ്ട് അവർ ആദിവാസിസഹജീവിതത്തിൽ നിന്നും അതുവഴി ആദിവാസി സംസ്കാരത്തിൽ നിന്നും പലായനം ചെയ്ത് ആധുനിക സംസ്കാരത്തിന്റെ ഭാഗമാകാൻ ശ്രമിക്കുന്നു. മിശ്രവിവാഹിതരുടെ (ഔപചാരികമായി വിവാഹിതരല്ലാത്തവരുടേയും)മക്കളാണ് ഇക്കാര്യത്തിൽ കൂടുതൽ മുന്നോട്ടുപോയിട്ടുള്ളത്. നാഗരികജീവിതശൈലിയോട് അവർക്ക് അതിവേഗം താദാത്മ്യപ്പെടാൻ സാധിക്കുന്നു. അതിനാവശ്യമായ സാംസ്കാരികമൂലകങ്ങളും അവർ താരതമ്യേന എളുപ്പത്തിൽ സ്വാംശീകരിക്കുന്നു. ഉന്നതവിദ്യാഭ്യാസം നേടിയവരിൽ, ഉദ്യോഗസ്ഥന്മാരിൽ, ആദിവാസികളുടേയോ അല്ലാത്തതോ ആയ സംഘടനകളുടെ നേതൃനിരയിൽ ഇത്തരത്തിലുള്ള ധാരാളം പേരെ കണ്ടെത്താൻ സാധിക്കും. ജനിതകമോ സാംസ്കാരികമോ ആയ അനുകൂലഘടകങ്ങളാവാം അവരെ അതിന് പ്രാപ്തരാക്കിയിട്ടുള്ളത്. ചുരുക്കത്തിൽ ആദിവാസികൾക്കിടയിൽ രൂപംകൊള്ളുന്ന പാൽപാടയാണ് അവർ. മറ്റൊരർത്ഥത്തിൽ ആദിവാസികൾക്കിടയിൽ വളരെ വൈകിമാത്രം സംഭവിച്ച ഉന്നതശ്രേണിയെ പ്രതിനിധീകരിക്കുന്നവർ. മറ്റുള്ളവരിൽ ഇന്നും അപ്രകാരം കൃത്യമായ തൊഴിൽ വിഭജനം കാണുന്നില്ല. ഒരേ സമയം അവർ കൂലിപ്പണിക്കാരും ആടുമാടുമേക്കുന്നവരും പുനംകൃഷിക്കാരും വനവിഭവശേഖരണംനടത്തുന്നവരുമാണ്.

പുതുസംസ്കൃതിയെ ആദിവാസികൾ നേരിടുകതന്നെ വേണം. അത് സ്വസംസ്കൃതിയോടുള്ള ആത്മനിന്ദകൊണ്ടാവരുത്. അന്ധമായ അനുകരണവുമാവരുത്. ബോധപൂർവ്വമായ സ്വാംശീകരണമാവണം. നവോത്ഥാനകാലഘട്ടത്തിൽ ശ്രീനാരായണഗുരുവും അയ്യങ്കാളിയും മന്നത്ത് പത്മനാഭനും നിർവ്വഹിച്ച ദൗത്യമതാണ്. ആദിവാസികൾ അത്തരം ഒരു നവോത്ഥാനഘട്ടത്തിലൂടെ കടന്നുപോയിട്ടില്ല. ഒരേ അനുഭവപശ്ചാത്തലം പങ്കിടുന്നവരായിട്ടും അവരുടെ മനോനില ജാതീയമായ ആവാസരീതികളിൽ സങ്കോചിച്ചുനിൽക്കുന്നു. അട്ടപ്പാടിയിൽ ഇരുളരും മുഡുഗരും ഇടകലർന്ന ഊരുകളോ വയനാട്ടിൽ പണിയരും അടിയരും ഇടകലർന്ന

ഊരുകളും ഇന്നു സാധ്യമായിട്ടില്ല. മറ്റു ആദിവാസിസങ്കേതങ്ങളിലും ഊരുകൾ ജാതികേന്ദ്രീകൃതമായി തുടരുന്നു. ഒരു സാംസ്കാരിക ഗണമെന്ന നിലയിൽ അവർ ഒന്നിക്കേണ്ടതിന്റേയും പൊരുത്തപ്പെടേണ്ട തിന്റേയും ധാരാളം യുക്തികൾ ഉണ്ടായിട്ടുപോലും. ഈ ദിശയിൽ എന്തെങ്കിലും ചെയ്യാനാവുക രാഷ്ട്രീയപ്രസ്ഥാനങ്ങൾക്കല്ല, നവോത്ഥാന പ്രസ്ഥാനങ്ങൾക്കാണ്. മാത്രമല്ല, ബാല്യവിവാഹങ്ങൾ, വിവാഹമോചന ങ്ങൾ, കുട്ടികളുടേയും വൃദ്ധരുടേയും അനാഥത്വം, അമിതമദ്യപാനം തുടങ്ങിയ പ്രശ്നങ്ങളിലും ഇത്തരം ഒരു പ്രസ്ഥാനത്തിന് സക്രിയമായി ഇടപെടാൻ സാധിക്കും.

സ്വകാര്യസ്വത്ത്, കരുതിവെപ്പ്

കാർഷിക സംസ്കാരത്തോടെയാണ് സ്വകാര്യസ്വത്ത് രൂപം കൊള്ളാൻ തുടങ്ങിയത്. കുടുംബം ഒരു സ്ഥാപനമെന്ന നിലയിൽ ശക്തിപ്പെടുകയും വ്യക്തിവൽക്കരണം ആരംഭിക്കുകയും ചെയ്ത പ്രാചീന നാഗരികതകൾക്കുശേഷം സ്വകാര്യസ്വത്തെന്ന മൂല്യബോധം ചരിത്രത്തിലൂടെ ആയിരത്താണ്ടുകൾ പിന്നിട്ടിരിക്കുന്നു. എന്നാൽ കേരളത്തിലെ ആദിവാസി സമൂഹത്തിന്റെ കാര്യത്തിൽ പതിറ്റാണ്ടുകളുടെ ചരിത്രം മാത്രമേ സ്വകാര്യസ്വത്തിനുള്ളൂ - ഭൂമികൾ വെട്ടിപ്പിടിക്കുന്ന നാഗരിക സമൂഹത്തിന്റെ വരവിനുശേഷം.

ആദിവാസിയുടെ ധൂർത്തും പിടിപ്പുകേടും പ്രമാദമാണ്. ഇതിന്റെ പേരിൽ കുടിയേറ്റമേഖലകൾ ശാപവചസ്സുകൾ ഉച്ചരിക്കുന്നത് കാണാം. ഒന്നും സമ്പാദ്യമാക്കാത്തവരാണ് ധൂർത്തന്മാർ. സമ്പാദ്യം സാംസ്കാരികവികാസത്തിന്റെ ഒരു ഘട്ടത്തെയാണ് ചരിത്രപരമായി പ്രതിനിധാനം ചെയ്യുന്നത്. പ്രകൃതി സുലഭമായി വിഭവങ്ങൾ ചുരത്തിയിരുന്ന ഒരു ഘട്ടത്തിൽ ജീവിതം ഉറച്ചുപോയവർ എന്തിന് സമ്പാദിക്കണം. പ്രകൃതി വിഭവങ്ങൾ ചുരത്തുന്നത് നിർത്തിയപ്പോൾ സർക്കാർ ആ സ്ഥാനത്ത് പ്രത്യക്ഷപ്പെട്ടുവെന്നതാണ് അവരുടെ ആധുനികമായ അനുഭവം. മറിച്ച്, അവരുടെ ഹൃദയത്തിൽ ഈ കാലഭേദങ്ങൾ പ്രതിഷ്ഠിക്കപ്പെട്ടില്ല. അതിജീവനത്തിന് സ്വയം ഒരു ഉത്പാദനസമൂഹമായി മാറുക എന്ന കാര്യം സംവേദനം ചെയ്യപ്പെട്ടില്ല. നൂറ്റാണ്ടുകൾകൊണ്ട് ആധുനികനരൻ കടന്നുവന്ന വഴികൾ പതിറ്റാണ്ടുകൾകൊണ്ട് അവർക്ക് സ്വാംശീകരിക്കാൻ പറ്റില്ലെങ്കിലും ശരിയായദിശയിൽ വികസനപ്രക്രിയകൾ നടന്നിരുന്നുവെങ്കിൽ കാര്യങ്ങൾ കുറച്ചുകൂടി മെച്ചമാകുമായിരുന്നു. ഒരുകാലത്ത് കഞ്ചാവു കൃഷിയിലൂടെ ലക്ഷങ്ങൾ ഒഴുകിയിരുന്ന അട്ടപ്പാടിയിലെ ആനവായ്, തുഡുക്കി, ഗലുസിപോലുള്ള ഗോത്രമേഖലകളിൽപോലും മഴക്കാലത്ത് ദാരിദ്ര്യം നിറയുമായിരുന്നു. പണത്തിന് വല്ലാത്ത ചൂടാണ്. അത് എത്രയും വേഗത്തിൽ ചെലവഴിച്ചാലേ ആദിവാസികൾക്ക് സമാധാനം കിട്ടുകയുള്ളൂ.

പണിക്കൂലി കൈയിൽ കിട്ടിയാൽ അത് തീരുന്നത് വരെ പണിക്കളത്തിലേക്കില്ല. അതുകൊണ്ട് കുടിയേറ്റ കർഷകർ പലപ്പോഴും മുഴുവൻ കൂലിയും കൊടുക്കാതെ പിടിച്ചുവെക്കുന്നു. പണം ബാക്കി

കിട്ടാനുണ്ടെങ്കിൽ, കൂടുതൽ പണം കൈയിൽ ഇല്ലെങ്കിൽ അവർ തീർച്ച യായും പണിക്കളത്തിലെത്തുമെന്ന് കർഷകർക്കറിയാം.

കരുതിവെപ്പിന്റെ മനോഭാവം അവരിൽ രൂഢമൂലമായിട്ടേ ഇല്ല. ഇന്നിൽ ജീവിക്കുന്ന, നാളെയെക്കുറിച്ച് സ്വപ്നങ്ങൾ ഇല്ലാത്ത ആദിവാസി എന്തിന് വേണ്ടി കുരതിവെക്കണം? പ്രകൃതി ഒരുകാലത്ത് എല്ലാം കരുതി വെച്ചിരുന്നു. ആ കാലം പൂർണ്ണമായും പിന്നിട്ടിട്ടും അതിന്റെ മാനസിക അടയാളങ്ങളിൽനിന്ന് ആദിവാസി മുക്തനായിട്ടില്ല.

ഗോത്രസംസ്കൃതിയിൽ കരുതിവെപ്പിന്റേതായ ഒരു പാരമ്പര്യം നാമ മാത്രമായെങ്കിലും ഉണ്ടായിരുന്നത് പുനംകൃഷിയിലാണ്. അതിന് അവർ വിത്ത് സൂക്ഷിച്ചിരുന്നു. ബാക്കിയെല്ലാം പ്രകൃതിയിൽനിന്ന് ആവശ്യാ നുസരണം എടുക്കൽ മാത്രം.

കരുതിവെപ്പിന്റെ സംസ്കാരം പ്രബലമായിരുന്നെങ്കിൽ പതിനായിര ക്കണക്കിന് ഹെക്ടർ ഭൂമി ആദിവാസികൾക്ക് കൈമോശം വരില്ലായി രുന്നു. നഷ്ടപ്പെട്ടതിനെ ചൊല്ലി അവർക്ക് വേദനകളില്ല. സെന്റിമീറ്റർ സ്ഥലത്തിന്റെ പേരിൽപോലും പോരും അറുകൊലകളും നടക്കുന്ന നാഗരികമനോഭാവം ഗോത്രസംസ്കാരത്തിന് എത്ര അകലെയാണ്.

ആസൂത്രണം/സ്ഥാപന-സംഘടനാബോധം

സമയബന്ധിതവും സുസംഘടിതവുമായ ആസൂത്രണമാണ് ആധു നിക നാഗരികതയുടെ അടയാളവാക്യങ്ങളിൽ ഒന്ന്. ചൂഷണത്തിനായാലും കുറ്റകൃത്യങ്ങൾക്കായാലും അട്ടിമറി പ്രവർത്തനങ്ങൾക്കായാലും വിക സനത്തിനായാലും ആസൂത്രണമെന്നത് സൂക്ഷ്മവും അനുപേക്ഷണീ യവുമായ ഒന്നാണ്. രാഷ്ട്രതലത്തിലും സംഘടനാതലത്തിലും മാത്ര മല്ല, വ്യക്തിതലത്തിലും കുടുംബതലത്തിലും ഇതുതന്നെ നടക്കുന്നു. ചുരുക്കത്തിൽ ആസൂത്രണേതരമായ ജീവിതമെന്നത് അധുനാധുന കാലത്ത് അസാധ്യമാണ്.

സർക്കാർതന്നെ സമൂഹം ആസൂത്രണം ചെയ്ത ഒരു സ്ഥാപനമാണ്. വിദ്യാലയങ്ങൾ, ആശുപത്രികൾ, വികസനവകുപ്പുകൾ, രാഷ്ട്രീയ സാമൂഹിക സംഘടനകൾ തുടങ്ങിയവയെല്ലാം സ്റ്റേറ്റിന്റെ അവയവങ്ങൾ എന്ന നിലയിൽ ജീവിതത്തെ അതത് മണ്ഡലങ്ങളിൽ ആസൂത്രണം ചെയ്തുകൊണ്ടിരിക്കുന്നു. ആധുനികപൗരസമൂഹത്തിനു മാത്രം ഉൾ ക്കൊള്ളാൻ കഴിയുന്ന വ്യാകരണങ്ങളും ഉൾപ്പിരിവുകളും ഈ വ്യവ സ്ഥയ്ക്കും അതിന്റെ ആസൂത്രണസംവിധാനത്തിനും ഉണ്ടെന്ന് വിവക്ഷ.

എന്താണ് യഥാർത്ഥത്തിൽ വിദ്യാഭ്യാസം നിർവ്വഹിക്കുന്നത്? പുതിയ കാലത്തിന്റെ അതിജീവനത്തിന് പറ്റിയ ഉരുപ്പടികൾ നിർമ്മിക്കുന്ന ഒരു ഫാക്ടറിയാണത്. രാജ്യം അതിലൂടെ ഒരു പൗരനെ സൃഷ്ടിക്കുന്നു. രാജ്യ ത്തിന്റെ നിലനില്പിനോ വളർച്ചക്കോവേണ്ടി വിദഗ്ധമോ അവിദഗ്ധമോ ആയ സേവനമാണ് അയാളിൽ/അവളിൽ നിന്ന് രാജ്യം ആവശ്യ പ്പെടുന്നത്. ചുരുക്കത്തിൽ സർക്കാരിന്റെ, സമൂഹത്തിന്റെ യന്ത്രഭാഗ ങ്ങൾക്ക് അറ്റകുറ്റങ്ങൾ തീർക്കാൻ പറ്റിയവരെ കണ്ടെത്തുന്ന ബൗദ്ധിക

നിക്ഷേപമാണ് വിദ്യാലയങ്ങൾ. വ്യക്തിയെ പൗരനാക്കി മാറ്റുകയും പൗരനെ സ്റ്റേറ്റിന്റെ സേവകനാക്കി മാറ്റുകയും ചെയ്യുന്നതിനുള്ള മനുഷ്യാസൂത്രണം (വഴിപിഴച്ചവൻ, ചോദ്യം ചെയ്യുന്നവൻ സ്റ്റേറ്റിന്റെ ശത്രുവായി വേട്ടയാടപ്പെടേണ്ടവനായി മാറിപ്പോകുന്നു). കുടുംബത്തെ സംബന്ധിച്ച് അത് ദീർഘകാലനിക്ഷേപമാണ്. സ്നേഹത്തിന്റെ രൂപത്തിലോ സേവനത്തിന്റെ രൂപത്തിലോ എന്നെങ്കിലും അത് തിരിച്ചുവരുമെന്ന് മാതാപിതാക്കൾ പ്രതീക്ഷിക്കുന്നു. അപ്രകാരം ഒരു ഇരട്ട നിക്ഷേപത്തിന്റെ സ്വഭാവം അതു കൈവരിക്കുന്നുണ്ട്.

ആധുനികകാലത്ത് സംഘടനകൾ എന്നത് അധികാരത്തെ സൃഷ്ടിക്കുന്നതിനോ സ്വാധീനിക്കുന്നതിനോ വേണ്ടിയുള്ള ആസൂത്രിതമായ മനുഷ്യനിക്ഷേപമാണ്. ജാതിയുടേയോ മതത്തിന്റേയോ പ്രദേശത്തിന്റേയോ ഭാഷയുടേയോ രാഷ്ട്രീയത്തിന്റെയോ പേരിൽ സംഘടനകൾ രൂപംകൊള്ളുന്നു. ചുരുക്കത്തിൽ ഒറ്റയ്ക്ക് നിൽക്കുന്നവന് അതിജീവനം സാധ്യമല്ല. സംഘംചേരുക അല്ലെങ്കിൽ സംഘടിക്കുക എന്നത് മാത്രമാണ് അതിജീവനപാത. രാഷ്ട്രീയപാർട്ടികൾ അധികാരത്തെ നേരിട്ട് ലക്ഷ്യം വെക്കുന്നു. പ്രതിപക്ഷമായിരിക്കുമ്പോൾപോലും അധികാരം നഷ്ടപ്പെടുകയല്ല; അദൃശ്യരൂപത്തിൽ നിലനിൽക്കുക മാത്രമാണ് ചെയ്യുന്നത്. രാഷ്ട്രീയേതര സംഘടനകളാവട്ടെ അധികാരത്തിന്റെ പരോക്ഷനിർമ്മാണം നടത്തുന്നു. നീതിക്കോ അനീതിക്കോ വേണ്ടി നന്മയ്ക്കോ തിന്മയ്ക്കോ വേണ്ടി ആധുനികകാലത്ത് സംഘടനാരൂപങ്ങളിലൂടെ മനുഷ്യൻ ദീർഘകാല സാമൂഹികാസൂത്രണം നടത്തുന്നു എന്ന് പറയാം.

രാഷ്ട്രീയ സംഘടനാരൂപങ്ങൾ ആദിവാസികളെ ഇന്നും സജീവമായി സ്വാധീനിച്ചിട്ടേ ഇല്ല. ആർക്കും വിലയ്ക്ക് വാങ്ങാവുന്ന ഒരു പറ്റം വോട്ടുകളാണ് ആദിവാസികളുടേത്. നാണയത്തുട്ടുകൾക്കോ ചാരായത്തിനോ മറയുന്ന വോട്ടുകളാണത്. ആദിവാസി വിരുദ്ധതയുടെ കാര്യത്തിൽ എല്ലാ പാർട്ടികളും ഒരേ നിലപാടെടുക്കുന്നത് ഇതുകൊണ്ടാണ്. കുടിയേറ്റക്കാരുടെ സംഘടിതബലത്തിനാണ് അവിടെ പ്രാമുഖ്യം. അപ്രകാരം പ്രത്യക്ഷ അധികാരനിർമ്മിതിയിൽ ഒരു പൗരസമൂഹമെന്ന നിലയിൽ യാതൊരു ധർമ്മവും അവർ വഹിക്കാതാവുന്നു. അധികാരത്തിന്റെ പരോക്ഷനിർമ്മിതിയിലും അവർക്ക് ഊഴങ്ങളില്ല. എസ്.എൻ.ഡി.പി., എൻ.എസ്.എസ്., പുലയമഹാസഭ തുടങ്ങിയ സമുദായസംഘടനാരീതിയിലെങ്കിലും അവർ സംഘടിച്ചിരുന്നെങ്കിൽ ഇതു സാധ്യമാകുമായിരുന്നു. 20 നിയമസഭാ മണ്ഡലങ്ങളിലും 4 പാർലമെന്റ് മണ്ഡലങ്ങളിലും ആദിവാസി വോട്ടുകൾ നിർണ്ണായകമായിരുന്നിട്ടും അവർക്ക് അത് സാധിക്കുന്നില്ല. ആധുനിക സംഘടനാബോധത്തിലേക്കും അതിന്റെ ആസൂത്രണതലത്തിലേക്കും ഇനിയും ആദിവാസിക്ക് ഏറെ ദൂരങ്ങളുണ്ട്.

ആധുനികമായ സ്ഥാപനങ്ങൾ ആദിവാസി ഉൾക്കൊള്ളുന്ന രീതിയിലും ഈ ഗോത്രസംസ്കൃതിയുടെ സ്വാധീനങ്ങൾ ഉണ്ട്. വിദ്യാലയങ്ങളോട് ഇന്നും അലർജിയാണ്. പ്രൈമറി ക്ലാസ്സ് കഴിയുമ്പോഴേക്കും മിക്കവാറും കുട്ടികൾ കൊഴിഞ്ഞുപോകുന്നു. വിദ്യ ഭാവിരൂപീകരണത്തിനുള്ള ഒരു

ദീർഘകാല നിക്ഷേപമായി അവർ കാണുന്നില്ല. ഭാവിസങ്കല്പം തന്നെ രൂപപ്പെടുത്താത്തവർക്ക് പിന്നെ എന്ത്? ഉദ്യോഗം. ഭാഷ, ബോധന സമ്പ്രദായം, പാഠ്യപദ്ധതി, സമയബോധം തുടങ്ങിയവയെല്ലാം പരകീയമായിരിക്കുന്ന ക്ലാസ്മുറികളിൽ ആദിവാസിക്കുട്ടികൾ ഒതുങ്ങുന്നുമില്ല. മാതാപിതാക്കൾക്ക് കുട്ടികൾ നിക്ഷേപവുമല്ല. അതുകൊണ്ട് സ്കൂളിൽനിന്നും ഹോസ്റ്റലുകളിൽനിന്നും ആദിവാസി കുട്ടികൾ കൊഴിഞ്ഞുപോകുന്നത് ഒരു നിത്യസംഭവമാണ്.

ക്ലാസ്മുറികളിൽ ആദിവാസി കുട്ടികളുടെ പെരുമാറ്റത്തെക്കുറിച്ച് പല അധ്യാപകരും പറയുന്നത് ഇതാണ്. പിൻബെഞ്ചുകളിലേക്ക് അവർ ഒതുങ്ങിക്കൂടുന്നു. തലകുമ്പിട്ട്, നിസ്സംഗമായുള്ള ഒരു വല്ലാത്ത ഇരിപ്പാണ് അവരുടേത്. ചോദ്യങ്ങൾക്ക് ഉത്തരമറിയാമെങ്കിലും പേടിമൂലം ഒന്നും ഉരിയാടാറില്ല. അധ്യാപകരാകട്ടെ വന്തവാസിക്കുട്ടികളിൽ ശ്രദ്ധയൂന്നി ക്ലാസ്സുകൾ തീർക്കുന്നു. ക്ലാസ്സ് വിട്ടാൽ കാറ്റിന്റെ വേഗത്തിലാണ് കുട്ടികൾ ഊരിലേക്ക് പായുന്നത്.

വയനാട്ടിലെ ഒരു പ്രൈമറി സ്കൂൾ അധ്യാപകൻ പറഞ്ഞ കഥ പങ്കുവെക്കുന്നത് ഉചിതമായിരിക്കുമെന്ന് തോന്നുന്നു: ടി.ടി.സി. കഴിഞ്ഞപാടെ ചെട്ടിയാലത്തൂർ സ്കൂളിൽ അയാൾക്ക് നിയമനം കിട്ടി. കാടിനകത്തുള്ള ഒരു പ്രൈമറിസ്കൂളാണത്. അധ്യാപനവൃത്തിയോടുള്ള ആവേശവുമായി അയാൾ സ്കൂളിലെത്തി. 'പാടാത്ത പക്ഷികൾ' (റെയ്ചൽ കാഴ്സന്റെ സൈലന്റ് സ്പ്രിങ് എന്ന പ്രശസ്ത പുസ്തകത്തിന്റെ പരിഭാഷ) എന്ന പുസ്തകത്തെ അധികരിച്ച് സഹജീവി സ്നേഹത്തിന്റെ ആവശ്യകതയെക്കുറിച്ച് അയാൾ ക്ലാസ്സെടുത്തു. കിളികളോടും മൃഗങ്ങളോടുമെല്ലാം കാരുണ്യപൂർവ്വം പെരുമാറേണ്ടതിനെപ്പറ്റിയും. കുട്ടികൾ നിശ്ശബ്ദരായി എല്ലാം കേട്ടിരുന്നു. ക്ലാസ്സ് വളരെ സ്വാധീനിച്ചിരിക്കുന്നു എന്ന സന്തോഷത്തിൽ അയാൾ ഓഫീസ്മുറിയിലെത്തി. കുറച്ച് കഴിഞ്ഞപ്പോൾ തൊട്ടടുത്ത വനത്തിൽനിന്ന് പുകയുയരുന്നു. ചെന്ന് നോക്കിയപ്പോൾ ക്ലാസ്സിലുണ്ടായിരുന്ന ഒരു കാട്ടുനായ്ക്കകുട്ടി കാക്കക്കുയിലിനെ ചുട്ടു തിന്നുകയാണ്. അധ്യാപകനെ കണ്ടപ്പോൾ ഭയം കലർന്ന രീതിയിൽ കുട്ടി പറഞ്ഞു. 'കാക്കക്കുയിലാണ് സാർ, കല്ലെറിഞ്ഞ് വീഴ്ത്തിയതാണ്.' കരുണ വേണ്ടുവോളമുള്ള ഒരു സംസ്കാരമാണ് ആദിവാസികളിലുള്ളത്. പക്ഷേ അതിന്റെ മാനങ്ങൾ വ്യത്യസ്തമാണ്. ഈ കഥ പറയുന്നത് അതാണ്.

ആദിവാസി ആസൂത്രണത്തിന്റെ മറ്റൊരു പ്രത്യേകത, ഹ്രസ്വകാലത്തിനപ്പുറം അവർ പോകുന്നില്ലായെന്നതാണ്. അതുകൊണ്ട് തോട്ടവിളകൾ അവർക്ക് പിടിക്കുന്നില്ല. 4–5 വർഷം കാത്തിരുന്ന്, ഫലം ലഭിക്കുന്ന രീതിയെ അവർ പിൻതുടരുന്നേയില്ല. 3–6 മാസത്തിനപ്പുറം പോകുന്നതല്ല അവരുടെ വിളകൾ. എങ്ങും ധാന്യവിളകൾ മാത്രം. അതും ഉപജീവനത്തിന് വേണ്ടി മാത്രം. (കുറിച്യർ, മുള്ളകുറുമർ, മുതുവാൻ തുടങ്ങിയ ചരിത്രപരമായി മേൽക്കോയ്മ നേടിയ ആദിവാസി വിഭാഗങ്ങൾ തോട്ടവിളകൾ കൃഷി ചെയ്യുന്നുണ്ട്) ഏകവിള സമ്പ്രദായം അവർക്ക്

പ്രിയമല്ല. വിള വൈവിധ്യംകൊണ്ട് നിറഞ്ഞതാണ് ആദിവാസികളുടെ തൊടി; കാടുപോലെ.

ആശുപത്രികളുടെ കാര്യത്തിലും അവരുടെ പാരമ്പര്യ മനോഭാവം പ്രതിഫലിക്കുന്നുണ്ട്. ആശുപത്രികളെ അവർ വളരെക്കുറച്ചേ ആശ്രയിക്കാറുള്ളൂ. ഇന്നും വിവിധപദ്ധതികളുടെ രൂപത്തിൽ ആശുപത്രികൾ ആദിവാസികളിലേക്ക് ഓടിയെത്തുകയാണ് ചെയ്യുന്നത്. നൂറുകണക്കിന് ആരോഗ്യപ്രവർത്തകർ, നിരവധി മൊബൈൽയൂണിറ്റുകൾ, സൗജന്യ മരുന്നുകൾ തുടങ്ങിയ സന്നാഹങ്ങൾ ഒരുക്കിയിട്ടും ആദിവാസിമേഖലയിലെ അനാരോഗ്യപ്രശ്നങ്ങൾ പരിഹരിക്കുന്നില്ല. എന്തുകൊണ്ടാണ് എത്ര ശ്രമിച്ചിട്ടും പ്രശ്നങ്ങൾ മാത്രം അവശേഷിക്കുന്നത്. ആരോഗ്യ പ്രശ്നങ്ങളെ വൈദ്യശാസ്ത്രപ്രശ്നങ്ങളായി മാത്രം സർക്കാർ കാണുന്നു. പ്രശ്നത്തിന്റെ ഈ ന്യൂനീകരണംമൂലം പ്രശ്നത്തെ സമഗ്രമായി മനസ്സിലാക്കാൻ സാധിക്കാതെ വരുന്നു. അതിന് പിറകിലെ സാമൂഹികവും സാംസ്കാരികവുമായ ഘടകങ്ങൾ പരിശോധിക്കപ്പെടാതെ പോകുന്നു. രോഗങ്ങൾക്ക് കാരണം പേയോ ദുഷ്ടാത്മാക്കളോ ഒടിയോ ആണെന്ന് പൊതുവിൽ അവർ വിശ്വസിക്കുന്നുണ്ടെങ്കിലും രോഗചികിത്സയ്ക്കാവശ്യമായ ധാരാളം ഔഷധസസ്യങ്ങൾ അവർ കണ്ടെത്തുകയും ചെയ്തിരുന്നുവല്ലോ. ഒരേസമയം മരുന്നും മന്ത്രവാദവും ചേർന്ന ചികിത്സാരീതിയാണ് അവർ പിൻതുടർന്നിരുന്നത്. കാട് നേർത്തതോടെ ഔഷധ സസ്യങ്ങളുടെ ലഭ്യത കുറഞ്ഞു. ഔഷധസസ്യങ്ങളുടെ ലഭ്യത കുറഞ്ഞതോടെ ഔഷധസസ്യങ്ങളെപ്പറ്റിയുള്ള അറിവും കുറഞ്ഞു. റാഗി, തിന, ചാമ തുടങ്ങിയ ചെറുധാന്യങ്ങളുടെ കൃഷി നാമമാത്രമാവുകയും കാട്ടുകിഴങ്ങുകൾ വിരളമാവുകയും ചെയ്തു. അങ്ങനെ മന്ത്രവാദം ബാക്കിയാവുകയും മരുന്നും പോഷകഭക്ഷണവും അപ്രത്യക്ഷമാവുകയും ചെയ്തു.

ആധുനിക നരനെപ്പോലെ ആദിവാസിയും ആരോഗ്യത്തെ ഒരു ദീർഘകാലനിക്ഷേപമായി മനസ്സിലാക്കിയിരുന്നുവെങ്കിൽ ഈ പ്രശ്നങ്ങൾ എന്നേ പരിഹരിക്കുമായിരുന്നു.. മാരകരോഗം ബാധിച്ചവർപോലും ആശുപത്രികളിൽ നിന്ന് ഓടിപ്പോകുന്ന സംഭവങ്ങൾ സാമാന്യമാണ്. വർഷങ്ങൾക്ക് മുമ്പ് അഗളി ആശുപത്രിയിൽ നിന്ന് ടി.എ.ഒ. ബാധിച്ച് കാല് മുറിച്ചുനീക്കിയ ഒരു രോഗി അപ്രത്യക്ഷനായി. അന്വേഷിച്ചപ്പോൾ അയാൾ ഊരിലെത്തിയെന്ന് മനസ്സിലായി. വിളിക്കാൻ ചെന്നപ്പോൾ ഒന്നരക്കാലുമായി ഓടിപ്പോവുകയും ഡോക്ടറെ കല്ലെടുത്ത് എറിയുകയും ചെയ്തു. വയനാട്ടിലെ പുകയിലമാളം കാട്ടുനായ്ക്കകോളനിയിലെ സിക്കിൾ സെൽ അനീമിയ ബാധിച്ച സിന്ധു ചികിത്സിക്കാത്തതുമൂലമാണ് മരിച്ചത്. മൊബൈൽ യൂണിറ്റ് വന്ന് ഒരുപാട് ശ്രമിച്ചു, അവരെ ആശുപത്രിയിലേക്ക് കൊണ്ടുപോകാൻ. അവശത വളരെ മൂർച്ഛിച്ചിട്ടും അവൾ പോകാൻ കൂട്ടാക്കിയില്ല. ഒരാഴ്ചയ്ക്കുള്ളിൽ മാസങ്ങൾ മാത്രം പ്രായമുള്ള തന്റെ കുഞ്ഞിനെ അനാഥമാക്കിക്കൊണ്ട് അവൾ മരിച്ചു. ആധുനിക മനുഷ്യൻ മരിക്കാതിരിക്കാൻ വല്ല ഔഷധവുമുണ്ടോ എന്ന്

അന്വേഷിച്ചുകൊണ്ടിരിക്കുന്ന ഈ കാലത്ത് ശരീരത്തിന്റെ എല്ലാ വാതിലുകളും മരണത്തിലേക്ക് തുറന്നിട്ട് അവർ നിസ്സംഗമായി കാത്തിരിക്കുന്നു. സ്ഥാപനങ്ങൾ ഉത്പാദിപ്പിക്കുന്ന സുരക്ഷിതത്വം അവർക്ക് അഭയമായി തോന്നുന്നേയില്ല. മറിച്ച്, ആ സങ്കേതങ്ങളുടെ ഭാഷയും രൂപവും പേടിപ്പെടുത്തുന്ന, അന്യവത്കരിക്കുന്ന എടുപ്പുകളാണ്. ഐ.ടി.ഡി.പി. ആഫീസിന് മുമ്പിലെത്തുന്ന ആദിവാസികളുടെ നില്പും മുഖഭാവവും മാത്രം നിരീക്ഷിച്ചാൽ മതി അവർ ആന്തരികമായി സ്ഥാപനങ്ങളോട് എത്രമാത്രം വികർഷിതരാണെന്ന് അറിയാൻ.

ലഹരിയുടെ വൻകര

മദ്യം എത്രമാത്രം ആഴത്തിൽ ആദിവാസിജീവിതത്തെ സ്വാധീനിച്ചിരിക്കുന്നുവെന്ന കാര്യത്തിന് കൂടുതൽ പരാമർശങ്ങൾ ആവശ്യമില്ല. മാരകരോഗങ്ങൾ, വന്ധ്യത, മാനസികപ്രശ്നങ്ങൾ, ഗാർഹികവും സാമൂഹികവുമായ സംഘർഷങ്ങൾ, ആത്മഹത്യകൾ, കുറ്റകൃത്യങ്ങൾ തുടങ്ങിയവ ആദിവാസിമേഖലയിൽ വർദ്ധിച്ചുവരുന്നുവെന്നത് അനുഭവം. ഈ പ്രശ്നങ്ങളിൽ ഭൂരിപക്ഷവും മദ്യജന്യമാണെന്നത് വാസ്തവവുമാണ്.

പണ്ട് അവർക്ക് മനോരോഗങ്ങൾ വളരെ കുറവായിരുന്നു. ആത്മഹത്യകളും അതുപോലെ തന്നെ. ഇപ്പോൾ ഈ രണ്ടു കാര്യങ്ങളിലും അവർ സുഭിക്ഷരായിത്തീർന്നു. 2010 ൽ അട്ടപ്പാടിയിൽ വിവേകാനന്ദമിഷൻ നടത്തിയ സർവ്വേയിൽ ഗോത്രമേഖലയിലെ മാനസികാരോഗ്യത്തിന്റെ ഭീഷണമായ തകർച്ച തുറന്നുകാണിക്കുന്നുണ്ട്. ഗുരുതരമനോരോഗങ്ങൾ (സ്കിസോഫ്രേനിയ ഉൾപ്പടെ) ബാധിച്ച 295 രോഗികളെ അവർ കണ്ടെത്തി. കൂടാതെ ലഘുചിത്തരോഗങ്ങൾ ബാധിച്ച 238 പേരേയും. ആകെ 533 പേർ. 2001 ലെ സെൻസസ്സനുസരിച്ച് അട്ടപ്പാടിയിലെ ആദിവാസി ജനസംഖ്യ 27121 ആയിരുന്നു. അതായത് 1000 ൽ 20 പേർ മാനസികാരോഗ്യം ക്ഷയിച്ചവരായിരുന്നു. സംസ്ഥാനശരാശരിയേക്കാൾ വളരെ താഴെയാണ് ഈ അനുപാതം എന്നതിൽ ആശ്വസിക്കാവുന്നതാണ്. ലോകാരോഗ്യസംഘടനയുടെ പഠനമനുസരിച്ച് (2008) കേരളത്തിലെ മനോരോഗനില 1000 ന് 58 ആണ്. എന്നാൽ ആശ്വാസത്തേക്കാൾ ആശങ്കയുണ്ടാക്കുന്ന ഒരു കാര്യം കൂടിയുണ്ട്. വളരെ ചുരുങ്ങിയകാലംകൊണ്ടാണ് മനോരോഗം ആദിവാസികൾക്കിടയിൽ ഇത്രയും വ്യാപിച്ചത്. പതിറ്റാണ്ടുകൾക്കുമുമ്പുവരെ മാനസികപ്രശ്നങ്ങൾ അവർക്കിടയിൽ വളരെ വിരളമായിരുന്നു. ശാസ്ത്രീയമായ പ്രതിവിധികൾ ആവിഷ്കരിക്കാത്തപക്ഷം ഈ നില കൂടുതൽ പരിതാപകരമാകുമെന്ന കാര്യത്തിൽ തർക്കമില്ല. എന്തിന് ഇപ്പോൾ പോലും കേരളത്തിലെ പട്ടികവർഗ്ഗസങ്കേതങ്ങളുടെ സാമൂഹികമോ ആരോഗ്യപരമോ ആയ പ്രശ്നങ്ങൾ സംബന്ധിച്ച് വിശ്വസനീയവിവരങ്ങൾ പോലും ലഭ്യമല്ല. സർക്കാരും സന്നദ്ധസംഘടനകളും മത്സരിച്ച് സർവ്വെ നടത്തിയിട്ടും വിവരങ്ങൾ മിക്കവാറും രാമേശ്വരം ക്ഷൗരംപോലെയാണ്. ചില കാര്യങ്ങൾ അദൃശ്യമാക്കലും പർവ്വതീകരിക്കലും അവിടെ ഒരു സ്ഥിരം ഏർപ്പാടാണ്. പ്രശ്നങ്ങൾക്കാണ് അവിടെ ഏറ്റവും നല്ല വിപണനമൂല്യം. മാധ്യമങ്ങൾ ജ്വലനശേഷിയുള്ള

വാർത്തകൾക്കുവേണ്ടി, സന്നദ്ധസംഘടനകൾ സർക്കാരിന്റെ പരാജയം ചൂണ്ടിക്കാട്ടി പുതിയപ്രൊജക്ടുകൾ ഉണ്ടാക്കുന്നതിനുവേണ്ടി, ബ്യൂറോ ക്രസിയും കരാറുകാരും സർക്കാർഫണ്ട് ഒഴുക്കുന്നതിനുവേണ്ടി, സോഷ്യൽ ഓഡിറ്റിങ്ങിന് വിധേയമല്ലാത്ത ഈ ശക്തികളാണ് യഥാർത്ഥത്തിൽ ആദിവാസിമേഖലകൾ നിയന്ത്രിക്കുന്നത്. എന്തൊക്കെ പരിമിതിയുണ്ടെങ്കിലും രാഷ്ട്രീയക്കാർ അഞ്ചുവർഷത്തിലൊരിക്കലെങ്കിലും സോഷ്യൽ ഓഡിറ്റിങ്ങിന് വിധേയരാണ്.

പണ്ട് ജീവിതത്തിന് അകത്തുനിൽക്കുന്ന സ്വപ്നങ്ങൾ മാത്രമാണ് ആദിവാസികൾക്കുണ്ടായിരുന്നത്. ക്രമത്തിൽ നാഗരികജീവിതത്തിന്റെ പ്രലോഭനങ്ങളിൽ അവർക്കും കാലിടറി. അങ്ങനെ അവർക്കും നാഗരിക സ്വപ്നങ്ങളുണ്ടായി. ആ സ്വപ്നങ്ങൾ മുളച്ചത് ജീവിതത്തിനകത്തല്ല, പുറത്താണ്. കുടിയേറ്റം വഴി പുതുസംസ്കാരം വ്യാപിച്ചതോടെ പാരമ്പര്യം കൈമോശം വരികയും അതേസമയം പരിഷ്കാരത്തിലേക്ക് കൈയെത്താതാവുകയും ചെയ്തു. അതിജീവനത്തിന് പാരമ്പര്യരീതികൾ തികയാതെ വന്നു. അതിജീവനത്തിന്റെ പരിഷ്കൃതപാഠങ്ങൾ ദഹിക്കാതെയും വന്നു. ശാന്തവും ലളിതവുമായിരുന്ന ഗോത്രജീവിതം അപ്രകാരം സങ്കീർണ്ണവും സംഘർഷഭരിതവുമായിത്തീർന്നു. ഈ സംഘർഷങ്ങളാകാം അവരുടെ മനസ്സിന്റെ താളം തെറ്റുന്നതിനുള്ള മൂലകങ്ങളായി തീർന്നത്. മാത്രമല്ല, ഭക്ഷ്യസംസ്കാരത്തിലും വലിയമാറ്റം സംഭവിച്ചു. റാഗി, തിന, ചാമ തുടങ്ങിയ (റാഗിയായിരുന്നു പ്രധാനാഹാരം. റാഗി വളരെ പോഷകസമൃദ്ധമാണ്. അതിൽ 95% ഇരുമ്പും (അരിയിൽ 5%) 99% കാൽഷ്യയവും (അരിയിൽ 1%) 55% പ്രോട്ടീനും (അരിയിൽ 45%) ഉണ്ട്.) ലഘുധാന്യങ്ങളും കാട്ടുകായ്കനികളും അവരുടെ ഭക്ഷ്യവസ്തുക്കളിൽ വിരളമായിത്തീർന്നു. അപ്രകാരം രക്തസമ്മർദ്ദം, പ്രമേഹം, ഹൃദയസ്തംഭനം തുടങ്ങിയ നവീനരോഗങ്ങളും ഗോത്രമേഖലയിലേക്ക് കുടിയേറ്റമാരംഭിച്ചു.

ശാരീരികാരോഗ്യം മാത്രമല്ല, സാമൂഹികാരോഗ്യവും ക്ഷയിപ്പിക്കുന്നതിൽ മദ്യത്തിന് സുപ്രധാനപങ്കുണ്ട്. അതുകൊണ്ടാണ് മദ്യത്തെ പ്രശ്നങ്ങളുടെ മാതാവായി പലരും കരുതുന്നത്. വാസ്തവത്തിൽ മദ്യപാനം പ്രശ്നങ്ങളുടെ മാതാവല്ല, പ്രശ്നങ്ങളുടെ സന്തതിയാണ്. ജീവിതവുമായി ബന്ധപ്പെട്ട ഭാവിസങ്കല്പനം രൂപംകൊള്ളാത്ത ഒരു സമൂഹമാണല്ലൊ ആദിവാസികൾ. അതോടൊപ്പം അധിനിവേശസംസ്കാരത്തിന്റെ മേൽക്കോയ്മയ്ക്കുമുമ്പിൽ അവർക്ക് ആത്മാഭിമാനവും നഷ്ടപ്പെട്ടു. മനസ്സും ശരീരവും ഒരുപോലെ കോളനീകരിക്കപ്പെട്ടു. വിഭവങ്ങളിൽ നിന്നും സംസ്കാരത്തിൽനിന്നും അവർ അന്യവൽക്കൃതരായി. ഈ അന്യവൽക്കരണം, അരക്ഷിതത്വത്തിലേക്കും അധമബോധത്തിലേക്കും അവരെ നയിച്ചു. ജീവിതം ക്രമത്തിൽ ജീവിതോന്മുഖമല്ലാതായിതീരുകയും മരണോന്മുഖമായിത്തീരുകയും ചെയ്തു. അപ്രകാരം ആദിവാസി സങ്കേതങ്ങളെ ലഹരി ദത്തെടുത്തു. ഭാവിസങ്കല്പനത്തിന്റെ അഭാവത്തിൽ കഴിഞ്ഞുപോന്നവരായിരുന്നുവെന്ന ഭൂതകാലധന്യതപോലും ഈ

വിപര്യയത്തിന് ഊർജ്ജം പകരുകയാണ് ചെയ്തത്. അതുകൊണ്ടാണ് സർക്കാരിന്റെയും സന്നദ്ധസംഘടനകളുടേയും മദ്യവിരുദ്ധപ്രവർത്തനങ്ങൾ പരാജയപ്പെടുന്നത്. അട്ടപ്പാടിയിലെ മദ്യനിരോധനമാവട്ടെ (മദ്യ വിപണനമാണ് നിരോധിച്ചത്, ഉപഭോഗമല്ല)ഗുരുതരമായ പ്രതിലോമ ഫലങ്ങൾ സൃഷ്ടിക്കുകയും ചെയ്തുകൊണ്ടിരിക്കുന്നു.

ആദിവാസി സംസ്കാരത്തിൽ മദ്യത്തിന് ചിരപുരാതനമായ ഒരു സ്ഥാനമുണ്ടെന്ന കാര്യം തർക്കരഹിതമാണ്. ധാന്യങ്ങളൊ കാട്ടുകായ് കനികളൊ പുളിപ്പിച്ച് മദ്യമുണ്ടാക്കുന്ന രീതി കേരളത്തിലെ മിക്കവറും ആദിവാസികൾക്കറിയാമായിരുന്നു. ഇലിപ്പകൊട്ടെ (വടക്കെ ഇന്ത്യയിലെ ആദിവാസികൾ മദ്യനിർമ്മാണത്തിന് ഉപയോഗിക്കുന്ന മൗവ്വമരം)യുടെ വിത്തിൽ നിന്ന് മദ്യം ഉണ്ടാക്കുന്നരീതി പണ്ട് അട്ടപ്പാടിയിലും വയനാട്ടിലുമുണ്ടായിരുന്നു. വയനാട്ടിലെ കുറിച്യർ കള്ളിനുവേണ്ടി പന ചെത്തുമായിരുന്നു. മിക്കവാറും ഗോത്രങ്ങൾക്ക് നെല്ല് പുളിപ്പിച്ച് മദ്യമുണ്ടാക്കാൻ അറിയാമായിരുന്നു. എന്നാൽ മദ്യം അവരുടെ നിത്യോപയോഗവസ്തു വായിരുന്നില്ല. അനുഷ്ഠാനങ്ങൾ, ചടങ്ങുകൾ, ആഘോഷങ്ങൾ എന്നീ സാഹചര്യങ്ങളിലാണ് ഉപയോഗിച്ചിരുന്നത്. എന്നാൽ കോളനീകരണ കാലത്ത് യൂറോപ്യന്മാർ അമേരിക്കയിലേയും ആസ്ത്രേലിയയിലേയും ആദിവാസികൾക്കിടയിൽ മദ്യവും വാറ്റുവിദ്യയും വ്യാപിപ്പിച്ച അതേ രീതികൾ തന്നെയാണ് ഇവിടേയും തുടർന്നത്. പാരമ്പര്യമായ ഊറ്റുവിദ്യ അപ്രത്യക്ഷമാവുകയും അധിനിവിഷ്ട സങ്കേതമായ വാറ്റുവിദ്യ സാർവ്വത്രികമാവുകയും ചെയ്തു. അവരുടെ ഒരു കൈയിൽ ബൈബിളും മറുകൈയിൽ വാറ്റുമായിത്തീർന്നു. ഭൂമിയും വിഭവങ്ങളും അവ നൽകിയവരുടെ കൈയിലുമായി. അതേ സംഗതികൾ ഏറ്റക്കുറച്ചിലോടുകൂടി ഇവിടേയും കാണാവുന്നതാണ്. ഊറ്റുവിദ്യവഴി ഉത്പാദിപ്പിക്കുന്ന മദ്യത്തിൽ ആൽക്കഹോളിന്റെ അംശം വളരെ കുറവായിരുന്നു. മാത്രമല്ല അവയുടെ ഉപയോഗം പരിമിതവുമായിരുന്നു. എന്നാൽ വാറ്റുവിദ്യയുടെ കാര്യത്തിൽ അത് നേരെ മറിച്ചായിരുന്നു.

കേരളത്തിലേയോ ഇന്ത്യയിലേയോ മാത്രം ആദിവാസികൾ നേരിടുന്ന പ്രശ്നമല്ല ആൽക്കഹോളിസം. ലോകത്തിലെ എല്ലാ ആദിവാസി വിഭാഗങ്ങളും നേരിടുന്ന ഗുരുതരപ്രശ്നമാണത്. അമേരിക്കയിലെ ആദിവാസികളുടെ മദ്യപാനവുമായി ബന്ധപ്പെട്ട് ശ്രദ്ധേയമായ നിരവധി പഠനങ്ങൾ നടന്നിട്ടുണ്ട്. (അമേരിക്കയിൽ മുന്നൂറ് വിഭാഗങ്ങളിലായി ഇരുപത് ലക്ഷം ആദിവാസികളുണ്ട്.) ഈ പഠനങ്ങൾ കേരളത്തിലെ ലഹരി ബാധയെപ്പറ്റി കുറച്ചുകൂടി ഉൾക്കാഴ്ച നൽകുന്നതാണ്. 1996ൽ ഫ്രെഡ് ബ്യൂവസ് (American Indians and Tradition, Fred Beauvas, 1996) എന്ന ഗവേഷകൻ അമേരിക്കൻ ഇൻഡ്യൻ, അലാസ്ക്കൻ ഗോത്രം എന്നീ ആദിവാസികളുടെ മദ്യപാനവുമായി ബന്ധപ്പെട്ട നിരവധി മുൻപഠനങ്ങൾ വിശകലനം ചെയ്തുകൊണ്ട് നടത്തിയ നിരീക്ഷണത്തിൽ കേരളത്തിലെ ആദിവാസിപശ്ചാത്തലവുമായി ധാരാളം സമാനതകൾ കാണാവുന്നതാണ്.

അത്യന്തം സ്ഫോടനാത്മകമായ സ്ഥിതിവിവരങ്ങളാണ് അദ്ദേഹം രേഖപ്പെടുത്തിയിട്ടുള്ളത്.

ആദിവാസിയുവാക്കളിൽ 80% അവിടെ മദ്യപാനികളത്രേ. 111/1000 എന്നതാണ് ആദിവാസികൾക്കിടയിലെ മദ്യജന്യപ്രശ്നങ്ങളുടെ തോത്. എന്നാൽ ആദിവാസിയിതരർക്കിടയിലത് 11/1000മാത്രമാണ്. മദ്യത്തിന്റെ ഫലമായ മരണനിരക്ക് ആദിവാസിയിതരരെ അപേക്ഷിച്ച് 5.6 ഇരട്ടിയാണ് അമേരിക്കയിലെ ആദിവാസിക്കൾക്കിടയിലുള്ളത്. കരൾരോഗങ്ങൾ ആദിവാസികൾക്കിടയിൽ 3.9 ഇരട്ടിയുണ്ട്. ആത്മഹത്യാനിരക്ക് 1.4 ഇരട്ടിയും കൊലപാതകസംഭവങ്ങൾ 2.4 ഇരട്ടിയുമുണ്ട്. അതുപോലെ മാനസികരോഗങ്ങളും വളരെ കൂടുതലാണ്. 1980 കളുടെ തുടക്കത്തിൽ അതിലും ശോചനീയമായിരുന്നു ഈ കാര്യങ്ങൾ.

മദ്യപാനാസക്തിയുടെ കാരണങ്ങളും ഫ്രെഡ് ബ്യൂവസ് വിശകലനം ചെയ്യുന്നുണ്ട്. തൊഴിലില്ലായ്മ, വിദ്യാഭ്യാസത്തിന്റെ കുറവ്, അവികസിതാവസ്ഥ തുടങ്ങിയ സാമൂഹികപ്രശ്നങ്ങളാണ് മുഖ്യകാരണമായി അദ്ദേഹം സൂചിപ്പിക്കുന്നത്. മറ്റൊരു കാരണമായി ചൂണ്ടിക്കാട്ടുന്നത് ശാസ്ത്രീയമായി തെളിയിക്കപ്പെടാത്ത, ജനിതകപാരമ്പര്യമാണ്. തലമുറകളിലൂടെ മദ്യപാനം തുടരുകവഴി മദ്യത്തിനുവേണ്ടി ദാഹിക്കുന്ന ചില എൻസൈമുകൾ ശരീരത്തിലുണ്ടാവുകയും അവ ജനിതകമായി കൈമാറ്റം ചെയ്യുന്നുവെന്നും അദ്ദേഹം നിരീക്ഷിക്കുന്നു. മൂന്നാമതായി സാംസ്കാരികമാണ്. പാരമ്പര്യസംസ്കാരത്തിന്റെയും ആത്മീയ മൂല്യങ്ങളുടേയും നാശം മദ്യപാനമുൾപ്പടെയുള്ള നിരവധി സാമൂഹികപ്രശ്നങ്ങൾക്ക് നിദാനമായി തീർന്നിട്ടുണ്ടെന്ന് പലരും സൂചിപ്പിക്കുന്നുണ്ട്. സാമൂഹികശാസ്ത്രജ്ഞന്മാർ ഈ വീക്ഷണം സ്വീകരിക്കുന്നില്ല. എന്നാൽ ഒരു കാര്യം വളരെ വ്യക്തമാണ്. അധിനിവേശസംസ്കാരത്തിനു മുമ്പിൽ ചെറുതായിപ്പോയ ഒരു സമൂഹം നേരിടുന്ന സ്വത്വപ്രതിസന്ധിയാണത്. ആത്മാഭിമാനക്ഷതമാണ്. അങ്ങനെ വേരറ്റവർക്ക് ഒളിച്ചോടാനുള്ള ഒരു ദ്രാവകമായിത്തീരുന്നു മദ്യം.

ഒരു വർഗ്ഗം എന്ന നിലയിൽ മദ്യപാനത്തിന്റെ കാര്യത്തിൽ വളരെ വ്യത്യസ്തമായ ശീലങ്ങൾ ആദിവാസികൾ പിൻതുടരുന്നുണ്ട്. അവർ മദ്യം കഴിക്കുകയല്ല, മദ്യം അവരെ കഴിക്കുകയാണ് ചെയ്യുന്നത്. കുടിക്കാൻ തുടങ്ങിയാൽ മദ്യം തീരുന്നതുവരെ കുടിക്കുന്നവരാണ് ഭൂരിപക്ഷം മദ്യപാനികളും. അതുപോലെ വെള്ളംകൊണ്ട് നേർപ്പിച്ച് കഴിക്കുന്നത് അവർക്ക് കുറച്ചിലാണ്. മദ്യത്തെ അവർ വെള്ളംകൊണ്ട് ഒന്ന് തലോടുന്നു. ഭക്ഷണം ആവശ്യമായ അളവിൽ കഴിക്കുകയുമില്ല. ഇന്ത്യയിൽ ആളോഹരി മദ്യപാനത്തിന്റെ കാര്യത്തിൽ ഏറ്റവും മുന്നിലുള്ളത് മലയാളികളാണ്. എന്നാൽ ആദിവാസികളുമായി താരതമ്യം ചെയ്താൽ മലയാളികളുടെ സ്ഥാനം പിറകിലായിരിക്കും. ചുരുക്കത്തിൽ വൈദ്യശാസ്ത്രപാഠങ്ങൾകൊണ്ടല്ല, സാമൂഹികശാസ്ത്രപാഠങ്ങൾകൊണ്ടാണ് ആദിവാസി സമൂഹത്തിലെ ലഹരി ബാധയെ ചികിത്സിക്കേണ്ടത്.

അനുഭവങ്ങളിലെ ഗോത്രചിഹ്നങ്ങൾ

ആദിവാസികൾ വ്യത്യസ്തമായ ഒരു സാംസ്കാരികഗണമാണ് എന്ന കാര്യത്തിൽ ആരും വിയോജിക്കുമെന്ന് തോന്നുന്നില്ല. എന്നാൽ എന്താണ് ഈ സാംസ്കാരികസവിശേഷത എന്ന കാര്യത്തിൽ പലർക്കും പല അഭിപ്രായങ്ങളുണ്ടാവും. ആചാര-അനുഷ്ഠാനങ്ങൾ, വസ്ത്രധാരണ രീതി, ഭക്ഷണരീതി തുടങ്ങിയ ബാഹ്യചേഷ്ടകളിൽ ഊന്നിയുള്ള സംസ്കാരനിരൂപണം പൊതുവിൽ കാണാവുന്നതാണ്. ഈ ബാഹ്യലക്ഷണങ്ങൾ ഉൾപ്പെടെയുള്ള വ്യവഹാരങ്ങൾക്ക് അടിസ്ഥാനമായി നിൽക്കുന്ന മനോഭാവത്തിലേക്ക് എത്തിനോക്കുമ്പോഴാണ് സംസ്കാരം ഒരു സവിശേഷ അനുഭവമാണെന്ന് തീർച്ചപ്പെടുക. ഒരു കാര്യം തീർച്ചയാണ്. പൊതുസമൂഹത്തിൽനിന്ന് വളരെ വ്യത്യസ്തമായ മനസ്സാണ് ആദിവാസികൾക്കുള്ളത്. അവരുടെ സംസ്കാരത്തിൽ പരിസ്ഥിതി നിർണ്ണയം ഇപ്പോഴും വളരെ ശക്തമാണ്. ആദിവാസി ഇതരർ പരിസ്ഥിതിയിൽനിന്ന് ഏറെദൂരം താണ്ടുകയും പരിസ്ഥിതിയെ അനുകരിച്ചുകൊണ്ട് സമാന്തരമായ ഒരു പ്രകൃതി അഥവാ സംസ്കൃതി സൃഷ്ടിക്കുകയും ചെയ്തു.

ആദിവാസികൾ പരിസ്ഥിതിനിർണ്ണയത്തിൽ തുടരുന്നുവെന്നതിനർത്ഥം അവർ പരിസ്ഥിതിയെ അഗാധമായി സ്നേഹിക്കുന്നുവെന്നല്ല. പരിസ്ഥിതിയെ അപ്രകാരം സ്നേഹിക്കാൻ തുടങ്ങിയത് ആദിവാസികളല്ല, ആദിവാസിഇതരരാണ്. കാരണം പരിസ്ഥിതിയെ സ്നേഹിച്ചില്ലെങ്കിൽ ഭൂമിയിൽ മനുഷ്യജീവിതം അസാധ്യമാണെന്ന ബോധം അവരിൽ അങ്കുരിക്കാൻ തുടങ്ങിയിരിക്കുന്നു. ആദിവാസികളിലുള്ളത് നൂറ്റാണ്ടുകളിലൂടെ അവർ അബോധപൂർവ്വം നേടിയ പരിസ്ഥിതിബന്ധത്തിന്റെ പ്രതികരണങ്ങളാണ്. പരിസ്ഥിതി അഥവാ പ്രകൃതിയിൽ അവരുടെ അതിജീവനം സമ്പൂർണ്ണമായിരുന്നു. അതായത് ആദിവാസിക്ക് പരിസ്ഥിതി അബോധമാണ്. ആദിവാസിഇതരർക്ക് അത് ബോധവും. അത് തെളിയിക്കുന്ന നിരവധി സംഗതികൾ ആദിവാസിജീവിതം നിരീക്ഷിച്ചവർക്ക് മനസ്സിലാക്കാനാവും. ഇത്തരം സാംസ്കാരികപ്രതിനിധാനത്തിന് പറ്റിയ ചില കാര്യങ്ങൾ ചുവടെ ചേർക്കുന്നു.

ആദിവാസി ജീവിതം
ഒരു സാംസ്കാരിക പഠനം

1) മാഗിയുടെ ലോകം

മാഗി ഇപ്പോൾ ജീവിച്ചിരിപ്പുണ്ടോയെന്ന് എനിക്കറിയില്ല. പഴയ ഡയറികളിലൊന്നിലാണ് ഈയിടെ ഞാൻ അവരെ കണ്ടുമുട്ടിയത്. പേര് മാഗി. ഊര് വയനാട് ജില്ലയിലെ പുകയിലമാളം. ഇരുപത്തിനാല് വർഷങ്ങൾ പിന്നിട്ടിരിക്കുന്നു ഞാൻ അവരെ കണ്ടിട്ട്. അന്ന് അവർക്ക് എത്ര വയസ്സുണ്ടാവും? ഡയറിയിൽ അതിനെപ്പറ്റി സൂചനയില്ല. പ്രായഭേദത്തിന്റെ കലണ്ടർ അവർ ഹൃദയത്തിൽ കൊളുത്തുന്നേയില്ല. കാലത്തിന്റെ ഉടലെഴുത്ത് വായിക്കുന്നേയില്ല. അന്ന് എനിക്ക് അവരുടെ പ്രായം ഊഹിച്ചെടുക്കാനും പറ്റിയില്ല. മക്കളും പേരക്കുട്ടികളുമുള്ള, ഇരുണ്ടമുടിയും ചുളുവില്ലാത്ത മുഖവുമുള്ള, മാഗിക്ക് എത്ര വയസ്സ് നൽകാനാവുമെന്ന് ഞാനന്ന് ചിന്തിച്ചിട്ടുണ്ട്. സ്കൂളിൽ പഠിക്കുന്ന അവരുടെ പേരക്കുട്ടികളുടെ പ്രായത്തിലൂടെ മുത്തശ്ശിയുടെ വയസ്സറിയാമെന്ന് ഞാൻ കരുതിയിരുന്നു. ഡയറിയിൽ അപ്രകാരം ഞാൻ കുറിക്കുകയും ചെയ്തിട്ടുണ്ട്. പക്ഷേ. അതിനുശേഷം പതിന്നാല് വർഷങ്ങൾ കഴിഞ്ഞുപോയി. വയനാട്ടിൽ നിന്ന് പോന്നിട്ട് ഏഴ് വർഷങ്ങളും. പുകയിലമാളം കോളനിയും മാഗിയും ക്രമത്തിൽ ഓർമ്മകളിൽനിന്നുപോലും വിട്ടുപോയി.. ഈയിടെ വീണ്ടും വയനാട് സന്ദർശിച്ചപ്പോഴാണ് മനസ്സിൽ അവരുടെ രൂപം തെളിഞ്ഞത്. മാഗി പണ്ട് പാടിത്തന്ന സുദീർഘമായപാട്ടിന്റെ ഈണം അപ്പോഴും ഉള്ളിലുണ്ടായിരുന്നു. ആ പാട്ടിന്റെ റെക്കോർഡ് ഞാൻ പല പ്രാവശ്യം കേട്ടിട്ടുണ്ട്. കന്നടയും മലയാളവും കലങ്ങിയൊഴുകിയ പാട്ട് എനിക്കൊട്ടും മനസ്സിലായില്ല. ഏതോ പ്രാക്തനമായ ഈണത്തിൽ കുന്നിറങ്ങി കാറ്റിന്റേയും കാട്ടുമരങ്ങളുടേയും വിരൽപിടിച്ച്, കാട്ടുചോലകളിൽ തുടിച്ച് ആ പാട്ട് ചരിത്രരഹിതമായി ഒഴുകിവരികയായിരുന്നു.ഏറെ വിചിത്രം അത് പഴമ്പാട്ടായിരുന്നില്ല, കെട്ടുപാട്ടായിരുന്നു എന്നതാണ്. മാഗിയുടെ മകൻ അതിന്റെ അർത്ഥം പറഞ്ഞുതന്നപ്പോഴാണ് ഞാൻ അതറിഞ്ഞത്. ആ പാട്ട് ആപാദചൂഡം മാഗിയുടെ ജീവചരിത്രമായിരുന്നു. അവർ നടന്നുതീർത്തവഴികൾ, അവരെ പോറ്റിയ കാട്, വിശപ്പ്, പ്രേമം,സ്വപ്നങ്ങൾ, സങ്കടം, ദുരന്തം അങ്ങനെ അവരുടെ മനസ്സും ശരീരവും സഞ്ചരിച്ച ജീവിതത്തിന്റെ കേറ്റിറക്കങ്ങൾ, കെട്ടുപാടുകൾ...

മാഗിയുടെ ഭർത്താവ് കുപ്പൻ മരിച്ചത് ആനയുടെ കുത്തേറ്റാണ്. വിറകെടുക്കാൻ കാട്ടിൽപോയ അയാൾ തിരിച്ചുവന്നില്ല. രണ്ട് ദിവസം കഴിഞ്ഞ് കാട്ടിലെ ഒരു ചോലയുടെ കരയിൽ പുഴവഞ്ഞിച്ചെടികൾക്കിടയിൽനിന്ന് വികൃതമാക്കപ്പെട്ട ജഡമായി അയാളെ അവർക്ക് തിരിച്ചുകിട്ടി. പിന്നെ കാട്ടുതീയിനേക്കാൾ തീക്ഷ്ണമായി വിശപ്പ് കത്തിയത്, രാത്രിയെന്നൊ പകലെന്നൊ ഇല്ലാതെ പലർക്കായി ഉടുതുണിയുരിഞ്ഞത്, വറ്റിപ്പോയ മുലക്കാമ്പ് ചപ്പി കുട്ടി വാവിട്ട് കരഞ്ഞത്, സൗജന്യമായി കിട്ടിയ റേഷനരിയിൽനിന്ന് പുഴുക്കളും കല്ലുകളും പെറുക്കി പകൽ തീർന്നത് പാട്ടിലെ ജീവിതം അങ്ങനെ കാണാചരടുകളായി നീണ്ടുനീണ്ടുപോയി. സ്വയം വിത്തായി ചെടിയായി മരമായി കാടായി മാഗി തന്റെ പാട്ടിൽ വളർന്നു. ഒരേ ഇരിപ്പിൽ ഭൂതകാലമത്രയും അവർ പാട്ടിൽ അടയാളപ്പെടുത്തി.എവിടെ നിന്നാണ് അവർക്ക് ഈ വൈഭവം കിട്ടിയത്?

ലിപിയുള്ള സമൂഹത്തേക്കാൾ ശക്തമായ അനുഭവസ്മരണകളുണ്ട് ആദിവാസിക്ക്. ഓർമ്മയാണ് അവരുടെ പുസ്തകം. അനുഭവങ്ങളുടേയും ഭാവനയുടേയും പാട്ടുരൂപങ്ങളാണ് അവരുടെ സാഹിത്യം. അവ തലമുറകളിലൂടെ ഒഴുകുകയും വളരുകയും ചെയ്യുന്നു. കർത്താവിനെ കൈവിട്ട് കൃതി മുന്നോട്ടുപോവുന്നു. സമൂഹമാവുന്നു പിന്നീട് അതിന്റെ കർത്താവ്. മാഗി അന്ന് പാടിയ പാട്ട് ഇപ്പോൾ മറ്റൊരുരൂപത്തിൽ അവിടെ തുടരുന്നുണ്ടാവും. ഇങ്ങനെയാകാം ലിപിരഹിതമായ അവരുടെ ഭാഷയിൽ സാഹിത്യമുണ്ടാവുന്നത്.

അവർ പാട്ടുപാടിത്തരുന്നതിന് ഒരാഴ്ചമുമ്പാണ് അവരെ ഞാൻ ആദ്യം കാണുന്നത്. വീടിന്റെ ഉമ്മറത്തിരുന്ന് അവരപ്പോൾ ആനക്കുറുന്തോട്ടിയുടെ വിത്ത് ചേറ്റുകയായിരുന്നു. മുറത്തിൽ തന്നെ നട്ടിരുന്ന അവരുടെ കണ്ണുകൾ എന്നിലേക്ക് ഇളകിയില്ല. അവരുടെ മകൻ എന്നെ അവർക്ക് പരിചയപ്പെടുത്തുമ്പോഴും മുറം ഇളക്കുന്നത് നിർത്തിയില്ല. ഏതോ പ്രാചീനമായ അനുഷ്ഠാനത്തിലെന്നപ്പോലെ ശ്രദ്ധാലുവായിരുന്നു അവർ. എന്താണ് ചെയ്തുകൊണ്ടിരിക്കുന്നത് എന്ന് ഞാൻ അവരോട് ചോദിച്ചു. അതിന് മാഗി പറഞ്ഞ മറുപടിയെ മകൻ ഇങ്ങനെ സംഗ്രഹിച്ചു.' അത് ആനക്കുറുന്തോട്ടിയുടെ വിത്തുകളാണ്. ഞങ്ങൾ ചൂലുണ്ടാക്കുന്നത് അതുകൊണ്ടാണ്. ചൂലുണ്ടാക്കുമ്പോൾ ശേഖരിക്കുന്ന വിത്തുകളാണ് മുറത്തിൽ. അമ്മ അതിലെ നല്ല വിത്തുകൾ വേർതിരിച്ച് കാട്ടിൽ പലഭാഗങ്ങളിലായി വിതറും. അടുത്തവർഷവും ഞങ്ങൾക്ക് ചൂലുണ്ടാക്കേണ്ടതുണ്ട്.' പ്രകൃതിവിഭവങ്ങളിലുള്ള അവരുടെ സൂക്ഷ്മമായ കരുതൽ അന്ന് എന്നെ കുറച്ചൊന്നുമല്ല വിസ്മയിപ്പിച്ചത്.

പ്രകൃതിയുടേയും മനുഷ്യന്റേയും സ്പന്ദനങ്ങൾ അവിടെ ഒരേ സ്ഥായിയിലായിരുന്നു. ഗോത്രസംസ്കാരം കാലത്തിൽ ബാക്കിവെച്ച ഒരു കുഞ്ഞുവെട്ടമായിരുന്നു അവർ. പിന്നീട് വർഷങ്ങൾക്ക് ശേഷം അട്ടപ്പാടിയിലെ ആനവായ് അബ്ബന്നൂർ, കടുകുമണ്ണ തുടങ്ങിയ ഗോത്രമേഖലകൾ സന്ദർശിച്ചപ്പോൾ ഞാൻ മാഗിയുടെ കുറുന്തോട്ടിവിത്തുകളെ ഹൃദയവേദനയോടെ ഓർത്തു. പുനംകൃഷിക്കുവേണ്ടി കത്തിയമർന്ന നൂറുക്കണക്കിന് ഏക്കർ വനപ്രദേശം അവിടെ കണ്ടു. ഭവാനിപ്പുഴയുടെ നെഞ്ചിടിപ്പ് കൂട്ടിക്കൊണ്ട് മേൽമണ്ണ് കുത്തിയൊഴുകുന്നത് കണ്ടു. പുൽമേടുകളായി മാറിയ മഹാരണ്യങ്ങൾ കണ്ടു. മാഞ്ഞുപോയ വന്യതയിലേക്ക് കൊങ്ങിണി ച്ചെടികൾ (lenthana camera) യുദ്ധോൽസുകരായി പടരുന്നത് കണ്ടു. മാഗിയുടെ ഹൃദയത്തെ ഹരിതഭാഷ പഠിപ്പിച്ച അതേ സംസ്കാരത്തിന്റ വഴിതെറ്റിയ പിൻതുടർച്ചകൾ പണ്ട് പുനംകൃഷിക്ക് വലിയ ചാക്രിക മണ്ഡലമുണ്ടായിരുന്നു.

കൃഷിചെയ്ത ഒരിടത്തേക്ക് വീണ്ടും തിരിച്ചെത്തുന്നത് 15-20 വർഷങ്ങൾക്ക് ശേഷമായിരുന്നു. കൃഷിയിടം അപ്പോഴേക്കും കാടിടമായി മാറിയിട്ടുണ്ടാവും. വനം നേർത്തുപോയ പുതിയകാലത്ത് പഴയകാലത്തിന്റെ അതേ രീതിയിലുള്ള തുടർച്ചകൾ ആത്മഹത്യാപരമെന്ന് ആ വനപ്രദേശം നമ്മെ ഓർമ്മിപ്പിക്കുന്നു.അവിടത്തെ ആദിവാസിസമൂഹമാകട്ടെ കാലത്തിന്റെ വിപൽസൂചനകൾ അറിയുന്നേയില്ല. മാഗി

എടുക്കുന്നതിനേക്കാൾ ഏറെ പ്രകൃതിക്ക് തിരിച്ചുനൽകി. പുനംകൃഷിക്കാർ എടുക്കുക മാത്രം ചെയ്തു. ഒരേ സംസ്കാരത്തിന്റെ ഒരേ അതിജീവനതന്ത്രത്തിന്റെ വിരുദ്ധസ്വഭാവമുള്ള രണ്ട് ശേഷിപ്പുകളാണ് മാഗിയും അട്ടപ്പാടിയിലെ പുനംകൃഷിക്കാരും. ആദ്യത്തേത് സർഗ്ഗാത്മകവും രണ്ടാമത്തേത് നാശോന്മുഖവും.

2) ചരിത്രമില്ലാത്തതിനാൽ

നിലമ്പൂരിൽ നിന്ന് ഏകദേശം 20 കി.മീറ്റർ അകലെ സ്ഥിതി ചെയ്യുന്ന ഒരു പ്രദേശമാണ് വെറ്റിലക്കൊല്ലി. അകമ്പാടം എന്ന സ്ഥലം വരെ വാഹന സൗകര്യമുണ്ട്. അവിടെ നിന്ന് 8 കി.മീ നടത്തം. ചാലിയാറിനെ പോഷിപ്പിക്കുന്ന കൈവഴികളിലൊന്ന് ഈ പ്രദേശത്തിലൂടെയാണ് ഒഴുകുന്നത്. വനപാതയിൽ നിന്ന് അതിന്റെ ഒഴുക്ക് കേൾക്കാം. ജലശില്പികൾ സഹസ്രാബ്ദങ്ങളിലൂടെ കൈവേല ചെയ്ത പാറക്കൂട്ടങ്ങളുടെ രൂപവടിവുകൾ കാണാം. മലമുത്തന്മാർ, കാട്ടുനായ്ക്കർ എന്നീ ആദിവാസി വിഭാഗങ്ങളാണ് പാലക്കയത്ത് താമസിക്കുന്നത്. അകമ്പാടത്തിനും വെറ്റിലക്കൊല്ലിക്കുമിടയിൽ കണ്ടുമുട്ടുന്ന ആദിവാസികളുടെ ഏക അധിവാസ കേന്ദ്രമാണ് പാലക്കയം. കുടിയേറ്റക്കാരായ മലയാളികൾക്കും ഇവിടെ കൃഷിയിടങ്ങളുണ്ട്. മലമുത്തന്മാർ വയനാട്ടിലെ കുറിച്യന്മാരെപ്പോലെ 'മലനമ്പൂതിരി'മാർ ആണ് തങ്ങളെന്ന് സ്വയം കരുതുന്നു. അടുത്ത കാലം വരെ അവർ അയിത്തം ആചരിച്ചിരുന്നു. ദേഹപ്രകൃതിയിലും ആചാരസമ്പ്രദായങ്ങളിലും കുറിച്യരുമായുള്ള അവരുടെ സാമ്യം പഠനാർഹമാണ്. പഴയകാലത്ത് നിലമ്പൂർ കോവിലകം മലമുത്തന്മാർക്ക് പ്രത്യേകസ്ഥാനം നൽകിയിരുന്നുവെന്ന് അവരുടെ കഥകൾ സൂചിപ്പിക്കുന്നുമുണ്ട്.

പാലക്കയത്ത് നിന്ന് മൂന്നു കി.മീറ്ററോളം കുത്തനെ കയറ്റമാണ്. ചോല വനങ്ങളും ആളുയരത്തിൽ ആനപ്പുല്ലുകൾ തിങ്ങിയ പ്രദേശങ്ങളും താണ്ടിയാൽ വെറ്റിലക്കൊല്ലിയായി. വെറ്റിലക്കൊല്ലിയിൽ നിന്നുള്ള കാഴ്ച അഭൗമമാണ്. ദൂരെ വെള്ളരിമലയുടെ അറ്റമില്ലാത്ത പടലം. വൃക്ഷശിഖരങ്ങളിൽ ആത്മാക്കൾ മേഘരൂപികളായി ഇണചേർന്ന് കിടന്നു. അതിനു മുകളിൽ അസ്തമയസൂര്യന്റെ മൃദുവെളിച്ചം.

മലമുത്തന്മാരുടെ പുരാവൃത്തത്തിൽ വെള്ളരിമല വലിയ സാന്നിദ്ധ്യമാണ്. ദൈവം ജനിച്ചത് വെള്ളരിമലയിലാണെന്ന് അവർ വിശ്വസിക്കുന്നു. അനാദിയായ ഇരുട്ടിൽ ലോകം മൂടിക്കിടന്ന ഒരു കാലമായിരുന്നു അത്; ഋഗ്വേദത്തിൽ സൃഷ്ടിഗീതത്തിൽ പറയുമ്പോലെ. പകലും രാത്രിയും ഇല്ലാത്തതുകൊണ്ട് പ്രാണിസമൂഹം വളരെ സങ്കടത്തിൽ അകപ്പെട്ടു. പ്രാർത്ഥിച്ചു. പ്രാർത്ഥനയിൽ ഉള്ളലിഞ്ഞ ദൈവം ഏഴുനാൾ കഠിനമായി തപസ്സുചെയ്തു. തപശ്ശക്തിയിൽ നിന്ന് സൂര്യൻ പിറന്നു. അങ്ങനെയത്രേ ദിനരാത്രങ്ങളുണ്ടായത്.

വെറ്റിലക്കൊല്ലിയിൽ താമസിക്കുന്നത് പണിയവിഭാഗത്തിൽപ്പെട്ട ആദിവാസികളാണ്. അവിടെയുള്ള, കാട്ടുപുല്ലുകൾ കൊണ്ട് പടുത്ത

കൂരകൾക്ക് വയനാട്ടിലെ പണിയരുടെ പാർപ്പിടങ്ങളേക്കാൾ വലുപ്പമുണ്ട്; നിർമ്മാണരീതി സമാനമാണെങ്കിലും. കൂരകൾക്ക് തൊട്ടടുത്ത് കാട്ടില കൾകൊണ്ട് പുതിയതായി നിർമ്മിച്ച ഒരു പാടി. അത് ഈറ്റില്ലമാണ്. നീലി എന്ന പണിച്ചി അവിടെ പ്രസവിച്ചുകിടക്കുന്നു. പ്രസവം ഇപ്പോഴും അവർക്ക് സ്വകാര്യമാണ്. ആശുപത്രിയില്ല. ഗൈനക്കോളജിസ്റ്റില്ല. പ്രകൃതി യുടെ അക്ഷയമായ കാരുണ്യമല്ലാതെ.

ഞങ്ങൾ വെറ്റിലക്കൊല്ലിയിലെത്തുമ്പോൾ കുറച്ച് സ്ത്രീകളും കുട്ടി കളുമുണ്ടായിരുന്നു. ഞങ്ങളെ കണ്ട് അവർ കൂരകളിൽ ഓടി മറഞ്ഞു. അല്പം കഴിഞ്ഞപ്പോൾ കുറച്ചു ചെറുപ്പക്കാർ മുളങ്കുമ്പങ്ങളും തോളിൽ തൂക്കി നടന്നുവരുന്നത് കണ്ടു. ദൂരെയേതോ കാട്ടുറവുകളിൽ നിന്ന് കുടിനീർകൊണ്ടു വരികയാണ്. അവർ വെള്ളം സൂക്ഷിച്ചുവെക്കുന്നതും ഈ മുളങ്കുമ്പങ്ങളിലാണ്. ഞങ്ങളെ കണ്ടതോടെ അവരും ഓടിപ്പോയി. അവർക്കും ഞങ്ങൾക്കുമിടയിലെ സാംസ്കാരികമായ വിടവുകൾ എത്ര ആഴത്തിലുള്ളത്. രൂപത്തിൽ ഭാഷയിൽ ഗന്ധത്തിൽ അപരിചിതധാതു ക്കൾ സൂക്ഷിച്ചുവെച്ച, ഒഴുക്കിനേക്കാൾ കവിഞ്ഞൊഴുക്കിൽ വിശ്വസി ക്കുന്ന നാഗരികമായ ഉടലുകളോട് അവർ എങ്ങനെ സംവദിക്കാനാണ്? വന്യത എന്നത് ഒരു ഭൂപ്രകൃതി മാത്രമല്ല; മനഃപ്രകൃതി കൂടിയാണ്. അവിടെ ജനനമരണങ്ങൾ അവിച്ഛിന്നമായി ഒഴുകുന്നു. സമയം ജീവന്റെ ബഹുസ്വരതയാർന്ന രാഗം ആവർത്തിക്കുന്നു. ഇക്കോ കൾച്ചറിന്റെ ഈ ഭൂമികയിൽ പരിഷ്കൃതന് കണ്ണെത്തണമെങ്കിൽ അയാൾ/അവൾ തന്റെ ഹൃദയം എത്ര അടരുകൾക്ക് താഴെ കുഴിച്ചുനോക്കണം.

വഴികാട്ടിയായ മലമുത്ത വിഭാഗത്തിൽപ്പെട്ട സുഹൃത്ത് ഓടിപ്പോയ വരിൽ ചിലരെ ബലമായി കൂട്ടിക്കൊണ്ടുവന്നു. ഞങ്ങൾ സംസാരി ച്ചെങ്കിലും അവർ മിണ്ടിയില്ല. മൂളിയോ ഒറ്റവാക്കിലോ മറുപടി പറഞ്ഞ പ്പോൾ പോലും അവർ മുഖത്ത് നോക്കിയതുമില്ല. ഈ സവിശേഷത കൾ മൂലം പണിയ ഗോത്രത്തെക്കുറിച്ചുള്ള സാംസ്കാരിക പഠനത്തിന് ഏറ്റവും പറ്റിയ പ്രദേശമാണ് വെറ്റിലക്കൊല്ലിയെന്ന് ഞങ്ങൾ വിചാരിച്ചു. ഈ കാര്യം മലമുത്ത സുഹൃത്തിനോട് സൂചിപ്പിച്ചപ്പോഴാണ് ഏറെ വിസ്മയം ജനിപ്പിക്കുന്ന മറ്റൊരു വിവരം ലഭിച്ചത്. ഏകദേശം 5 കി. മീറ്റർ നടന്നാൽ പണിയരുടെ തന്നെ മറ്റൊരു കോളനിയുണ്ടത്രേ. അമ്പു മല വെറ്റിലക്കൊല്ലിയിലെ പണിയരേക്കാൾ പ്രാക്തന സ്വഭാവമുള്ളവർ ‘കുറിഞ്ചിപണിയർ’ എന്ന് സ്വയം വിശേഷിപ്പിക്കുന്ന അവർ വെറ്റിലക്കൊല്ലി യിലെ ആളുകളുമായിപ്പോലും ഇടപഴകുന്നില്ല. മലമുത്തന്മാരും കുടിയേറ്റ മലയാളികളുമായും പരിമിതമായെങ്കിലും സമ്പർക്കം പുലർത്തുന്ന വെറ്റിലക്കൊല്ലിയിലെ പണിയരെ അവർ പൂർണ്ണമായും അകറ്റി നിർത്തി യിരിക്കുന്നു. ആചാരബന്ധങ്ങളോ വിവാഹ ബന്ധങ്ങളോ അവർ തമ്മി ലില്ല. ചുരുക്കത്തിൽ വെറും പതിറ്റാണ്ടുകൾകൊണ്ട് കുറിഞ്ചിപണിയർ പണിയർക്കിടയിലെ മറ്റൊരു ജാതിവിഭാഗമായി രൂപം പ്രാപിച്ചു. വംശീയ മായ പ്രത്യേകതകളോ തൊഴിൽ വിഭജനത്തിന്റേതായ ചരിത്രപരിണാമ ങ്ങളോ ഇല്ലാതെതന്നെ പണിയർ രണ്ടു ജാതിവിഭാഗങ്ങളായി ഇഴപിരി ഞ്ഞത് എത്ര പെട്ടെന്നാണ്? രേഖപ്പെടുത്തിയ ചരിത്രം ഇല്ലാത്തതുകൊണ്ട്,

കാലം കഴിയുമ്പോൾ കുറിഞ്ചിപണിയർ എന്ന ഒരു ഗോത്രവിഭാഗം കൂടി പട്ടികവർഗ്ഗപേരേടിൽ സ്ഥാനം പിടിച്ചേക്കാം.

ചരിത്രപരമായി കുറിഞ്ചി എന്നതിന് വേറെയും മാനങ്ങളുണ്ട്. സംഘകാലതമിഴകത്തിന്റെ ഐന്തിണ സങ്കല്പത്തെ ഈ വാക്ക് ഓർമ്മിപ്പിക്കുന്നുണ്ട്. ഭൂപ്രകൃതിയുടെ അടിസ്ഥാനത്തിൽ തരം തിരിച്ച അഞ്ചുതിണകളിൽ ഒന്നാണ് കുറിഞ്ഞി എന്ന വനപ്രദേശം. 'പാല' എന്ന ഊഷരപ്രദേശമാണ് അടുത്തത്. 'മുല്ല' എന്നത് കുറ്റിക്കാടാണ്. കൃഷിഭൂമികളുള്ള നദീതടങ്ങൾ 'മരുതം' എന്നും പുഴകളും ചതുപ്പുനിലങ്ങളും ഉൾപ്പെട്ട സമുദ്രതീരപ്രദേശം 'നെയ്തൽ' എന്നും അറിയപ്പെട്ടു. കുറിഞ്ഞി പണിയർ എന്നതിനോടൊപ്പം പാലക്കയം, മരുതം എന്നീ സ്ഥലപ്പേരുകൾ കൂടി കൂട്ടി വായിക്കുക. നിലമ്പൂരിനടുത്ത് സ്ഥിതി ചെയ്യുന്ന, നൂറ്റാണ്ടുകളായി തദ്ദേശവാസികൾ സ്വർണ്ണഖനനം നടത്തിപ്പോരുന്ന ഒരു ഭൂപ്രദേശമാണ് മരുതം.18ാം നൂറ്റാണ്ടിന്റെ ആദ്യദശകത്തിൽ നിലമ്പൂർ സന്ദർശിച്ച ബുക്കാനൻ ഇവിടത്തെ സ്വർണ്ണഖനനത്തെപ്പറ്റി സൂചിപ്പിക്കുന്നുണ്ട്. ചരിത്രത്തിന്റെ ഏതോ ഗതിയിൽ സഹ്യന് കിഴക്കുനിന്ന് ദേശാടനം ചെയ്തവർ വന്നുപെട്ട സ്ഥലത്തിന്, അതിന്റെ പ്രത്യേകതകൾ നോക്കാതെതന്നെ, തങ്ങൾ നേരത്തെ അധിവസിച്ചിരുന്ന തിണകളുടെ പേരുകൾ നൽകിയതാകാം. അല്ലെങ്കിൽ ചെന്തമിഴ് കാലത്തെ ജനപഥമാകാം ഈ പ്രദേശവും.

3) മരണം ജീവിതത്തിന്റെ വളർച്ച

വയനാട് ജില്ലയിലെ പുകയിലമാളം കാട്ടുനായ്ക്കകോളനിയിലെ സിന്ധു മരിച്ചു. മരിക്കുമ്പോൾ അവൾക്ക് 17-18 വയസ്സ് പ്രായം കാണും. (1996) ആറുമാസത്തോളം പ്രായമായ സിന്ധുവിന്റെ കൈക്കുഞ്ഞും അമ്മയും മാത്രമായി വീട്ടിൽ. വീടെന്ന് പറഞ്ഞുകൂടാ. ഏതു നിമിഷവും തകർന്നുവീഴാവുന്ന ഒരു കുടിൽ. ആകാശത്തേക്ക് സദാ തുറന്നിരിക്കുന്ന അതിന്റെ ആയിരം കണ്ണുകളിലൂടെ മഴ ഇടവഴികളായി അകത്തെത്തി. സൂര്യൻ അകത്ത് ഒരുപാട് വെയിൽപ്പുള്ളികൾ വരച്ചു.

ആദിവാസിജീവിതവുമായി ബന്ധപ്പെട്ട ഒരു പഠനത്തിനവേണ്ടിയാണ് ഞങ്ങൾ പുകയിലമാളം ഊരിൽ ചെന്നത്. ഊരുനിവാസികളായ ചിലരാണ് സിന്ധുവിനെപ്പറ്റി പറഞ്ഞത്. അവളപ്പോൾ ഗർഭിണിയായിരുന്നു. ഒരു വന്തവാസിയാണ് അവിവാഹിതയായ അവൾക്ക് കന്യാഗർഭം നൽകിയത്. പുൽപ്പള്ളി- ബത്തേരി റോഡിൽ ബസ്സ് ഓടിപ്പിച്ചിരുന്ന ഒരു ഡ്രൈവറായിരുന്നു അയാളെന്ന് സിന്ധുവിന്റെ അമ്മ പറഞ്ഞു. ചില സാമൂഹികപ്രവർത്തകരുടെ നിർബന്ധത്തിനു വഴങ്ങി അവൾ പൊലീസ് സ്റ്റേഷനിൽ പരാതി നൽകി. പതിവുപോലെ ഇടനിലക്കാർ വന്നു. കേസ് പിൻവലിച്ചു. പ്രതിഫലമായി രണ്ടായിരം രൂപയോളം കൈയിൽ കിട്ടിയെന്ന് സിന്ധുവിന്റെ അമ്മ - ഒരു ഗർഭത്തിന്റെ വില! പണം അവർ ബാങ്കിൽ നിക്ഷേപിച്ചില്ല. കുപ്പിവളകളായി, സിനിമകളായി, ഹോട്ടൽ ഭക്ഷണമായി അത് വളരെ വേഗത്തിൽ കൈയൊഴിഞ്ഞു.

ഞങ്ങൾ അന്ന് സിന്ധുവിനോടും അവളുടെ അമ്മയോടും ഏറെ നേരം സംസാരിച്ചു. ഗർഭിണിയായതിലോ കുട്ടിയെ പരിപാലിക്കുന്നതിനായി ഭാവിയിൽ നേരിടേണ്ട വൈഷമ്യങ്ങളെക്കുറിച്ചോ സിന്ധുവിന് ആകുലതകളൊന്നുമില്ല. മറ്റു നൂറുക്കണക്കിന് അവിവാഹിതരായ ആദിവാസി അമ്മമാരെപ്പോലെ തന്നെ, താൻ ചൂഷണത്തിന് വിധേയയായവളാണെന്ന തോന്നൽ അവൾക്കില്ല. അവളുടെ അമ്മയുടെ അവസ്ഥയും മറിച്ചല്ലായിരുന്നു. സംഭവിക്കുന്നതെന്തും സ്വാഭാവികം. വെറുപ്പില്ല, വിദ്വേഷമില്ല. വരുംവരായ്കകളെക്കുറിച്ചുള്ള ആവലാതികളില്ല. തങ്ങളുടെ ചുറ്റുമുള്ള രോഗഗ്രസ്തമായ സാമൂഹികവളർച്ചകളിൽ ജാഗ്രതയില്ലാതെ, ധാർമ്മികതയെപ്രതിയോ നീതിയെപ്രതിയോ അമർഷങ്ങളില്ലാതെ നമുക്ക് ഒരു തരത്തിലും പിടികിട്ടാത്ത മനോഭാവവുമായി ജീവിതത്തിന്റെ മറ്റൊരിടവഴി.

സ്വത്തിലെന്നതുപോലെ അവർക്ക് ശരീരത്തിലും സ്വാർത്ഥങ്ങളില്ലെന്നാണൊ മനസ്സിലാക്കേണ്ടത്. ഒരുപാട് കരുതലുകളിലൂടെയാണ് ഒരു സ്ത്രീശരീരം പുലരുന്നതെന്ന് അവർക്ക് അനുഭവമാകുന്നില്ല. ഭയത്തിന്റെ രസനില അളക്കുന്ന നമ്മുടെ സമൂഹത്തിലെ സ്ത്രീശരീരങ്ങളുടെ മറുഭാഷയാണ് ആദിവാസി സ്ത്രീകളുടെ ശരീരബോധം. പക്ഷേ, പരിഷ്കാരത്തിൽ മുന്നിലും സംസ്കാരത്തിൽ പിന്നിലും നിൽക്കുന്ന സംഘടിത സമൂഹത്തിനുള്ളിൽ എങ്ങനെയാണ് ഈ ശരീരബോധത്തിന് നിലനിൽക്കാനാവുക?

സിന്ധു മരിക്കുന്നതിന് ഒരാഴ്ച മുമ്പ് ഞങ്ങൾ വീണ്ടും പുകയിലമാളത്ത് ചെന്നു. മൊതലി (മൂപ്പൻ) ഞങ്ങളെ സിന്ധുവിന്റെ വീട്ടിലേക്ക് കൂട്ടി. വീടിന്റെ ഉമ്മറത്ത് ശൂന്യമായ കണ്ണുകളോടെ സിന്ധുവിന്റെ കുഞ്ഞിനെ മടിയിൽ വെച്ച് അവളുടെ അമ്മ ഇരിപ്പുണ്ടായിരുന്നു. സിന്ധു വെളിയിൽ വന്നില്ല. തലേന്നാൾ പെയ്ത മഴവെള്ളം ഇനിയും വറ്റിയിട്ടില്ലാത്ത ഇടുങ്ങിയ മുറിയിൽ, വെളിച്ചം കുറഞ്ഞ മൂലയിൽ കൂനിയിരിപ്പാണ് അവൾ. ഞങ്ങൾ കുറെ വിളിച്ചു. ക്ഷീണിച്ച സ്വരത്തിൽ അവൾ എന്തോ പിറുപിറുക്കുക മാത്രം ചെയ്തു. അകത്ത് കടന്ന് നോക്കിയപ്പോൾ വളരെ ശോഷിച്ച് വികൃതമായ ഒരു രൂപം ചുമർ ചാരിയിരിക്കുന്നു. ജീവനോടെ മാംസം എടുത്തുകളഞ്ഞ തൊലി പുതച്ച ഒരു എല്ലിൻകൂട്. പ്രാഥമിക ശാരീരിക ലക്ഷണങ്ങളിൽ നിന്ന് അവൾക്ക് സിക്കിൾ സെൽ അനീമിയയുണ്ടാകാമെന്ന് ഞങ്ങൾ ഊഹിച്ചു. ആശുപത്രിയിൽ പോകാൻ ഞങ്ങൾ നിർബന്ധിച്ചെങ്കിലും തുറിച്ച കണ്ണുകളും വികാരരഹിതമായ മുഖഭാവവുമായി അവൾ ചുമരിനോട് കൂടുതൽ ഒട്ടിച്ചേർന്ന് ഇരിക്കുക മാത്രം ചെയ്തു.

ആരോഗ്യവകുപ്പിനെ വിവരം ധരിപ്പിച്ചതിനെത്തുടർന്ന് അവരുടെ മൊബൈൽ യൂണിറ്റ് പിറ്റേദിവസം ഊരിൽ വന്നു. ആരോഗ്യപ്രവർത്തകരും കുറെ ശ്രമിച്ചു, അവളെ ആശുപത്രിയിലേക്ക് കൊണ്ടുപോകാൻ. ശ്രമം വിഫലമായപ്പോൾ കുറച്ച് ഗുളികകൾ സിന്ധുവിന്റെ അമ്മയെ

ഏല്പിച്ച് അവർ തിരിച്ചുപോയി. ആ ഗുളികകൾ കൂടിനകത്ത് ഭദ്രമായി തന്നെ ഇരുന്നു.

രണ്ടാഴ്ചക്ക്ശേഷം ഞങ്ങൾ വീണ്ടും ഊരിലെത്തുമ്പോൾ സിന്ധു ജീവിച്ചിരിപ്പില്ലായിരുന്നു. എന്തുകൊണ്ടാണ് ഇത്രയേറെ നിർബന്ധിച്ചിട്ടും സിന്ധു ആശുപത്രിയിൽ പോകാതിരുന്നത്? അതും എല്ലാ സൗകര്യങ്ങളും ഞങ്ങൾ ഏർപ്പാട് ചെയ്തതിനുശേഷവും ആഹാരമില്ലാതെ, ആരോഗ്യമില്ലാതെ നാളുകൾ തള്ളിനീക്കുമ്പോഴും മരണം അരൂപിയായി തൊട്ടരികിൽ നിലയുറപ്പിച്ചിട്ടും. ജീവിതത്തെയും മരണത്തെയും നിസ്സംഗമായി നോക്കികാണുന്ന ഈ മാനസികാവസ്ഥയെ എങ്ങനെയാണ് ഒരു നാഗരികൻ മനസ്സിലാക്കുക. മരണമില്ലാതാക്കാൻ വല്ല വഴിയുമുണ്ടോയെന്ന് പരിഷ്കൃതസമൂഹം സൂക്ഷ്മാന്വേഷണം നടത്തുമ്പോൾ മരണം ജീവിതത്തിന്റെ മറ്റൊരു വളർച്ചയായി ഗോത്രമനസ്സ് അനുഭവിച്ചറിയുകയാണോ? ഇത് ഒറ്റപ്പെട്ട സംഭവമല്ല. എത്രയോ ഉദാഹരണങ്ങൾ മാരകരോഗം ബാധിച്ച് ആശുപത്രിയിൽ പ്രവേശിപ്പിക്കപ്പെട്ട രോഗികൾപോലും തങ്ങളുടെ ഊരുകളിലേക്ക് അർദ്ധപ്രാണരായി ഓടി രക്ഷപ്പെട്ട എത്രയോ ഉദാഹരണങ്ങൾ അട്ടപ്പാടിയിലെ പൂതൂർ ആശുപത്രിയിലെ ഡോ. പ്രഭുദാസ് എന്നോട് പറഞ്ഞിട്ടുണ്ട്.

ആരോഗ്യം തിരിച്ചുകിട്ടുന്നതിലോ ആയുസ്സ് നീട്ടിക്കിട്ടുന്നതിലോ അവർക്ക് കൊതിയില്ല. നാളേക്കുവേണ്ടി അവരുടെ ശരീരം പോലും കരുതിവെക്കുന്നില്ല. ജീവിക്കുകയെന്നാൽ മരിച്ചുകൊണ്ടിരിക്കുകയാണെന്നും അത് ഏത് നിമിഷവും പൂർത്തിയാകാമെന്നുമുള്ള പഴയ ബോധത്തെ പുതിയ കാലത്തും അവർ അബോധമായി പിൻതുടരുകയാണോ? അങ്ങനെ, ഒരു ദർശനവും പഠിക്കാതെ, (ജിദ്ദു കൃഷ്ണമൂർത്തി, ഓഷോ എന്നിവരുടെ ദർശനം) ഗുരുവചനങ്ങൾ കേൾക്കാതെ ഇന്നിൽ ജീവിച്ചുതീരുന്നു ആദിവാസികൾ. ആയുസ്സിന്റെയും തലമുറകളുടെയും നീണ്ട കണക്കു പുസ്തകങ്ങളുമായി ആധുനികസമൂഹം ഉൽക്കണ്ഠയോടും ആർത്തിയോടും കൂടി ഭാവിയെ ഉറ്റുനോക്കിക്കൊണ്ടിരിക്കുമ്പോൾ തന്നെ.

4) നേർരേഖയിൽ നടക്കുന്നവർ

നിലമ്പൂരിൽ നിന്ന് കുറച്ച് കിലോമീറ്ററുകൾകൂടി താണ്ടിയാൽ കരുളായി എന്ന കുടിയേറ്റഗ്രാമത്തിൽ എത്തിച്ചേരാം കാടിന്നിടയിൽ വളർന്ന ഗ്രാമം. ചാലിയാറിലേക്ക് നീരും കുളിരും കൊയ്തുകൂട്ടുന്ന പല കൈവഴികൾ പോകുന്ന ഭൂഖണ്ഡം.

നേരം വെളുത്തുവരുന്നു. തണുപ്പകറ്റാൻ തൊട്ടടുത്ത കടയിൽനിന്ന് കടുംചായ മോന്തി ഞങ്ങളിരുന്നു. ചുറ്റിലും ഉറക്കമുണരാത്ത കാട്. അല്പം ദൂരെ നിരത്തിൽ ഒരാൾക്കൂട്ടം. കാടിനെ മായ്ച്ചും വരച്ചും ഒഴുകുന്ന പുകമഞ്ഞിലൂടെ അവർ നടന്നുവരികയാണ്. അവർ കേരളത്തിലെ ഏറ്റവും പ്രാചീനഗോത്രവർഗ്ഗക്കാരായ ചോലനായ്ക്കന്മാരായിരുന്നു. ദൂരെയുള്ള മാഞ്ചീരിമലകളിൽ നിന്ന് അങ്ങാടിയിലേക്കുള്ള യാത്രയിലാണ്

അവർ. അടുത്തകാലം വരെ അളകളിലാണ് അവർ താമസിച്ചിരുന്നത്. ആഹാരം മാത്രമല്ല, വീടും പ്രകൃതിദത്തമായിരുന്നു. അനാദിവാസികളുടെ ഗന്ധങ്ങൾപോലുമില്ലാത്ത ലോകമായിരുന്നു അത്. അന്ന് അവർക്ക് വിൽക്കാൻ ഒന്നുമില്ലായിരുന്നു, വാങ്ങാനും. ഇപ്പോൾ കാട്ടുവിഭവങ്ങൾ നാട്ടിലേക്കും നാട്ടുവിഭവങ്ങൾ കാട്ടിലേക്കും ഒഴുകുന്നുണ്ട്. ഭൂമിയിലെ എല്ലാ ഏകാന്തതകൾക്കും മീതെ പെയ്തുനിറയുന്ന നാഗരികസംസ്കാരത്തിൽ നിന്ന് അവർക്കും ഒഴിഞ്ഞുമാറാനായില്ല. നാടാകാൻ വിസമ്മതിച്ച കാട്ടിലേക്ക് നാട് കാട്ടുമനുഷ്യരിലൂടെ ഒഴുകി.

അവരുടെ നടത്ത ഏറെ ശ്രദ്ധേയമായിരുന്നു. കാട്ടുവഴികൾ പിന്നിട്ടിട്ടും നാട്ടുവഴിയിൽ എത്തിപ്പെട്ടിട്ടും അതിന്റെ ഓരംപറ്റി ഒരൊറ്റവരിയായാണ് അവർ നടന്നത്. സ്ത്രീകളും കുട്ടികളും പുരുഷന്മാരുമടങ്ങിയ ഒരാൾക്കൂട്ടമാണ് ചലിക്കുന്ന ഒരു രേഖ കണക്കെ മുന്നോട്ട് വരുന്നത്. ആളോ വാഹനങ്ങളോ തിരക്ക് കൂട്ടാത്തനിരത്തിൽ എന്തുകൊണ്ടാണ് അവർ ഉറുമ്പുകളെപ്പോലെ വരിചേർന്ന് നീങ്ങുന്നത്? അവർ നടക്കുക മാത്രമല്ല ചെയ്യുന്നത് , ചിലർ പുകവലിക്കുന്നുണ്ട്, ചിലർ മുറുക്കുന്നുണ്ട്. അതിന്നിടയിൽ അവർ പരസ്പരം സംസാരിക്കുകയും കേൾക്കുകയും ചെയ്യുന്നുണ്ട്.

വാസ്തവത്തിൽ അവർ നടക്കുന്നത് നാട്ടുവഴിയിലൂടെയല്ല, അവരുടെ സംസ്കാരത്തിലൂടെയാണ്. നൂറ്റാണ്ടുകളിലൂടെ അവർ നടന്ന കാട്ടുപാത തന്നെയാണ് വലിയ നിരത്തായി വളർന്നത്. കുന്നിൽ നിന്ന് താഴ്വരയിലേക്ക് ഒരു സംസ്കാരത്തിന്റെ ദൂരമുണ്ടെന്ന് ഈ നടത്ത നമ്മെ ഓർമ്മിപ്പിക്കുന്നുണ്ട്. അതായത് ഇക്കോ കൾച്ചറിൽനിന്ന് അഗ്രികൾച്ചറിലേക്കുള്ള ആയിരത്താണ്ടുകളുടെ ദൂരമാണ് ഒരായുസ്സുകൊണ്ട് അവർക്ക് നടക്കാനുള്ളത്. പക്ഷേ, നാട്ടിലും അതിന്റെ നിരത്തുകളിലും അവരുടെ ചുവടുകൾ കാട്ടുപാതകളെ മാത്രം അടയാളപ്പെടുത്തി. ഏത് പെരുവഴിയും അവർക്ക് ഒറ്റയടിപ്പാതയായത്, ഏത് പെരുവഴിയും നമുക്ക് നടക്കാൻ തികയാതാക്കിയത് സംസ്കാരമാണ്. നീളത്തിൽ നടക്കുന്നവരിൽ നിന്ന് വീതിയിൽ നടക്കുന്നവരിലേക്കുള്ള ദൂരത്തിന് ഗോത്രസംസ്കാരത്തിൽ നിന്ന് ആധുനികസംസ്കാത്തിലേക്കുള്ള ദൂരമുണ്ട്.

പരമാർത്ഥത്തിൽ ഒരോ വ്യക്തിയും ഓരോ സംസ്കാരമാണ്. പക്ഷേ ഒന്നിലധികംപേർ ചേരുമ്പോൾ മാത്രമാണ് അത് ഗോചരമാകുന്നത്. കാരണം സംസ്കാരം സ്പന്ദിക്കുന്നത് അത് വിനിമയം ചെയ്യുമ്പോൾ മാത്രമാണ്. നേർരേഖയിൽ നടക്കുന്ന ചോലനായ്ക്കന്മാർ അതോടൊപ്പം ആശയവിനിമയംകൂടി നടത്തുന്നുണ്ട്. പരസ്പരം കാണാതെ, വാക്കുകളിലൂടെ മാത്രമുള്ള ആശയവിനിമയമാണത്. നമുക്ക് അത് ചിന്തിക്കാൻ പോലും പ്രയാസമാണ്. കാരണം നമുക്ക് ഭാഷയെന്നത് ഉച്ചരിക്കപ്പെടുന്നത് മാത്രമല്ല, ശരീരഭാഷയും കൂടി ചേർന്നതാണ്. അതായത് വാക്കിൽ മുഖത്തിന്റെ രസഭേദങ്ങൾ കലരുമ്പോഴാണ് നാം വിനിമയക്ഷമരാകുന്നത്. വാക്കിനെ മുഖപേശികൾ ദീപ്തമാക്കുന്നു. അതുകൊണ്ട് നാം വീതിയിൽ പരസ്പരം മുഖം കണ്ട് സംസാരിച്ച് നടന്നുപോകുന്നു. ഒരു

നേർരേഖയിൽ നാം അണിചേർന്ന് ചലിക്കുമ്പോൾ അത് ഒരു ജാഥയോ പ്രകടനമോ മാത്രമാകുന്നു.

നേർരേഖയിൽ നടക്കുമ്പോൾ ഒരാളുടെ വേഗതയെന്നത് മുന്നിൽ നടക്കുന്നവന്റെ വേഗതയാണ്. പലവേഗതയില്ല, ഒരൊറ്റവേഗതമാത്രം. അത് ഒരു പുഴയൊഴുക്കിന് സമാനമാണ്. ഓരോ തുള്ളിയും വേർ തിരിഞ്ഞ് ചലിക്കാതെ, ഒരൊറ്റ ചലനത്തിലേക്ക് അവിഭാജ്യമാംവിധം കോർത്തിണക്കപ്പെട്ട മനുഷ്യരുടെ മറ്റൊരു പുഴയൊഴുക്ക്. അങ്ങനെ കാടിന്റെ, പുഴയുടെ, പക്ഷിമൃഗാദികളുടെ, ഋതുക്കളുടെ ചലനത്തിനിടയിൽ നൂറ്റാണ്ടുകളായി ഒരേ വേഗതയിൽ ഒരേ വരിയിൽ നടന്നുക്കൊണ്ടിരുന്ന ആദിവാസികൾ മറ്റൊരുവേഗതയിൽ മറ്റൊരു നിലയിൽ നടക്കുന്ന ലോകത്തിലേക്ക് മാറ്റങ്ങളേതുമില്ലാതെ കടന്നുവരികയാണ്.

വീതിയിൽ നടക്കുന്ന ലോകം അതിവേഗതയുടെ ലോകമാണ്. മത്സരത്തിന്റെ ലോകമാണ്. ഒറ്റയ്ക്കൊറ്റയ്ക്ക് മുന്നേറുന്നതിന് സംസ്കാരം സ്വയം നിർണ്ണയിച്ചുനൽകിയ ഒരു ചലനതന്ത്രമാണ്. എത്ര നൂറ്റാണ്ടുകളുടെ കൈത്തഴക്കങ്ങളാണ് ഇതിന് പിറകിൽ. എത്ര യുദ്ധങ്ങൾ, പ്രസ്ഥാനങ്ങൾ, കണ്ടുപിടിത്തങ്ങൾ പക്ഷേ സ്ഥല-കാലങ്ങളിൽ നിന്ന് അന്യരാവാതെ, മറ്റൊരു വേഗതയുടെ ആവശ്യമില്ലാതെ, ജനനവും ജീവിതവും മരണവും ഒരേ കാലപ്രവാഹത്തിന്റെ അടയാളമാക്കിയ ആദിവാസികൾ എത്ര പെട്ടെന്നാണ് ,ആയിരക്കണക്കിന് വർഷങ്ങളിലൂടെ മറ്റൊരു ജീവിതവേഗം ആർജ്ജിച്ച സമൂഹങ്ങൾക്ക് മുമ്പിൽ എത്തിപ്പെട്ടത്. വീതിയിൽ നടക്കുന്നവരുടെ ലോകത്ത്, അതിന്റെ ഓരങ്ങളിൽ പ്രത്യക്ഷപ്പെടുന്ന ചലിക്കുന്ന ഈ നേർരേഖയിൽ അജ്ഞാതങ്ങളായ ഒരുപാട് സത്യങ്ങളുണ്ട്. അവർ നടക്കുന്നത് വഴിയിലൂടെ മാത്രമല്ല, സംസ്കാരത്തിലൂടെയുമാണ്.

5) നിങ്ങൾ ആദിവാസിയോടൊപ്പം കാട്ടിൽ നടന്നിട്ടുണ്ടോ?

ആദിവാസിയോടൊപ്പം കാട്ടിൽ നടക്കുന്നത് ഒരേ സമയം സുഖവും ദുഃഖവുമാണ്. കാട് നിർഭയവും സ്നേഹാനുഭവവുമാണെന്ന് അറിയുന്നത് അവരോടൊപ്പം നടക്കുമ്പോഴാണ്. കാടിന്റെ ഓരോ കഴഞ്ച് മണ്ണിലും കാഴ്ചയ്ക്കപ്പുറം ജീവൻ തുടിക്കുന്നത് നാമറിയും. ചെടികളും മരങ്ങളും നമ്മുടെ ജാതിയിൽ പുനർജനിക്കും. സസ്യങ്ങളുടെ ഹൃദയസ്പന്ദനം കേൾക്കും. പക്ഷികളും ജന്തുക്കളും കൂട്ടുകാരാവും. കാട്ടാറുകൾക്ക് കാക്കത്തൊള്ളായിരം കഥകളുണ്ടാവും. പക്ഷേ, അവരുടെ കാലുകൾ നമ്മെ അരിശപ്പെടുത്തും, ദുഃഖിപ്പിക്കും. എത്ര ഓടിയാലും അവർക്ക് മുമ്പിലെത്താൻ നമുക്കാവില്ല. എത്ര പതുക്കെ നടന്നാലും അവർ നമുക്ക് പിറകിലാവില്ല. നാം കിതയ്ക്കുമ്പോൾ അവർ കുതിക്കുന്നു. അവരുടെ കാലിൽ ചെരിപ്പ്പോലുമില്ലാതിരുന്നിട്ടും. പാദം തന്നെ അവർക്ക് ചെരിപ്പ്. കല്ലും മുള്ളും അക്ഷരാർത്ഥത്തിൽ അവർക്ക് മെത്ത. ചെരിപ്പില്ലാതെ പത്തടിപോലും നമുക്ക് നടക്കാനാവില്ല. മൺതരിക്കുപോലും സൂചിമുനകൾ. എന്നാൽ നാട്ടിൽ അവർ എത്ര ഓടിയാലും

നമുക്കൊപ്പമെത്തില്ല. നാട്ടിൽ നമ്മുടെ നടത്തത്തിന് അവരുടെ ഓട്ട ത്തേക്കാൾ വേഗതയുണ്ട്.

കാടും നാടും രണ്ട് ഭൂപ്രകൃതി മാത്രമല്ല, സംസ്കൃതിയുമാണ്. കാട്ടിൽ നിന്ന് നാട്ടിലേക്കുള്ള ദൂരം ഒരു സംസ്കാരത്തിന്റേതാണ്. കാട് അവർക്ക് അമ്മയും അഭയവും ആഹാരവുമാണ്. നമുക്കാവട്ടേ തടിയോ ദർശ നമോ സൗന്ദര്യാനുഭവമോ ആണ്. ലളിതമായി പറഞ്ഞാൽ കാട് അവർക്ക് പരിചിതവും നമുക്ക് അപരിചിതവുമാണ്. നാട് നേരെ മറിച്ചും. അട്ടപ്പാടി യിലെ ആനവായ് ഊരിൽനിന്ന് ഏകദേശം 30 കി.മീറ്റർ അകലെയുള്ള അഗളിയിലേക്കും തിരിച്ചുമുള്ള ദൂരത്തിന് 'രണ്ട് നടാപ്പും ഒരു കെടാപ്പും' (രണ്ട് പകലും ഒരു രാത്രിയും) എന്നതാണ് കുറുമ്പരുടെ കാലമാപിനി യെന്ന് അട്ടപ്പാടിയിലെ ആദ്യത്തെ ഗ്രാമസേവകനായ പരീത്കുട്ടി. നാം ദൂരത്തെ അളക്കുന്നത് കിലോമീറ്റർകൊണ്ടാണെങ്കിൽ അവർ നേരം കൊണ്ടാണ്. മണിക്കൂറുകളും മിനിറ്റുകളുമില്ലാത്ത നേരം. പകലെന്നൊ രാത്രിയെന്നൊ ഉള്ള നേരം.

എന്തുകൊണ്ടാണ് നാം കാടിനെപ്പറ്റിയും ആദിവാസികളെപ്പറ്റിയും ഗവേഷണം നടത്തുന്നത്. എന്തുകൊണ്ടാണ് ആദിവാസികൾ നാടിനെ പ്പറ്റിയും നാട്ടുകാരെപ്പറ്റിയും ഗവേഷണം നടത്താത്തത്. ഗവേഷകൻ സ്വയമേവ ഒരു കർത്തൃത്വാധികാരം ഗവേഷണവിഷയത്തിൽ സ്ഥാപി ക്കുന്നുണ്ട്. ഒരു സംസ്കാരവും ജനസമൂഹവുമാണ് വിഷയമെങ്കിലും ഗവേഷകന്റെ മനസ്സിൽ അത് ഒരു വസ്തുസ്ഥിതിയിലെത്തുന്നു. മാത്ര മല്ല, ഗവേഷകൻ ഗവേഷണസാമഗ്രികളുടെമേൽ ബോധപൂർവ്വമോ അബോധപൂർവ്വമോ ബൗദ്ധികമേൽക്കോയ്മ ഉണ്ടാക്കുകയും ചെയ്യും. ഒരേ കാലത്തിലാണ് രണ്ട് ജനസമൂഹവും ജീവിക്കുന്നതെങ്കിലും പരി ഷ്കൃതസമൂഹം കരുതുന്നത് അവരുടെ ഭൂതകാലമാണ് ആദിവാസി കളെന്നാണ്. അതുകൊണ്ടാണ് നാം പഠിതാവും അവർ പഠിതവസ്തു വുമാകുന്നത്. നാം പുരോഗമനത്തിന് വിധേയമായപ്പോൾ അവർ എവി ടെയൊ ഉറച്ചുപോയി. സ്ഥലത്തിൽ മാത്രമല്ല അവർ ഉറച്ചത്, കാലത്തിലും കൂടിയാണ്. സ്ഥലങ്ങൾ പരിഷ്കൃതൻ കടന്നാക്രമിക്കുകയും നാടാക്കി മാറ്റുകയും ചെയ്തെങ്കിലും അവരുടെ കാലത്തിൽ ഇടപെടാൻ സാധി ച്ചില്ല. കാരണം സ്ഥലം വെളിയിലും കാലം അവരുടെ ഉള്ളിലുമായിരുന്നു. അതായത് സ്ഥലത്തിൽ നിന്ന് അന്യവൽക്കൃതരായിട്ടും കാലത്തിൽ നിന്ന് പൂർണ്ണമായും അവർ അന്യവൽക്കൃതരായില്ല. നാട്ടിൽ അവർ എത്ര വേഗത്തിൽ നടന്നാലും നമുക്ക് പിറകിലായി പോകുന്നതിന്റെ കാരണം മറ്റൊന്നല്ല. കാട്ടിൽ നാം അവർക്കൊപ്പമെത്താത്തതിനും അതേ കാരണ മാണുള്ളത്.

6) ഒരു വെട്ടുകത്തി ഇങ്ങനെ സംസാരിക്കുന്നു

രണ്ടായിരത്തിലാണെന്ന് തോന്നുന്നു അട്ടപ്പാടിയിലെ പാലൂർ എന്ന ഇരുള ആദിവാസികളുടെ ഊരിന് അരികിലൂടെ ഞാൻ നടക്കുകയായി രുന്നു. നല്ല വേനൽക്കാലം. കാവിചുറ്റിയ കുന്നിൻനിരകൾ. പൊടിയും

ആദിവാസി ജീവിതം
ഒരു സാംസ്കാരിക പഠനം

ചൂടും വിതറുന്ന കാറ്റ്. മണ്ണിലങ്ങിങ്ങ് നുള്ളിവെച്ച ഹരിതം. കുന്നുകളുടെ വനസാന്ദ്രമായ ഭൂതകാലത്തെ ഓർത്ത് ഞാൻ നിശ്ചലനായി. അപ്പോൾ അല്പം ദൂരെ ഒരു ആദിവാസി ചെറുപ്പക്കാരൻ നടന്നുപോകുന്നത് കണ്ടു. അയാൾ നടക്കുകമാത്രമല്ല, കൈയിലുള്ള വെട്ടുകത്തി ഒറ്റയ്ക്കും തെറ്റയ്ക്കും വളർന്നുനിൽക്കുന്ന ചെറുചെടികൾക്കുനേരെ വീശുന്നുമുണ്ട്. അത് ആദ്യം എനിക്ക് അദ്ഭുതവും പിന്നെ എനിക്ക് സങ്കടവും നൽകി. ഈ കൊടും വേനലിനേയും പിന്നെ എണ്ണമറ്റ ആടുമാടുകളുടെ വിശപ്പിനേയും അതിജീവിക്കാൻ ഈ ചെറുമരങ്ങൾ എത്ര കഷ്ടപ്പെട്ടിട്ടുണ്ടാവും. വേനലുകളെ എങ്ങനെയെങ്കിലും അവ അതിജീവിച്ചേക്കാം. എന്നാൽ കമ്പം, തേനി ഭാഗത്തുനിന്നു പുറപ്പെടുന്ന ആയിരക്കണക്കിന് ചെമ്മരിയാടുകളെ കണ്ണ് വെട്ടിക്കുക ഉളുപ്പമല്ല. എന്നിട്ടും കാലത്തിന്റെ എതൊക്കെയോ സുകൃതംക്കൊണ്ട് അവ ഭൂമിക്കുമീതെ പച്ചപ്പിന്റെ കൊച്ചുകുടകൾ ഉയർത്തുകയായിരുന്നു.

എനിക്ക് ആ ചെറുപ്പക്കാരനോട് കലശലായ വെറുപ്പ് തോന്നി. അട്ടപ്പാടിയെ ഒരു മരുഭൂമിയാക്കിമാറ്റുന്നതിൽ അയാളും തന്റേതായ സംഭാവനകൾ നൽകുന്നുവല്ലോയെന്നോർത്ത്, കാടിന്റെ നന്മയിൽ വേരോടിയ ഗോത്രസമൂഹത്തിന്റെ പ്രതിനിധിയാണല്ലോ അപ്രകാരം ചെയ്യുന്നതെന്നോർത്ത്. അല്പം കഴിഞ്ഞപ്പോൾ എനിക്ക് മനസ്സിലായി അയാൾ കൈയിലേന്തിയ വെട്ടുകത്തി ഒരു ഉപകരണത്തിന്റെ ധർമ്മമല്ല നിറവേറ്റുന്നത്. മറിച്ച്, ഒരു ചരിത്രത്തിന്റെ ധർമ്മമാണ് നിറവേറ്റുന്നത്. എന്ന്. ആ വെട്ടുകത്തിയും അത് പിടിച്ച കൈയും നൂറ്റാണ്ടുകൾക്ക് മുമ്പുള്ളതാണെന്ന്.

ഒരു കാലത്ത് അട്ടപ്പാടി വനനിബിഡമായിരുന്നു. വനസഞ്ചാരങ്ങൾക്ക് വെട്ടുകത്തികൾ അനിവാര്യമായിരുന്നു. നടവഴികളെ വെട്ടുകത്തികൾ നിർമ്മിച്ചു. സദാ വളരുന്ന കാട് നടവഴികളെ സ്ഥിരപ്പെടുത്തിയില്ല. അങ്ങനെ ആദിവാസികൾ തങ്ങൾക്ക് വഴി തെളിയിക്കാൻ എപ്പോഴും കൂട്ടായി വെട്ടുകത്തികൾ കരുതി. അവരുടെ നടത്ത കാലുകൾകൊണ്ട് മാത്രമല്ല, കൈകൾകൊണ്ട്കൂടിയായിരുന്നു. കൈകൾ വഴി കണ്ടെത്തുകയും കാലുകൾ അവ നടന്നുതീർക്കുകയും ചെയ്യുന്നു.

സംസ്കാരത്തിന്റെ പെരുമാറ്റങ്ങൾ പലപ്പോഴും അങ്ങനെയാണ്. അവ പരിസ്ഥിതിയാൽ നിർണ്ണിതമാണ്. പക്ഷേ പരിസ്ഥിതിമാറിയിട്ടും പൂർവ്വസ്ഥിതിയിൽ നിർണ്ണയിക്കപ്പെട്ട് പലതും മാറ്റമില്ലാതെ തുടരുന്നു. അപ്രകാരം ഒരു കാലത്ത് അനിവാര്യമായ ആ വെട്ടുകത്തി കാല-ദേശങ്ങളാൽ അനാവശ്യമായിട്ടും കൈയിൽ തന്നെ തുടരുന്നു.

കാട് അന്യമായത് ആ വെട്ടുകത്തി അറിഞ്ഞിട്ടേയില്ല. ആയിരക്കണക്കിന് വർഷം ആ വെട്ടുകത്തി നിർവ്വഹിച്ചത് അതിജീവനത്തിന്റെ ധർമ്മമാണ്. ഇപ്പോഴാകട്ടേ വിനാശത്തിന്റെ ധർമ്മവും. ഒരു കാലത്ത് അട്ടപ്പാടിയിലെ കാടുകൾ ചുരമിറങ്ങുന്നതിനും കൂട്ടുനിന്നിട്ടുണ്ട് ആ വെട്ടുകത്തി. ചുരമിറങ്ങിയത് കാട് മാത്രമല്ല, അവരുടെ ജീവിതംകൂടിയാണെന്ന് അവർ അറിഞ്ഞതേയില്ല. അങ്ങനെ ഒരു വെട്ടുകത്തി കാലംകൊണ്ട് സംസ്കാരത്തിന് മറ്റൊരടയാളം നൽകുകയായിരുന്നു.

7) ഒരേ സമയം വലുതും ചെറുതുമായ ലോകം

കഞ്ചാവ്കൃഷിയുടെ പേരിൽ എല്ലാ കാലത്തും ശ്രദ്ധാകേന്ദ്രങ്ങളായി മാറുന്ന ഊരുകളാണ് അട്ടപ്പാടിയിലെ കുറുമ്പ ഊരുകൾ. ഓരോ ആണ്ടിലും നശിപ്പിക്കപ്പെടുന്ന കഞ്ചാവിന്റെ മതിപ്പുവില മാത്രം സർക്കാരിന്റെ കണക്കിൽ കോടികൾ വരും. എന്നാൽ നശിപ്പിക്കപ്പെടാത്തതുകൊണ്ടുമാത്രം കോടികൾ വിളവെടുക്കുന്ന കഞ്ചാവിന് കണക്കുകളില്ലതാനും.

പ്രാചീനഗോത്രവർഗ്ഗത്തിൽപ്പെട്ടവരാണ് കുറുമ്പർ. ഇരുളർ, മുഡുകർ എന്നീ ആദിവാസിവിഭാഗങ്ങളും അട്ടപ്പാടിയിൽ അധിവസിക്കുന്നു. ഇരുളരെപോലെ അവർ കാടിറങ്ങിയില്ല. അല്ലെങ്കിൽ കാടിറങ്ങിപ്പോയിടത്ത് വേരുറപ്പിച്ചില്ല. മുഡുഗരുമായി വിവാഹബന്ധമുണ്ടെങ്കിലും മുഡുഗരെപോലെ വന്തവാസികളുമായി സമ്പർക്കത്തിലേർപ്പെട്ടില്ല. അതിരുകൾ നിറഞ്ഞ കുടിയേറ്റഗ്രാമങ്ങളിൽ നട്ടംതിരിഞ്ഞില്ല. കാടിന്റെ സുകൃതത്തിൽ, ഇനിയും അതിരുകൾ രൂപംകൊള്ളാത്ത ലോകത്ത് അവർ കഴിയുന്നു.

പൊതുവിൽ അദൃശ്യസ്വഭാവമുള്ള അട്ടപ്പാടിയുടെ മറ്റൊരു അദൃശ്യലോകമാണ് കുറുമ്പർ. നീലഗിരിമലനിരകളുടെ ചരിവുകളിലെ കൊടുംകാടുകളിലാണ് അവരുടെ അധിവാസകേന്ദ്രങ്ങൾ. ഭവാനിപ്പുഴയുടെ കൈവഴികൾ കുളിരു പകരുന്ന ഈ ഊരുകളിൽ നിന്ന് നോക്കിയാൽ കാട് അറ്റമില്ലാതെയും ആകാശം അറ്റത്തോടെയും കാണാം. ആകാശം ചൂഴ്ന്ന് അവരുടെ മലദൈവമായ മല്ലീശ്വരന്റെ അളവറ്റ പ്രതാപവും. മല്ലീശ്വരനെ അവർ സ്വാമിമുടിയെന്ന് വിളിക്കുന്നു.

കുറുമ്പരുടേതായി 18 ഊരുകളാണ് അട്ടപ്പാടിയിലുള്ളത്. ഏകദേശം 500 ഓളം വീടുകൾ. വളരെ ക്ലേശിച്ച് വാഹനങ്ങൾ എത്തിച്ചേരാവുന്ന ഊരുകൾ ഇവയിൽ മൂന്നൊ നാലോ മാത്രം. ശേഷിച്ച ഊരുകളിലേക്ക് ഒറ്റയടിപ്പാതകൾ. കുത്തനെ കുന്ന് കയറിയും ഇറങ്ങിയും പുഴമുറിച്ചും വളർന്ന് പോവുന്ന ഈ പാതകളിലൂടെയാണ് അവരുടെ ദേശാടനങ്ങൾ. ചിലപ്പോൾ മുക്കാലിയിലൊ അഗളിയിലൊ ഉള്ള ചന്തകളിലേക്ക്. ചിലപ്പോൾ സർക്കാർആഫീസുകളിലേക്ക്, ചിലപ്പോൾ വനവിഭവങ്ങൾ ചുമന്ന് കുറുമ്പ സൊസൈറ്റിയിലേക്ക്. ഓരോ ചുവടും ഓരോ കുതിപ്പാവുന്ന യാത്രകൾ.

അടുത്തകാലം വരെ കുറുമ്പഊരുകൾ മറ്റുസംസ്കാരങ്ങളുമായി ഇടകലരാതെ ഒറ്റപ്പെട്ടുകിടന്നു. വല്ലപ്പോഴും ഊരുകളിലെത്തുന്ന ഉദ്യോഗസ്ഥന്മാർ, ചന്തയിലേക്കൊ ഉത്സവസ്ഥലങ്ങളിലേക്കോ ഉള്ള മലയിറക്കങ്ങൾ. ഇതരസംസ്കാരങ്ങൾ വരുന്ന വഴികൾ ഇത്രമാത്രമായിരുന്നു. പക്ഷേ കഞ്ചാവ്കൃഷി ആരംഭിച്ചതോടെ കാട്ടിലേക്ക് വെളിയിൽനിന്ന് പലതരം ഒഴുക്കുകളുണ്ടായി. രഹസ്യമായി കഞ്ചാവ് കച്ചവടക്കാർ, പരസ്യമായി പലതരം കച്ചവടക്കാർ. അരിയോ മത്സ്യമോ പലഹാരങ്ങളോ അലങ്കാരവസ്തുക്കളോ, എന്തുമാകാം ചുമടുകളിൽ. നിത്യോപയോഗസാധനങ്ങൾക്ക് അക്ഷരാർത്ഥത്തിൽ തീപിടിച്ചവിലയാണിവിടെ. മേലെ

തൊടുക്കി ഊരിൽ ഒരു കിലോ മത്തിക്ക് 100 രൂപയും ഒരു കിലൊ അരിക്ക് 40 രൂപയുമാണ് വില. അവർ കച്ചവടക്കാർ പറയുന്ന വിലയ്ക്ക് തന്നെ സാധനങ്ങൾ വാങ്ങുന്നു. അവർ വില പേശുന്നേയില്ല. പണത്തിന്റെ കവിഞ്ഞൊഴുക്ക് അത്ര കണ്ടുണ്ട്. പലർക്കും വിലയായി വേണ്ടത് പണമല്ല, കഞ്ചാവാണ്. കച്ചവടക്കാർക്ക് ആവേശമുണ്ടാക്കുന്ന ബാർട്ടർ സിസ്റ്റം. അങ്ങനെ മത്തിക്കൊട്ടയിലും ബീഡിവണ്ടിയിലും നീലച്ചെടയൻ ചുരമിറങ്ങുന്നു.

കഴിഞ്ഞ ഡിസംബറിലാണ് കുറുമ്പ ഊരുകളിലൂടെ ഔദ്യോഗികാവശ്യവുമായി ബന്ധപ്പെട്ട് ഞങ്ങൾ ഒരു പര്യടനം നടത്തിയത്. കഞ്ചാവിന്റെ വിളവെടുപ്പ് കാലമായിരുന്നു. ഊരിൽ ലഹരിപിടിച്ച കാറ്റിന്റെ അച്ചടക്കമില്ലാത്ത ഒഴുക്കുകൾ. കഴിഞ്ഞവർഷം ഇതേ കാലത്ത് ഞാൻ ആനവായ് ഉൾപ്പടെ ചില കുറുമ്പഊരുകൾ സന്ദർശിച്ചിരുന്നു. അന്ന് ഇരിക്കാൻ എനിക്ക് ഇടം കിട്ടിയത് കഞ്ചാവ്കൂനയ്ക്ക് മുകളിലായിരുന്നു. വിളവെടുത്ത തുവരയാണ് മുറ്റത്തുള്ളത് എന്ന ലാഘവത്തോടെയാണ് ഊരിലെ ആളുകൾ എന്നോട് സംസാരിച്ചത്. ഊര്മൂപ്പത്തി നിസ്സംഗഭാവത്തിൽ കഞ്ചാവിന്റെ ഇലകൾ നുള്ളിക്കൊണ്ടിരുന്നു. വർഷങ്ങൾക്ക് മുമ്പ് വയനാട്ടിലെ കാട്ടുനായ്ക്ക ഊരിൽ ചൂൽപുല്ലിന്റെ വിത്ത് മുറത്തിൽ ശേഖരിക്കുമ്പോൾ മാഗിമുത്തശ്ശിയുടെ മുഖത്ത് കണ്ടതും അതേ ഭാവമായിരുന്നു.

ആനവായ് ഊരിൽ ഒരു വലിയ ജനറേറ്റർ തന്നെ സ്ഥാപിച്ചിട്ടുണ്ട്. എല്ലാ വീടുകൾക്കും വൈദ്യുതി നൽകാൻ ശേഷിയുള്ളത്. തൃശ്ശൂരിൽ നിന്ന് വന്ന ചില കഞ്ചാവ് കച്ചവടക്കാർ നാല്പതിനായിരം രൂപ വില കണക്കാക്കി കഞ്ചാവിന് പകരം നൽകിയതാണെന്ന് ഊരിലുള്ളവർ പറഞ്ഞു. ഒരുപാട് പ്രായമായ ആ ജനറേറ്ററിന്റെ നല്ലകാലം എന്നേ കഴിഞ്ഞിരുന്നു. അങ്ങനെ ഒരു കാഴ്ചവസ്തുവായി അത് കാലം താണ്ടുന്നു. വാങ്ങുന്ന വസ്തുവിന്റെ ഗുണനിലവാരത്തെ പ്രതി ഒട്ടും ആശങ്കയില്ലാത്ത അവർക്ക് പ്രവർത്തനം നിലച്ചുപോയ ആ ജനറേറ്റർ കാര്യമായ അലോസരമൊന്നുമുണ്ടാക്കിയില്ല. കഞ്ചാവ് കച്ചവടത്തിൽ പലപ്പോഴും ഇത്തരം ബാർട്ടർ രീതികൾ കാണാവുന്നതാണ്. നല്ല വലുപ്പവും ഭംഗിയുമുള്ള ടേപ്പ്റെക്കോർഡർ പല ഊരുകളിലും കണ്ടു. യേശുദാസിനേയും ചിത്രയേയും അരോചകശബ്ദത്തിൽ അവ കേൾപ്പിച്ചുകൊണ്ടിരുന്നു. ചിലപ്പോൾ പ്രതിഫലമായി സ്വർണ്ണമാലകളും കഞ്ചാവ് കച്ചവടക്കാർ നൽകാറുണ്ട്. ബാങ്കിൽ പണയം വെക്കാൻ ചെല്ലുമ്പോഴാണ് പൂച്ച പുറത്താവുന്നത്. വെറും 18 കാരറ്റ്.

കഞ്ചാവ്കൃഷിയിലൂടെ കോടികൾ നേടുന്ന ആദിവാസികൾ എന്തുകൊണ്ടാണ് സമ്പന്നരാവത്തത്. (ഒരു കിലോ ഗ്രാം കഞ്ചാവിന് കുറുമ്പ ഊരുകളിൽ 2000 രൂപയാണ് വില. വനത്തോട് ചേർന്നുവരുന്ന ചില രഹസ്യകേന്ദ്രങ്ങളിൽ കഞ്ചാവ് എത്തിച്ചാൽ കിഗ്രാമിന് 500 രൂപ കൂലിയും ലഭിക്കും.) അവർ ബംഗ്ലാവുകൾ പണിയുന്നില്ല. തോട്ടങ്ങൾ വാങ്ങുന്നില്ല. ബാങ്കിൽ നിക്ഷേപിക്കുന്നില്ല. വിലകൂടിയ വീട്ടുപകരണങ്ങൾ

വാങ്ങുകയോ വിദ്യാഭ്യാസത്തിനോ ആരോഗ്യകാര്യങ്ങൾക്കോ കരുതി വെക്കുകയോ ചെയ്യുന്നില്ല. പണം വളരെ വേഗത്തിൽ അവർ ചെലവിടുന്നു. മാസങ്ങൾ പിന്നിടുമ്പോഴും അവർ പഴയ പടിയാവുന്നു. ലക്ഷങ്ങൾ കടലാസ് വിലയിൽ ചെലവഴിച്ച അതേ നിസ്സംഗതയോടെ അവർ പട്ടിണിയേയും അഭിമുഖീകരിക്കുന്നു.

ആദിവാസി സമൂഹം നാഗരികരാൽ ഏറ്റവും കൂടുതൽ വിമർശന വിധേയമാവുന്നത് അവരുടെ ധൂർത്തിന്റെ പേരിലാണ്.ഒരു നാഗരിക സമൂഹത്തിൽ ജീവിക്കാൻ അസമർത്ഥരാണ് ധൂർത്തന്മാർ. അയ്യായിരം വർഷംകൊണ്ട് വ്യവസായസംസ്കാരത്തിലെത്തിപ്പെട്ടവരാണ് വെറും അമ്പത് വർഷംകൊണ്ട് അവിടെ എത്തിയവരെ അധിക്ഷേപിക്കുന്നത്. സുഘടിതമായ അഗ്രികൾച്ചർ ദശയോ മറ്റു ചരിത്രപരിണാമങ്ങളോ നവോത്ഥാനപ്രസ്ഥാനങ്ങളോ വിമോചനസമരങ്ങളോ കടന്നുപോവാതെ, ഇക്കോകൾച്ചറിൽ തുടർന്നുപോന്ന സമൂഹത്തിന് നാഗരികമനശ്ശാസ്ത്രം ള്ളുപ്പത്തിൽ വഴങ്ങുന്നതല്ല. കളവിൽ, ചതിയിൽ നാഗരികൻ ആദിവാസിയെ പിന്നിലാക്കുന്നതും മറ്റൊന്നുകൊണ്ടല്ല. അത്തരം കാര്യങ്ങളിൽ ആദിവാസിയുടെ അനുകരണങ്ങൾ വിദഗ്ധമാവാതിരിക്കുന്നതും അതേ കാരണങ്ങൾകൊണ്ടാണ്.

ഇക്കോ കൾച്ചറിൽനിന്ന് ആധുനികനാഗരികതയിലേക്കുള്ള ദൂരമെന്നത് പ്രകൃതിയിൽ നിന്നുള്ള തുടർച്ചയായ അന്യവൽക്കരണത്തിന്റേതാണ്. പ്രകൃതിയുടെ സ്വത്തവകാശം മനുഷ്യൻ പിടിച്ചുപറ്റിയെന്നതാണ് അതിൽ നിർണ്ണായകമായിട്ടുള്ളത്. പ്രകൃതിയെപോലെ നേരും നൈർമ്മല്യവും നിറഞ്ഞ ഹൃദയത്തിൽ നിന്നും തദനുസൃതമായി നടന്ന മാനസിക അന്യവൽക്കരണത്തിന്റെ ഫലമാണ് കളവ്, ചതി, ഹിംസ തുടങ്ങിയ മൂല്യങ്ങൾ. ഇക്കോകൾച്ചറിന്റെ മൂലധനങ്ങൾ അബോധപൂർവ്വം പിൻപറ്റുന്ന ആദിവാസി സമൂഹത്തിന് സ്വകാര്യസ്വത്തിനും അതിന്റെ സ്ഥാപനരൂപമായ ഭരണകൂടത്തിനും (സർക്കാരും അതിന്റെ സ്ഥൂലവും സൂക്ഷ്മവുമായ അധികാരരൂപങ്ങളും) അതിന്റെ സാംസ്കാരികരൂപമായ നാഗരികതയ്ക്കും അഭിമുഖം നില്ക്കാൻ ഇനിയും സാധിച്ചില്ലെന്നതാണ് അവരുടെ അതിജീവനപ്രശ്നം. അതുകൊണ്ട് അവർ ഈ കാലത്തിന്റെ കൂടി ഇരകളായി തീർന്നു. നീതി നിഷേധിക്കുന്നവർ പരിഷ്കൃതരും നീതി നിഷേധിക്കപ്പെട്ടവർ അപരിഷ്കൃതരാവുകയും ചെയ്യുന്ന വിചിത്രമായ നാഗരികസമസ്യകൾ വളരെ നിസ്സഹായമായി പൂരിപ്പിച്ച്കൊണ്ട്.

8) രണ്ട് ഘടികാരങ്ങൾക്കിടയിൽ

കാലം ആർക്കുംവേണ്ടി കാത്തുനിൽക്കുന്നില്ലെന്നത് സുപരിചിതമായ ഒരു പ്രയോഗമാണ്. കാലം എന്ന മഹാസമുദ്രത്തിൽ പെയ്ത ജീവകണങ്ങളെ ആർക്കാണ് അളക്കാനാവുക. എന്നാൽ ചിലരെ രേഖപ്പെടുത്തിക്കൊണ്ടും ചിലരെ കണ്ടെടുത്തുകൊണ്ടും ചരിത്രം കാലത്തെ അളക്കുന്നു.കാലമില്ലാതെ ചരിത്രമില്ല. ചരിത്രമില്ലെങ്കിലും കാലം നിലനിൽക്കും. പ്രകൃതിയിൽ ഉദയാസ്തമയങ്ങളായി, ഋതുക്കളായി കാലം

ആവർത്തിച്ചുക്കൊണ്ടിരിക്കുന്നു. ഈ കാലമാണ് ആദിമസമൂഹങ്ങളുടേത്. അന്ന് മനുഷ്യൻ പ്രകൃതിയോടും കാലത്തോടും പൊരുത്തപ്പെട്ടു. പിന്നീട് മനുഷ്യൻ പ്രകൃതിയേയും കാലത്തേയും പൊരുത്തപ്പെടുത്തി. അതോടെ പ്രാകൃത(പ്രകൃതിജന്യം) ജനത സംസ്കൃത ജനതയായിത്തീർന്നു. പ്രകൃതിയുടെ ഘടികാരത്തിൽ നിന്ന് മനുഷ്യനിർമ്മിതഘടികാരത്തിലേക്ക് സമയബോധം അതോടെ മാറാൻ തുടങ്ങി. ഈ സമയബോധത്തിന്റെ തോതുകൊണ്ട് സംസ്കാരത്തെ അളക്കാമെന്നായി. ആധുനികസമൂഹത്തെ സംബന്ധിച്ചിടത്തോളം അതിന്റെ മുഴുവൻ ജീവതാളവും വ്യവഹാരവും അത് തന്നെ സൃഷ്ടിച്ച സമയത്തിനുള്ളിലാണ്. മിനിറ്റുകളിലും സെക്കന്റുകളിലും അതിലും ചെറിയമാത്രകളിലും ഉണർന്നിരിക്കാനും സക്രിയരാകാനും വിധിക്കപ്പെട്ടവരാണ് അവർ. ചുരുക്കത്തിൽ അവർ പ്രകൃതിയിൽനിന്ന് ഏറെ അന്യവൽക്കൽക്കരിക്കപ്പെട്ടുകഴിഞ്ഞു. അതുവഴി കോടാനുകോടിവർഷങ്ങൾക്ക് മുമ്പ് രൂപംകൊണ്ട ജൈവ ഘടികാരത്തിന്റെപോലും ശ്രുതി പിഴച്ചു. എന്നാൽ ഇന്നും പ്രകൃതി ഘടികാരത്തിന്റെ മിടിപ്പുമായി ജീവിക്കുന്നവരാണ് ആദിവാസികൾ. അവർ പുതിയ സമയത്തെ ഇനിയും നെഞ്ചിലേറ്റിയിട്ടില്ല. ഈ സമയത്തിന്റെ വണ്ടിയിൽ കയറിപ്പറ്റിയവർ മാത്രമേ പുതിയ ജീവിതത്തിന്റെ തുറസ്സുകളിൽ എത്തുകയുള്ളൂ.

പത്തു വർഷം മുമ്പ് ഒറീസ്സയിൽ സംഘടിപ്പിച്ച ദേശീയ ഗോത്ര കലോൽസവത്തിൽ പങ്കെടുക്കുന്നതിന് അട്ടപ്പാടിയിലെ ആദിവാസി സംഘടനയായ ആസാദ് കലാസമിതിക്ക് അവസരം കിട്ടിയത്. അഹാഡ്സിനാണ് കലാസമിതിയെ എത്തിക്കാനുള്ള ചുമതല. ബന്ധപ്പെട്ട ഉദ്യോഗസ്ഥൻ ഒരു മാസം മുമ്പ് തന്നെ ടിക്കറ്റുകൾ ബുക്ക് ചെയ്തു. യാത്ര പുറപ്പെടേണ്ടതിന്റെ തലേന്നാൾ കലാസംഘത്തിന്റെ ലീഡർ പഴനിസ്വാമി കലാകാരന്മാരെ കണ്ട് യാത്ര സംബന്ധിച്ച നിർദ്ദേശങ്ങൾ നൽകി. റെയിൽവേസ്റ്റേഷനിൽ കൃത്യസമയത്ത് എത്തിയില്ലെങ്കിൽ ട്രെയിൻ അതിന്റെ വഴിക്ക് പോകുമെന്ന കാര്യം കൂടുതൽ ഗൗരവത്തിൽ ഓർമ്മപ്പെടുത്തുകയും പിറ്റേദിവസം പകൽ 11 മണിക്ക് അട്ടപ്പാടിയിൽ നിന്ന് പുറപ്പെടാൻ തീരുമാനിക്കുകയും ചെയ്തു.

പിറ്റേന്ന് ജീപ്പുമായി കലാകാരന്മാരെ തേടിപ്പോയ പഴനിസ്വാമി ഒരുപാട് വിയർത്തു. 12 മണിയായിട്ടും ഒരാളും തയ്യാറായിട്ടില്ല. ചിലർ കുളിക്കാൻ പുഴയിൽ, ചിലർ കുടിക്കാൻ വാറ്റ് കേന്ദ്രങ്ങളിൽ, ചിലർ ആടുകൾക്ക് പിറകേ കാട്ടിൽ. പഴനിസ്വാമി വിയർത്തില്ലെങ്കിലേ അദ്ഭുതമുള്ളു. കാലുപിടിച്ചും ചീത്തവിളിച്ചും ആളുകളെ ഒരുവിധം ജീപ്പിലാക്കി. പിന്നെ കോയമ്പത്തൂർ റെയിൽവേസ്റ്റേഷനിലേക്ക് ജീപ്പിന്റെ മരണപ്പാച്ചിൽ. മുറുക്കിയും സൊറപറഞ്ഞും ശാന്തചിത്തരായി കലാസംഘം. 2 മണിക്ക് സ്റ്റേഷനിൽ എത്തിയില്ലെങ്കിൽ തീവണ്ടി അതിന്റെ വഴിക്ക് പോകുമല്ലോയെന്നോർത്ത് ചങ്കിടിപ്പോടെ പഴനിസ്വാമി.

പഴനിസ്വാമിയുടെ ടെൻഷൻ കണ്ട് അവന്റെ മനോനില തകരാറിലായിട്ടുണ്ട് എന്ന വിചാരത്തിൽ അവർ പരസ്പരം അർത്ഥഗർഭമായി

നോക്കിക്കൊണ്ടിരുന്നു. സ്റ്റേഷനിൽ എത്താറായപ്പോൾ ഒറീസ്സയിലേക്കുള്ള തീവണ്ടി പുറപ്പെടാൻ 2 മിനിറ്റ് മാത്രം. അനൗൺസ്മെന്റ് കേട്ട് പഴനി സ്വാമി ബോധം കെടുമെന്ന അവസ്ഥയിലായി. പക്ഷേ ഒന്നും സംഭവിച്ചി ട്ടില്ലെന്ന മട്ടിൽ മറ്റുള്ളവർ. ഒരുവിധത്തിൽ അവരെ അയാൾ തീവണ്ടി യിൽ തള്ളിക്കയറ്റി.

കേരളത്തിനകത്തും പുറത്തുമായി നൂറുക്കണക്കിന് സ്റ്റേജുകളിൽ ആസാദ് കലാസംഘം ആദിവാസികലകൾ അവതരിപ്പിച്ചിട്ടുണ്ട്. ഈ നിലയിൽ വർഷങ്ങൾ കഴിഞ്ഞിട്ടും നിർദ്ദിഷ്ടസ്ഥലത്ത് യഥാസമയം എത്തുകയെന്നത് ഇന്നും ഒരു വെല്ലുവിളിയാണ്. കലാസംഘത്തെ കാത്തിരുന്ന് സംഘാടകർ മുഷിയുന്നു. അതിന് സംഘാടകർ കണ്ടെ ത്തിയ പ്രതിവിധിയാണ് യഥാർത്ഥസമയം പറയാതിരിക്കൽ. ദീർഘകാലം സമയത്തിന്റെ വണ്ടിയിൽ സമയമില്ലാത്തവരെ നയിച്ചതുകൊണ്ടാണ് തനിക്ക് അകാലനരയുണ്ടായതെന്ന് പഴനിസ്വാമി. ആദിവാസികളുടെ സമയം വന്തവാസികളേക്കാൾ 2-2.5 മണിക്കൂർ പിറകിലാണെന്ന പഴനി സ്വാമിയുടെ നിരീക്ഷണത്തിന്റെ അടിസ്ഥാനവും അതേ അനുഭവങ്ങൾ തന്നെ. അതുകൊണ്ട് അയാളും പരിപാടിയുടെ യഥാർത്ഥസമയം സഹ പ്രവർത്തകരോട് പറയാതെയായി. അപ്രകാരം സമയത്തിന് ലക്ഷ്യത്തി ലെത്തുന്നതിൽ ഒരു പരിധിവരെ അവർ വിജയിച്ചു. എന്നാൽ വഴിക്കിട യിൽ ചായകുടിക്കാനിറങ്ങിയാൽ സമയത്തിന്റെ മുഴുവൻ കണക്കുകൂട്ടലും തെറ്റും. മരത്തിന്റെ തണൽ കണ്ടാൽ സുഹൃത്തുക്കൾ അവിടെ പറ്റിപ്പിടി ക്കുമെന്ന് പഴനിസ്വാമി. പിന്നെ മുറുക്കലും പുകവലിയും മൂത്രമൊഴിപ്പും വിശ്രമവുമായി സമയം പാഴാവും. അതുകൊണ്ട് വഴിക്കിടയിൽ വണ്ടി നിർത്താതിരിക്കാൻ ഡ്രൈവർക്ക് പഴനിയുടെ പ്രത്യേക നിർദ്ദേശമുണ്ട്. കാടിന്റെ, പഴയകാലത്തിന്റെ ഒരു വിളി എപ്പോഴും അവരെ പിൻതുടരുന്നു.

ഇത് ഒറ്റപ്പെട്ട സംഭവമെന്ന് വിചാരിച്ചേക്കാം. ആദിവാസിസമൂഹവു മായി നന്നായി ഇടപഴകിയവർക്ക് ഉദാഹരിക്കാൻ ഈ ഗണത്തിൽ എണ്ണമറ്റ കഥകളുണ്ടാവും. കഴിഞ്ഞവർഷം കേരളത്തിലെ ആദിവാസി മേഖലയിലെ ഒരു കോളേജിൽ പരീക്ഷനടത്തിയത് ചോദ്യപേപ്പറിന്റെ ഫോട്ടോകോപ്പികൾ ഉപയോഗിച്ചാണ്. യൂണിവേഴ്സിറ്റിയിൽനിന്നും പേപ്പർ എത്തിക്കാൻ ചുമതലപ്പെടുത്തിയത് ഒരു ആദിവാസി ജീവനക്കാരനെ യാണ്. രണ്ടുദിവസം മുമ്പ് തന്നെ (അടുത്ത ദിനങ്ങൾ അവധിയായതു കൊണ്ട്) പേപ്പറുമായി അയാൾ പുറപ്പെട്ടു. പക്ഷേ അയാൾ കോളേജി ലെത്തിയത് പരീക്ഷാദിനത്തിൽ 11 മണിക്കാണ്. പരീക്ഷാപേപ്പർ എത്താ ത്തതുകൊണ്ട് രാവിലെ പ്രിൻസിപ്പൽ മെഴുകുതിരിയേക്കാൾ വേഗത്തിൽ ഉരുകി. അയാളോ? വളരെ ശാന്തചിത്തനായിരുന്നു. 'ങാ പരീക്ഷ തുട ങ്ങിയോ' എന്ന സൗമ്യചോദ്യംകൊണ്ട് പ്രിൻസിപ്പലിനെ അയാൾ ഞെട്ടി ക്കുകയും ചെയ്തു.

പ്രകൃതി വരച്ച സമയത്തിലാണ് ഇപ്പോഴും അവരുടെ മനസ്സെന്ന് ഇത്തരം അനുഭവങ്ങൾ ഓർമ്മിപ്പിക്കുന്നു. പണ്ട് അവർ വൈകിയുറ ങ്ങുകയും ഉണരുകയും ചെയ്യുന്നവരായിരുന്നു. അന്ന് വേട്ടയാടലിനൊ

ആദിവാസി ജീവിതം
ഒരു സാംസ്കാരിക പഠനം

കായ്കനി ശേഖരണത്തിനോ പുനംകൃഷിക്കോ വേണ്ടി പകൽ മുഴുവൻ അവർ കാട്ടിലായിരുന്നു. രാത്രിയിൽ എല്ലാവരും ഊരിൽ തിരിച്ചെത്തുന്നു. (മഴക്കാലങ്ങൾ മാത്രമാണ് അപവാദം) പിന്നെ ആട്ടവും പാട്ടുമായി യാമങ്ങൾ കടന്നുപോവുന്നു. സമയത്തെപ്പറ്റി ആർക്കും വേവലാതികളില്ല. ഊര് ഒരു മനസ്സും ഉടലുമായി ചുവടുവെക്കുന്നു.പിന്നെ തളർന്ന് ഉറങ്ങുന്നു. അപ്രകാരം അവർ എഴുന്നേല്ക്കാനും വൈകുന്നു. കാടിന്റെ മറവും പുകമഞ്ഞും മൂലം സൂര്യനും അവിടെ എത്തുന്നത് വൈകിയാണല്ലോ.

പുതിയകാലത്തിൽ ജീവിതമെന്നത് അത്യന്തം ആസൂത്രിതമായ ഒരു പദ്ധതിയാണ്.രാജ്യങ്ങളും സ്ഥാപനങ്ങളും മാത്രമല്ല, കുടുംബങ്ങളും വ്യക്തികളുമെല്ലാം ഈ ആസൂത്രണപ്രക്രിയയുടെ ഭാഗമാണ്. സമയമാണ് അതിലെ സുപ്രധാനമൂലധനം. സെക്കന്റുകൾപോലും അവിടെ അമൂല്യമാണ്. കൃഷിക്ക്, വിദ്യാഭ്യാസത്തിന്, ചികിൽസയ്ക്ക്, ജോലിക്ക്, വിനോദത്തിന്, യാത്രയ്ക്ക് അങ്ങനെ എന്തിനും മനുഷ്യനിർമ്മിതമായ ഘടികാരവും കലണ്ടറുമുണ്ട്. അങ്ങനെ രണ്ട് ഘടികാരങ്ങൾക്കിടയിൽ അകപ്പെട്ടവരാണ് ആദിവാസികൾ.അവരുടെ മനസ്സിലിപ്പോഴും സ്പന്ദിക്കുന്നത് പഴയ ഘടികാരമാണ്. എന്നാൽ പുതിയ കാല ജീവിതത്തിന്റെ എല്ലാ സന്നാഹങ്ങളിലും മിടിക്കുന്നത് പുതിയ ഘടികാരമാണ്.

അട്ടപ്പാടിയും ആദിവാസികളും

പാലക്കാട് ജില്ലയുടെ വടക്ക് കിഴക്ക് ഭാഗത്തായി സ്ഥിതിചെയ്യുന്ന ഭൂപ്രദേശമാണ് അട്ടപ്പാടിബ്ലോക്ക്. കേരളത്തിലെ ഏക ആദിവാസി ബ്ലോക്ക് കൂടിയാണ് ഇത്. 5520 ചതുരശ്ര കിലോമീറ്റർ വിസ്തൃതിയിൽ കേരളം, തമിഴ്നാട്, കർണ്ണാടക എന്നീ സംസ്ഥാനങ്ങളിലായി വ്യാപിച്ചു കിടക്കുന്ന നീലഗിരി ജൈവമേഖലയുടേയും പശ്ചിമഘട്ട മലനിരകളുടേയും ഭാഗമാണ് ഈ പ്രദേശം. സംരക്ഷണ പ്രവർത്തനങ്ങൾ ആവിഷ്കരിക്കാനും നടപ്പിലാക്കാനുമുള്ള സൗകര്യം മുൻനിർത്തി നീലഗിരിജൈവമേഖലയെ നാലായി തിരിച്ചിട്ടുണ്ട്. നിബിഡമേഖല (Core Zone) കൈകാര്യമേഖല (Manipulation Zone) വിനോദവ്യവസായമേഖല (Tourism Zone)പുനരുജ്ജീവനമേഖല (Eco- Restoration Zone) എന്നിങ്ങനെ.

പരിസ്ഥിതി തകർച്ചമൂലം അട്ടപ്പാടി പ്രദേശത്തെ പുനരുജ്ജീവനമേഖലയിലാണ് ഉൾപ്പെടുത്തിയിട്ടുള്ളത്.

അക്ഷാംശം വടക്ക് $10^0$55നും $11^0$14'19നും പൂർവ്വരേഖാംശം $76^0$27'8നും $76^0$48'8നും ഇടയിലാണ് ഭൂമിശാസ്ത്രപരമായി അട്ടപ്പാടിയുടെ സ്ഥാനം. ആദിവാസികളുടെ പാരമ്പര്യവിശ്വാസമനുസരിച്ച് ആനകൾ കാവലാളുന്ന ഭൂപ്രദേശമാണിത്. അട്ടപ്പാടിയുടെ നാലതിരുകളിലെ സ്ഥലനാമങ്ങളിലും 'ആന'എന്ന വാക്കുണ്ട്. അട്ടപ്പാടിയുടെ പശ്ചിമസീമയിലുള്ള സ്ഥലത്തിന് 'ആനമൂളി'എന്ന് പേർ. വടക്ക്ഭാഗത്ത് 'ആനവായ്', കിഴക്ക് ഭാഗത്ത് 'ആനക്കട്ടി', തെക്ക് ഭാഗത്ത് 'അണക്കാട്' (ആനക്കാട്) എന്നിങ്ങനെ.

സമുദ്രനിരപ്പിൽ നിന്നുള്ള അട്ടപ്പാടിയുടെ ശരാശരി ഉയരം 500-575 മീറ്ററാണ്. അട്ടപ്പാടിബ്ലോക്കിന്റെ വടക്ക് ഭാഗത്തായി അതിരിട്ടു നിൽക്കുന്ന നീലഗിരി മലനിരകൾക്ക് 2300 മീറ്റർ ഉയരമുണ്ട്. തെക്ക്-പടിഞ്ഞാറൻ അതിർത്തിയായ മുത്തിക്കുളം മലനിരകൾ 2000 മീറ്റർ ഉയരത്തിൽ സ്ഥിതിചെയ്യുന്നു. ശിവസങ്കല്പത്തിൽ ആദിവാസികൾ ആരാധിച്ചു വരുന്ന മല്ലീശ്വരൻമുടിയുടെ ഉയരം 1664 മീറ്ററാണ്. നീലഗിരി മലനിരകളിൽ നിന്ന് തെക്ക് ഭാഗത്തേക്ക് പടർന്നു കിടക്കുന്ന ഈ മലനിരയും താവളത്ത് നിന്ന് തുടങ്ങി കിഴക്കോട്ട് നീണ്ടു കിടക്കുന്ന കാവുണ്ടിക്കൽ മലനിരകളും ചേർന്നാണ് കിഴക്കൻ അട്ടപ്പാടിയെ ഒരു മഴനിഴൽപ്രദേശമായി മാറ്റിയിട്ടുള്ളത്. കാലവർഷമേഘങ്ങളുടെ കിഴക്ക് ദിശയിലേക്കുള്ള

സഞ്ചാരത്തെ ഈ മലനിരകൾ പ്രതിരോധിക്കുന്നു. അപ്രകാരം അട്ടപ്പാടി രണ്ട് ഭൂമിശാസ്ത്രമേഖലകളായി മാറിയിരിക്കുന്നു- പടിഞ്ഞാറൻ അട്ടപ്പാടിയും കിഴക്കൻ അട്ടപ്പാടിയും. പടിഞ്ഞാറൻ അട്ടപ്പാടിയിൽ ശരാശരി 3000 മില്ലിമീറ്റർ വർഷപാതം ലഭിക്കുന്നു. അവിടെ കാലവർഷവും തുലാവർഷവുമുണ്ട്. കിഴക്കൻ അട്ടപ്പാടിയിൽ ലഭിക്കുന്നത് 600-1000 മില്ലിമീറ്റർ വർഷപാതമാണ്. അവിടെ കാലവർഷം പെയ്യുന്നില്ല. അതായത് മഴയല്ല, മഴയുടെ നിഴലാണ് പെയ്യുന്നത്. 745 ച.കി.മീറ്റർ ആണ് അട്ടപ്പാടിയുടെ ആകെ വിസ്തൃതി. അതിൽ 250 ച.കി.മീറ്റർ പ്രദേശമാണ് കിഴക്കൻ അട്ടപ്പാടി. പരിസ്ഥിതി പുനഃസ്ഥാപന പദ്ധതിവഴിയുണ്ടായ സസ്യാവരണവും മണ്ണ്- ജല സംരക്ഷണ സങ്കേതങ്ങളും കിഴക്കൻ അട്ടപ്പാടിയിലെ ഭൂഗർഭ ജലത്തേയും നീർച്ചാലുകളേയും ഒരുപോലെ പരിപോഷിപ്പിച്ചിട്ടുണ്ടെന്ന് കേരളാ യൂണിവേഴ്സിറ്റിക്കുവേണ്ടി 2008 ൽ ഡോ. രാജേഷ് നടത്തിയ പഠനങ്ങൾ വ്യക്തമാക്കുന്നു. കിഴക്കൻ അട്ടപ്പാടിയുടെ കാലാവസ്ഥയിൽ എന്തെങ്കിലും മാറ്റങ്ങൾ അത് ഉണ്ടാക്കിയിട്ടുണ്ടോയെന്ന പഠനത്തിനും പ്രസക്തിയുണ്ട്

അട്ടപ്പാടിബ്ലോക്കിനോട് ചേർന്നു കിടക്കുന്ന മറ്റൊരു കാലാവസ്ഥാമേഖലയാണ് സൈലന്റ്‌വാലി നാഷണൽപാർക്ക്. സൈലന്റ്‌വാലി എന്ന പേര് ഈ പ്രദേശത്തിന് എങ്ങനെ സിദ്ധിച്ചുവെന്നതിനെപ്പറ്റി വ്യത്യസ്തമായ അഭിപ്രായങ്ങളുണ്ട്. മനുഷ്യവാസം ഇല്ലാതിരുന്ന ഒരു പ്രദേശമായിരുന്നതുകൊണ്ടാണ് ഈ പേരുണ്ടായതെന്ന് ചിലർ. അതല്ല, വനത്തിന്റെ ശബ്ദകോശമായ ചീവീടുകളുടെ അസാന്നിദ്ധ്യംകൊണ്ടാണ് ഈ പേരെന്ന് മറ്റു ചിലർ. സൈരന്ധ്രി എന്ന ഈ പ്രദേശത്തിന്റെ പേരിൽ നിന്നാണ് ഈ പേരിന്റെ ഉദ്ഭവമെന്ന് അടുത്ത വാദമുഖം.

സൈലന്റ്‌വാലിയിലെ ജൈവവൈവിദ്ധ്യത്തെപ്പറ്റി ആദ്യമായി പഠനം നടത്തിയ റോബർട്ട് വൈറ്റാണ് ഈ പേര് നൽകിയതെന്ന് പറയുന്നു. 1826-1828 വർഷങ്ങളിൽ നിലഗിരിജൈവമണ്ഡലത്തെപ്പറ്റി പഠിക്കുന്ന കൂട്ടത്തിലാണ് അദ്ദേഹം സൈലന്റ് വാലി സന്ദർശിച്ചത്. തുടർന്ന് റിച്ചാർഡ് ഹെൻഡ്രി ബെഡ്ഡോം (1845-1855), ജെയിംസ് സൈക്ക്സ് ഗാംബിൾ (1871), ഡോ. നോർമൻ ലോഫ്റ്റോസ് ബോറിന്റ് (1941) എന്നിവരും ഈ മേഖലയെപ്പറ്റി വിശദമായ പഠനങ്ങൾ നടത്തി. എന്തായാലും ഭൂമിയിൽ ഉടലെടുത്ത ആദിമവും സ്വച്ഛവുമായ മഴക്കാടുകളിലൊന്നാണ് ഇത്. ജൈവസമ്പത്തിന്റെ പേരിൽ ലോകപ്രശസ്തിയാർജ്ജിച്ച ഭൂപ്രദേശം. മനുഷ്യൻ ഇതുവരെ അധിവസിച്ചിട്ടില്ലാത്ത നിത്യഹരിതവനപ്രദേശം. ഭാരതപ്പുഴയുടെ പ്രധാന ജലസ്രോതസ്സുകളിലൊന്നായ കുന്തിപ്പുഴ ഈ മഴക്കാടിന് താളം പിടിക്കുന്നു. കുന്തിപ്പുഴ, നെല്ലിപ്പുഴ, കാഞ്ഞിരപ്പുഴ, തുപ്പനാട്പ്പുഴ എന്നിവ ചേർന്നാണ് ഭാരതപ്പുഴയുടെ പ്രധാനപോഷകനദികളിലൊന്നായ തൂതപ്പുഴ രൂപം കൊള്ളുന്നത്.

90 (89.9 ച. കി.മീ) ച.കി.മീറ്റർ വിസ്തൃതി വരുന്ന ഈ പ്രദേശത്ത് 6500 മി.മീറ്റർ (നീലിക്കൽ പ്രദേശം) വരെ വർഷപാതം ലഭിക്കുന്നുണ്ട്. കേരളത്തിലെ ചിറാപുഞ്ചി എന്നറിയപ്പെടുന്ന വയനാട് ജില്ലയിലെ

ലക്കിടിയേക്കാൾ ഉയർന്ന വർഷപാതമാണ് കഴിഞ്ഞ ചില വർഷങ്ങളിൽ സൈലന്റ്‌വാലിയിൽ ലഭിച്ചിട്ടുള്ളത്. മൺസൂൺ സമയങ്ങളില്ലാതെ പെയ്യുന്ന സ്വതസിദ്ധമഴ (Convectional rain) സൈലന്റ്‌വാലിയുടെ മറ്റൊരു സവിശേഷതയാണ്. മഴക്കാടുകളിൽ മാത്രം പെയ്യുന്ന അപൂർവ്വമഴയാണിത്.

ഭൂപ്രകൃതിയിലും ജൈവവൈവിദ്ധ്യത്തിലും അട്ടപ്പാടിയുടെ സ്ഥാനം അനന്യമാണ്. മുക്കാലിയിൽ നിന്ന് ആനക്കട്ടിവരെയുള്ള ഏകദേശം 30 കി.മീറ്റർ ബസ് യാത്രയിൽ ഒരാൾ എത്രതരം മഴനാടുകൾ കടന്നുപോകുന്നു. സസ്യങ്ങളുടേയും സംസ്കാരങ്ങളുടേയും പല ലോകങ്ങൾ ഒരു ചെറുഭൂഖണ്ഡത്തിൽ ഒരാൾ കണ്ടുമുട്ടുന്നു. (മുക്കാലിയിൽ ശരാശരി 3500 മി.മീറ്റർ മഴ, താവളത്ത് 3000 മീ.മീറ്റർ, അഗളിയിൽ 1000 മി.മീറ്റർ, കോട്ടത്തറയിൽ 600 മി.മീറ്റർ എന്നിങ്ങനെ) നിത്യഹരിതവനം മുതൽ വരണ്ട ഇലപൊഴിയും കാടുകൾ വരെ ഏഴോളം വ്യത്യസ്ത വനസ്ഥലികൾ, അവിശ്വസനീയമായ രീതിയിലുള്ള വിളവൈവിദ്ധ്യം, തെങ്ങ്, കമുക്, കാപ്പി, തേയില, ഇഞ്ചി, മഞ്ഞൾ, കുരുമുളക് തുടങ്ങിയ നാണ്യവിളകൾ റാഗി, തിന, ചാമ, മുതിര, കീര, അവര, തുവര തുടങ്ങിയ ആദിവാസി കൃഷികൾ കരിമ്പ്, പരുത്തി, നിലക്കടല, കറിവേപ്പില, ഉള്ളി, പച്ചമുളക്, മുല്ല, ചെണ്ട്മല്ലി, മൾബറി തുടങ്ങിയ തമിഴ്മേഖലയിലെ കൃഷികൾ വിളവൈവിദ്ധ്യത്തിൽ അട്ടപ്പാടിക്ക് സമാനമായി കേരളത്തിലുള്ള മറ്റൊരു പ്രദേശം ഇടുക്കിജില്ലയിലെ മറയൂർ-കാന്തല്ലൂർ പ്രദേശമാണ്. അട്ടപ്പാടിയെ അപേക്ഷിച്ച് അത് വലിപ്പത്തിൽ ഇത്തിരിവട്ടമാണ്.

അട്ടപ്പാടി എന്ന പ്രതീകം

അട്ടപ്പാടി എന്ന വാക്കിന്റെ നിഷ്പത്തി എന്താണ്? അട്ടകൾ ധാരാളമായി കണ്ടുവരുന്ന പ്രദേശമായതുകൊണ്ടാണ് ഈ പേര് ഉണ്ടായത് എന്നാണ് ഒരു നിരീക്ഷണം. അട്ടത്ത് (മുകളിൽ) പാടി (വീട്) വെച്ച് താമസിക്കുന്നവരുടെ നാട് എന്ന് മറ്റൊരു നിരീക്ഷണം. ഈ രണ്ട് നിരീക്ഷണങ്ങളും അട്ടപ്പാടിക്ക് ചേരുന്നതുകൊണ്ട്, അവയിലെ ശരി - തെറ്റുകൾ വിലയിരുത്താൻ ശ്രമിക്കുന്നതിൽ അർത്ഥമില്ല. മലയാളിയുടെ പൊതുബോധത്തിൽ അട്ടപ്പാടി എന്താണ് എന്ന ചോദ്യമാണ് പ്രധാനം മലയാള സിനിമകളിൽ, നാടകങ്ങളിൽ, നാട്ടുമൊഴികൾ, മാധ്യമങ്ങളിൽ അട്ടപ്പാടി കൊള്ളാവുന്ന ഒരു ഇടമല്ല. മലയാളിക്ക് ഏറ്റവും സുപരിചിതമായ പ്രയോഗമാണ് 'നിന്നെ ഞാൻ അട്ടപ്പാടിയിലേക്ക് നാടുകടത്തും' എന്നത്. ഭൂമിയിലെ ഏറ്റവും മോശമായ ഒരിടത്തെയാണ് ആ പ്രയോഗം ധ്വനിപ്പിക്കുന്നത്. തെക്കൻ തിരുവിതാംകൂറിൽ 'അത്തപ്പാടി' എന്നൊരു പ്രയോഗവുമുണ്ട്. കൊള്ളരുതാത്തവനെ, സംസ്കാരമില്ലാത്തവനെ സൂചിപ്പിക്കാനാണ് ആ പദം പ്രയോഗിക്കുന്നത്. 'അവൻ ഒരു അത്തപ്പാടി' എന്ന് പറഞ്ഞാൽ എല്ലാ മോശം കാര്യങ്ങൾക്കുമുള്ള സംസൂചനയായി. എന്നാൽ അട്ടപ്പാടി ഏത് ജില്ലയിലാണ് ഉള്ളത് എന്ന് ചോദിച്ചാൽ മലയാളിയുടെ പൊതുവായ ഉത്തരം വയനാട് എന്നാണ്. അതായത് ഭൂമിശാസ്ത്രപരമായി അതിന്റെ സ്ഥാനത്തെ സംബന്ധിച്ച അറിവ്

അപ്രസക്തമാവുകയും മനഃശാസ്ത്രപരമായി അതിന്റെ സ്ഥാനത്തിന് നൽകിയ മൂല്യകല്പന പ്രസക്തമായി തുടരുകയും ചെയ്യുന്നുവെന്നാണ് അതിന്റെ അർത്ഥം.

ഒരു കാലത്ത് ശിക്ഷാനടപടികൾക്ക് വിധേയരായ ഉദ്യോഗസ്ഥന്മാരെ സ്ഥലംമാറ്റിയിരുന്നത് അട്ടപ്പാടിക്കായിരുന്നു. ശിക്ഷ അവർക്ക് ഫലത്തിൽ രക്ഷയായിതീരുകയായിരുന്നു. അരാജകമായി ജീവിതം നയിക്കാൻ, ആദിവാസി വികസനത്തിനുള്ള പൊതുമുതൽ നിർഭയമായി ദുർവിനിയോഗം ചെയ്യാൻ അവർക്ക് കൂടുതൽ സുഖദമായ സാഹചര്യം ലഭിക്കുകയായിരുന്നു. പക്ഷേ കഴിഞ്ഞ രണ്ട് പതിറ്റാണ്ടായി ഈ സാഹചര്യത്തിന് ക്രമത്തിൽ മാറ്റം വന്നിട്ടുണ്ട്. ശിക്ഷയുടെ ഭാഗമായി അട്ടപ്പാടിയിലേക്കുള്ള സ്ഥലമാറ്റം ഇല്ലാതായിതീർന്നു. കൂടുതൽ മെച്ചപ്പെട്ട ഉദ്യോഗസ്ഥരെ കണ്ടെത്തി അട്ടപ്പാടിയിലേക്ക് നിയോഗിക്കുന്നതിന് സർക്കാർ മുൻഗണന നൽകാൻ തുടങ്ങി. വികസനപ്രവർത്തനങ്ങൾ അളവിലും ഗുണത്തിലും മെച്ചപ്പെടുന്നതിന് അത് സഹായകമായിതീർന്നിട്ടുണ്ട്. സാമൂഹികമായ ജാഗ്രതയില്ലായ്മ, മൂല്യനിർണ്ണയത്തിന്റെ അപര്യാപ്തത, യാത്രാക്ലേശം തുടങ്ങിയവ ഈ ദിശയിലുള്ള മുന്നേറ്റങ്ങൾക്ക് ഇപ്പോഴും പ്രതിബന്ധങ്ങളാണ്. അട്ടപ്പാടിയെ സംബന്ധിച്ച് ആദിവാസികളെപ്പോലെ തന്നെ വന്തവാസികളിൽ ഭൂരിപക്ഷവും ദുർബലരാണ്.

അതുപോലെതന്നെ വികസനപ്രവർത്തനങ്ങൾക്ക് ആദിവാസി സംസ്കാരത്തിന്റെ ഹൃദയമിടിപ്പിനോടും ജീവിതസത്യങ്ങളോടും എത്രമാത്രം നീതിപുലർത്താൻ സാധിച്ചു എന്ന ചോദ്യവും ബാക്കിയാവുന്നു. ആദിവാസിവികസനകാര്യത്തിൽ സർക്കാർ എപ്പോഴും പിൻതുടർന്നിരുന്നത് ആദിവാസികളെ വസ്തുവൽക്കരിച്ചുക്കൊണ്ട് ആദിവാസികളല്ലാത്തവർ രൂപകല്പനചെയ്ത ചില വാർപ്പ് മാതൃകകളെയാണ്.

അഹാഡ്സ് എന്ന സ്ഥാപനമാണ് അക്കാര്യത്തിൽ വ്യത്യസ്തമായ രീതിയിൽ വലിയ പങ്ക് വഹിക്കാൻ ശ്രമിച്ചത്. പ്രകൃതിവിഭവങ്ങൾ പുനഃസൃഷ്ടിക്കുന്നതിലും പശ്ചാത്തല സൗകര്യം വികസിപ്പിക്കുന്നതിലും ആദിവാസികൾക്കിടയിൽ വിദ്യാഭ്യാസത്തോട് ആഭിമുഖ്യം കൂട്ടുന്നതിലും അഹാഡ്സ് വലിയതോതിൽ വിജയിച്ചിട്ടുണ്ട്. എന്നാൽ ആദിവാസികളുടെ സാംസ്കാരികധാതുക്കളേയും ഉള്ളുണർവ്വുകളേയും വികസനപ്രവർത്തനങ്ങളുമായി ഇണക്കിച്ചേർക്കുന്നതിൽ വേണ്ടത്ര വിജയിച്ചില്ല.

സർക്കാർ പദ്ധതികളുടെ എക്കാലത്തേയും ദൗർബല്യം ധനകാര്യനേട്ടങ്ങളിൽ ഊന്നിയുള്ള അതിന്റെ വാർഷികപദ്ധതികളാണ്. പണം ചെലവഴിച്ചോ ഇല്ലയോ എന്നതിനെ ആസ്പദമാക്കിയാണ് പദ്ധതിയുടെ പുരോഗതിയെ വിലയിരുത്തുന്നത്. പദ്ധതിയുടെ ഗുണത്തിനും അളവിനും ദ്വിതീയപ്രാധാന്യം മാത്രമാണ് ഉള്ളത്. സമയത്തെപ്പറ്റി ജാഗ്രതകുറഞ്ഞ ആദിവാസികളുടെ കാര്യത്തിൽ വാർഷികപദ്ധതികൾ എന്ന കാഴ്ചപ്പാട് തന്നെ അപ്രായോഗികമാണ്. ജനപങ്കാളിത്ത രീതിയിലാണ് പദ്ധതി പ്രവർത്തനമെങ്കിൽ സമയത്തിന്റെ നിക്ഷേപം പിന്നെയും കൂടുന്നു.

സർക്കാർ തന്നെയാണ് അഴിമതിയെ പോറ്റിവളർത്തുന്നതെന്ന് ഈ പദ്ധതികൾ നിരീക്ഷിച്ചാൽ മനസ്സിലാവും.

ലോകം മുഴുവൻ അനുക്ഷണം മാറിക്കൊണ്ടിരിക്കുമ്പോൾ അട്ടപ്പാടിക്ക് മാത്രം മാറ്റമില്ലെന്ന് സ്ഥാപിക്കാൻ ഇപ്പോഴും ശ്രമിക്കുന്നത് മാധ്യമങ്ങളാണ്. ആദിവാസികൾക്ക് പുല്ലുവീട് മതി എന്ന് പല മാധ്യമങ്ങളും നിസ്സംശയം പറഞ്ഞുകൊണ്ടിരിക്കുന്നു. അട്ടപ്പാടി എന്നാൽ അവർക്ക് ആദിവാസിയുടെ ഉടലാണ്. ഒരു നൊമാടിന്റെ ഉടൽ. സംസ്കാരത്തിന്റെ പുതിയ വേലിയേറ്റങ്ങളിൽ പഴയ അതിജീവന തന്ത്രങ്ങൾക്ക് നിലനില്പില്ലെന്ന് പതുക്കെയെങ്കിലും പഠിച്ചുവരുന്ന ആദിവാസിയെ അഭിമുഖീകരിക്കാനുള്ള ദാർശനികമായ സത്യസന്ധത മാധ്യമങ്ങൾക്കുണ്ടാവണം. അപ്പോൾ ആദിവാസിയുടെ പഴയ പാർപ്പിട സങ്കല്പം (ആദിവാസികൾ കൈവെടിഞ്ഞിട്ടും) പുതിയ ലോകത്തിൽ അതിജീവിക്കാൻ പ്രാപ്തമല്ലെന്ന് മനസ്സിലാവും. മാത്രമല്ല, പുല്ല് എന്ന വിഭവവും അതുകൊണ്ട് വീട് ഉണ്ടാക്കാനുള്ള വിദ്യയും എന്നോ നഷ്ടപ്പെട്ടുകഴിഞ്ഞു. പ്രകൃതി വിഭവങ്ങളിലുള്ള അവകാശം പുതിയ രീതിയിൽ നിർവ്വചിക്കപ്പെട്ടുകഴിഞ്ഞു. സ്വകാര്യസ്വത്തും അതിന്റെ ബൃഹദാഖ്യാനമായ ഭരണകൂടവും രൂപീകൃതമായ ഒരു ലോകം ഗോത്രസംസ്കൃതിയുടെ ലോകത്തിന് നേർ വിപരീതമാണ്. ഈ ഭൂമിക്ക് ഭൂമിയല്ലാതെ മറ്റൊരു അവകാശിയുമില്ലെന്ന (അട്ടപ്പാടിയിലെ ഒരാദിവാസിമൂപ്പൻ എന്നോട് പറഞ്ഞത്) ആദിവാസി വിശ്വാസം പഴങ്കഥയായിതീർന്നു. ഇതിന് സമാനമാണ് സിയാറ്റിൽ മൂപ്പന്റെ കത്തിലെ സുപ്രസിദ്ധമായ ഉള്ളടക്കം. അമേരിക്കയിലെ പൂഗെറ്റ്സോണ്ട് ദ്വീപുകളിൽ അധിവസിച്ചിരുന്ന സുസ്ക്വോമിഷ് എന്ന ആദിവാസി വിഭാഗത്തിന്റെ തലവനായിരുന്നു സിയാറ്റിൽ (സീത്തിൽ) മൂപ്പൻ. 1854ൽ അദ്ദേഹം അമേരിക്കൻ പ്രസിഡണ്ടിന് അയച്ച കത്തിൽ ഇപ്രകാരം പറയുന്നു, 'വാഷിങ്ങ്ടൻ പ്രസിഡണ്ട് പറയുന്നു അദ്ദേഹം ഞങ്ങളുടെ ഭൂമി വാങ്ങാൻ ആഗ്രഹിക്കുന്നുവെന്ന്. എങ്ങനെയാണ് നിങ്ങൾക്ക് ഭൂമി, ആകാശം, വിൽക്കാനും വാങ്ങാനും സാധിക്കുക? ഈ ആശയം ഞങ്ങൾക്ക് തീർത്തും അപരിചിതമാണ്. വായുവും വെള്ളവും നമുക്ക് സ്വന്തമല്ലെങ്കിൽ പിന്നെ എങ്ങനെയാണ് അവ നിങ്ങൾക്ക് വാങ്ങാനാവുക' (പരിഭാഷ അപൂർണ്ണം)

പുതിയ കാലത്ത് വീട് എന്നാൽ പാർപ്പിടം മാത്രമല്ല, രാഷ്ട്രത്തിന്റെ ആദർശഭൂപടങ്ങൾ ഉൾക്കൊള്ളുന്ന ഒരു ലഘുയൂണിറ്റ് ആണ് അത്. വിശ്രമം, ആഹാരമുണ്ടാക്കൽ, ഇണചേരൽ, ഉറക്കം തുടങ്ങിയവയ്ക്കുള്ള ഒരിടം എന്ന പഴയ സങ്കല്പം എന്നേ മാറിക്കഴിഞ്ഞു. ഇപ്പോൾ രാഷ്ട്രശരീരത്തിലേക്ക് പൗരൻ എന്ന കോശത്തെ നിർമ്മിക്കുന്ന ഏറ്റവും അടിസ്ഥാനമായ യൂണിറ്റാണത്. അതായത് വീട് നിർമ്മിക്കുന്നത് ഇഷ്ടികകൊണ്ട് മാത്രമല്ല, രാഷ്ട്രീയംകൊണ്ട് കൂടിയാണ്. അതിജീവനവും വളർച്ചയും രാഷ്ട്രത്തിന്റെ നിയമങ്ങളാൽ നിർവ്വചിക്കപ്പെട്ടിരിക്കുന്നു. അതിന് ആവശ്യമായ ഭൗതികസാഹചര്യങ്ങൾ രാഷ്ട്രം/ ഭരണകൂടം പ്രദാനം ചെയ്യുന്നുണ്ടോ ഇല്ലയോ എന്നതാണ് മൗലികമായ ചോദ്യം. അതായത്

ആദിവാസികളുടെ പഴയ വീട്ടിൽ പുതിയ വ്യവഹാരമണ്ഡലം അസാധ്യമാണ്. പഴയവീട് പ്രകൃതിശരീരത്തിന്റെ ഭാഗമായിരുന്നു പുതിയവീട് രാഷ്ട്രശരീരത്തിന്റെ ഭാഗമാണ്.

എല്ലാവരും മാറിക്കൊണ്ടിരിക്കുമ്പോൾ ആദിവാസികൾ മാത്രം മാറ്റമില്ലാതെ തുടരണം എന്ന് പൊതുസമൂഹം ശഠിക്കുന്നതിൽ എന്ത് ന്യായമാണ് ഉള്ളത്? ഇത്തരം മാറ്റങ്ങൾ യഥാവിധി ഉൾക്കൊള്ളാൻ പാകത്തിൽ അവരുടെ മാനസികചക്രവാളം വികസിക്കുന്നുണ്ടോ ഇല്ലയോ എന്ന ചോദ്യം തീർച്ചയായും പ്രസക്തമാണ്. അത് മാറ്റം ആവശ്യമില്ലെന്ന നിഗമനത്തിലേക്കല്ല നമ്മളെ നയിക്കുന്നത്. മറിച്ച് മാറ്റം ഗോത്ര സംസ്കാരത്തിന്റെ ഉള്ളുണർവുകൾക്ക് അനുപൂരകമാക്കാൻ ശ്രമിക്കുകയാണ് വേണ്ടത്. അവരുടെ ലോകബോധത്തിന്റെയും സംസ്കാരത്തിന്റെ മെച്ചപ്പെട്ട മുല്യങ്ങളുമായി കണ്ണിചേർക്കാനുള്ള ശ്രമങ്ങളിൽ ജാഗ്രതയുണ്ടാവണം. പുതിയ ലോകത്തിന്റെ അതിജീവനതന്ത്രം അവർ സ്വാംശീകരിച്ചേ മതിയാവൂ. പഴയ ബോധവും പുതിയ ലോകവും എന്ന വിരുദ്ധാവസ്ഥ അവസാനിച്ചേ മതിയാവു. പുതിയ ലോകത്തിലേക്ക് പഴയ ബോധത്തിന്റെ നന്മകൾ കൂട്ടിച്ചേർക്കാൻ ആദിവാസി സമൂഹത്തിന് സാധിക്കണം.

അല്പം ചരിത്രം

അട്ടപ്പാടി ഭൂപ്രദേശത്തിന്റെ പ്രാഗ്ചരിത്രം സംബന്ധിച്ച് വ്യക്തമായ സൂചനകൾ ലഭ്യമല്ല. കൂടപ്പെട്ടി ഊരിന്റെയും കോട്ടത്തറ,മട്ടത്തുക്കാട് പ്രദേശത്തിന്റെയും ചില ഭാഗങ്ങളിൽ നിന്ന് ലഭിച്ച നന്നങ്ങാടികൾ അതി പ്രാചീനകാലം മുതൽ അട്ടപ്പാടിയിൽ മനുഷ്യവാസം ഉണ്ടായിരുന്നുവെന്ന് സൂചിപ്പിക്കുന്നുണ്ട്. കൂടപ്പെട്ടിഊരിന്റെ അരികിൽ നിന്ന് ലഭിച്ച വലിയ മങ്കലങ്ങൾ ഈ ദിശയിലേക്ക് വിരൽ ചൂണ്ടുന്നു. മഹാശിലായുഗസംസ്കാരത്തിന്റെ അവശിഷ്ടമായി അവയെ ഗണിക്കാവുന്നതാണ്. ദക്ഷിണേന്ത്യയിൽ ക്രി.മു 6ാം നൂറ്റാണ്ടു മുതൽ ക്രി.പി 6ാം നൂറ്റാണ്ടു വരെയാണ് മഹാശിലായുഗ കാലഘട്ടം നിലനിന്നിരുന്നതെന്ന് പഠനങ്ങൾ സൂചിപ്പിക്കുന്നു.

കൂടാതെ സ്വർണ്ണഗദ്ദ ഊരിന്റെ പരിസരത്ത് നിന്ന് ധാരാളം വീരക്കല്ലുകളും പാതിരിക്കല്ലുകളും (അട്ടപ്പാടിയിൽ പി.ഡബ്ലിയു.ഡി റസ്റ്റ് ഹൗസിൽ സ്ഥാപിച്ചിട്ടുള്ളത്) ലഭിച്ചിട്ടുണ്ട്. അവ 16-17 നൂറ്റാണ്ടുകളിൽ നിർമ്മിക്കപ്പെട്ടതാണെന്ന് നിരീക്ഷിക്കപ്പെട്ടിട്ടുണ്ട്. ഈ കല്പണികളിൽ തോക്കുകളുടെ സാന്നിദ്ധ്യമുണ്ടെന്നതാണ് ഈ കാലഗണനയ്ക്ക് അടിസ്ഥാനം. ഇന്ത്യയിൽ ആദ്യമായി പീരങ്കികൾ ഉപയോഗിക്കുന്നത് 15-ാം നൂറ്റാണ്ടിൽ ബാബറിന്റെ സൈന്യമാണ്. യൂറോപ്യന്മാരുടെ അധിനിവേശത്തോടെയാണ് തോക്കുകൾ ദക്ഷിണേന്ത്യയിൽ എത്തിപ്പെടുന്നത്. മനുഷ്യവ്യവഹാരത്തിന്റെ പഴമയെ സൂചിപ്പിക്കുന്ന മറ്റൊരു അടയാളം മല്ലീശ്വരൻമുടി സ്ഥിതി ചെയ്യുന്ന മലയിലുണ്ട്. ഈ മലയിലെ മുഡുഗഊരായ താഴെ അബന്നൂരിന് അധികം അകലെയല്ലാതെ ആദിവാസികൾ 'തേർക്കൽമല'

എന്ന് വിളിക്കുന്ന ഒരു പ്രദേശമുണ്ട്. കാടും പുൽമേടുകളും നിറഞ്ഞ, കാറ്റും മഞ്ഞുമേഘങ്ങളും തൊട്ടുകളിക്കുന്ന ഒരു ഭൂപ്രദേശം. വിവരണാതീതമാണ് ഇവിടത്തെ പ്രകൃതിഭംഗി. ഇവിടെ ഒരു ക്ഷേത്രവും തടാകവുമുണ്ടായിരുന്നുവെന്നാണ് ആദിവാസികൾ വിശ്വസിക്കുന്നത്. ഈ വിശ്വാസം ശരിയെന്ന് തെളിയിക്കുന്ന ദൃഷ്ടാന്തങ്ങൾ ഇപ്പോഴും അവിടെയുണ്ട്. മലമുകളിൽ ഒരു ഭാഗം ചതുപ്പായി കിടക്കുന്നുണ്ട്. പണ്ട് അത് ഒരു ചെറിയ തടാകമായിരുന്നിരിക്കണം. കാലാന്തരത്തിൽ മണ്ണ് ഒഴുകി വന്ന് തൂർന്നുപോയതാകാം. ഈ സ്ഥലത്ത് നിന്ന് ഒരു മലകൂടി കയറിച്ചെന്നാൽ ആദിവാസികൾ ക്ഷേത്രമുണ്ടെന്ന് വിശ്വസിക്കുന്ന സ്ഥലത്തെത്തും. ഒന്നുകിൽ പുരാതനകാലത്ത് ഇവിടെ ഒരു ക്ഷേത്രമുണ്ടായിരുന്നിരിക്കണം. അല്ലെങ്കിൽ ക്ഷേത്രനിർമ്മാണത്തിനുള്ള ശ്രമം നടത്തിയിട്ടുണ്ടാവണം. കരിങ്കൽതൂണുകളെന്ന് തോന്നിപ്പിക്കുന്ന ചിലതിന്റെ നഷ്ടശിഷ്ടങ്ങൾ അവിടെ കാണുന്നുണ്ട്. ഈ പ്രദേശവുമായി ബന്ധപ്പെട്ട് ആദിവാസികൾക്കിടയിൽ പ്രചാരം നേടിയ ഒരു പുരാവൃത്തമുണ്ട്. തമിഴ്നാട്ടിലെ കാരമടയിലുള്ള രങ്കനാഥക്ഷേത്രത്തിലെ പ്രതിഷ്ഠ (വിഷ്ണു) പണ്ട് ഇവിടെയായിരുന്നുവത്രെ. പരമശിവൻ മല്ലീശ്വരൻമുടിയിൽ വാസം ആരംഭിച്ചതോടെ രങ്കനാഥന്റെ സ്വാസ്ഥ്യം നഷ്ടപ്പെട്ടു. തുടിയുടെ കടുത്ത ശബ്ദവും തുടിയിലെ പശുത്തോലിന്റെ മണവും സഹിക്കാനാവാതെ രങ്കനാഥൻ ഈ സ്ഥലം ഉപേക്ഷിച്ച് കാരമടയിലേക്ക് പോയെന്നാണ് വിശ്വാസം. എന്തായാലും മല്ലീശ്വരനെന്നപോലെ രങ്കനാഥനും ആദിവാസികളുടെ ആരാധനാമൂർത്തിയാണ്. കോയമ്പത്തൂർ ജില്ലയിലെ തമിഴ്സമൂഹത്തിന്റേയും പ്രധാനതീർത്ഥാടനകേന്ദ്രങ്ങളിലൊന്നാണ് കാരമടക്ഷേത്രം. ആദിവാസികൾക്കിടയിൽ ഈ വിശ്വാസം വേരുറച്ചത് തമിഴ്സംസ്കാരത്തിന്റെ സ്വാധീനഫലമാകണം. മല്ലീശ്വരനുപോലും ശിവഭാഷ്യം ലഭിച്ചത് പിന്നീടാകാനാണ് സാധ്യത.

മല്ലീശ്വരനുമായി ബന്ധപ്പെട്ട ഗോത്രപുരാവൃത്തത്തിൽ (കുഞ്ചൻ, പ്രസിഡണ്ട്, ചെമ്മന്നൂർ ക്ഷേത്രഭരണസമിതി.) ഇതിന്റെ വേറെ ചില സൂചനകളും വായിച്ചെടുക്കാവുന്നതാണ്. പല നൂറ്റാണ്ടുകൾക്ക് മുമ്പ് ഭവാനിപ്പുഴയുടെ മറുകരയിൽ ഇമ്പിയൂർ എന്നൊരു ഊരുണ്ടായിരുന്നു. ഈ ഊരിലെ ശിവലിംഗപ്രതിഷ്ഠയാണ് ചെമ്മന്നൂർ ക്ഷേത്രത്തിലേതെന്നാണ് വിശ്വാസം. ഇമ്പിയൂരിലെ ഞൊണ്ടിപാട്ടൻ, കൊക്കപാട്ടൻ എന്നീ ആദിവാസിസഹോദരന്മാരാണ് ആ വിഗ്രഹം പൂജിച്ചിരുന്നത്. അക്കാലത്ത് ഞൊണ്ടിപാട്ടൻ പതിവായി എരുമകളെ മേക്കാൻ പോയിരുന്നത് അമ്പണ്ണൂർമലയിലേക്കാണ്. അമ്പണ്ണൂരിൽ അധിവസിക്കുന്ന മുഡുഗ ആദിവാസിവിഭാഗത്തിലെ കർട്ടികുലത്തിൽപ്പെട്ട ഒരു പെൺകുട്ടിയും ആടിനെ മേക്കാൻ അവിടെ വരുമായിരുന്നു. അങ്ങനെ അവർ തമ്മിൽ പ്രണയത്തിലായി. ഒരു ദിവസം അവർ ഒളിച്ചോടി പുഴകടന്ന് കൊല്ലങ്കടവ് ഊരിൽ അഭയം പ്രാപിച്ചു. പെൺകുട്ടിയെ കാണാത്തതിൽ അരിശം മൂത്ത് അമ്പണ്ണൂർനിവാസികൾ വഴിയിൽ കണ്ട കൊക്കപാട്ടനെ മർദ്ദിച്ചു. അവിടെ നിന്ന് ഒരുവിധത്തിൽ കൊക്കപ്പാട്ടൻ ഓടിരക്ഷപ്പെട്ടു.

ഭീഷണിയും മർദ്ദനവും തുടർന്നു. ഇനിയും അവിടെ തങ്ങിയാൽ ജീവൻ തന്നെ അപകടത്തിലാവുമെന്ന് അദ്ദേഹത്തിന് മനസ്സിലായി. അങ്ങനെ അദ്ദേഹം താൻ പൂജിച്ച വിഗ്രഹവുമെടുത്ത് പുഴകടന്ന് ചെമ്മന്നൂരിലെത്തുകയും രാമയ്യകൗണ്ടറുടെ വീട്ടിൽ അഭയം പ്രാപിക്കുകയും ചെയ്തു. ഇത്രയും മല്ലീശ്വരപുരാവൃത്തത്തിന്റെ ഒരുഭാഗം മാത്രമാണ്. ശിവനുമായി ബന്ധപ്പെട്ട കഥാസന്ദർഭങ്ങളിലൂടെ പുരാവൃത്തം ഇനിയും വികസിക്കുന്നുണ്ട്. അതുപോലെ ഈ പുരാവൃത്തത്തിന് ചില പാഠഭേദങ്ങളുമുണ്ട്. എന്തായാലും തേർക്കൽമലയിൽ ക്ഷേത്രമുണ്ടായിരുന്നുവെന്ന ആദിവാസികളുടെ പാരമ്പര്യവിശ്വാസത്തിന് (അത് വിഷ്ണുവാണോ ശിവനാണോ) ഈ പുരാവൃത്തവും പിൻബലം നൽകുന്നുണ്ട്.

ചുരുക്കത്തിൽ മുൻ ചൊന്ന പുരാവസ്തുക്കളും പുരാവൃത്തങ്ങളും തെളിയിക്കുന്നത് അട്ടപ്പാടിയിൽ പുരാതനകാലം മുതൽ തന്നെ മനുഷ്യന്റെ പെരുമാറ്റം ഉണ്ടായിരുന്നുവെന്നാണ്. അത് ഇപ്പോൾ അട്ടപ്പാടിയിൽ അധിവസിക്കുന്ന ആദിവാസി ഗോത്രങ്ങളുടെ പൂർവ്വികരാണോ അല്ലയോ എന്ന് പറയാൻ പറ്റുന്ന പഠനങ്ങളൊന്നും നടന്നിട്ടുമില്ല.

അറിയപ്പെട്ട ചരിത്രമനുസരിച്ച് അട്ടപ്പാടി ഭൂപ്രദേശത്തിന്റെ അധികപങ്കും കുന്നത്ത് നാട് മാടമ്പിൽ സ്വരൂപത്തിന്റെ (മൂപ്പിൽ നായർ = ഈ സ്വരൂപത്തിലെ തലമൂത്ത നായന്മാരെയാണ് മൂപ്പിൽ നായർ എന്ന് വിളിച്ചിരുന്നത്) അധികാരപരിധിയിലായിരുന്നു. കോഴിക്കോട് സാമൂതിരി രാജാവിന്റെ മേൽക്കോയ്മയ്ക്ക് കീഴിലുള്ള അനവധി സ്വരൂപങ്ങളിലൊന്നായിരുന്നു കുന്നത്ത്നാട് മാടമ്പിൽ എന്നും വിശ്വസിച്ചു പോരുന്നു. 1.80000 (ലാന്റ് യൂസ് ബോർഡിന്റെ കണക്കനുസരിച്ച് അട്ടപ്പാടിയുടെ വിസ്തൃതി 186250 ഏക്കർ ആണ്.) ഏക്കർ സ്ഥലമായിരുന്നു അവർക്ക് അട്ടപ്പാടിയിൽ ഉണ്ടായിരുന്നതത്രേ. നൂറ്റാണ്ടുകൾക്ക് മുമ്പ് തന്നെ ഭൂവിസ്തൃതി ഇത്രയും കൃത്യമായി രേഖപ്പെടുത്താൻ സാധിച്ചത് അദ്ഭുതകരമാണ്. ഈ പ്രദേശങ്ങൾ ഉൾക്കൊള്ളുന്ന, നൂറുവർഷത്തിലേറെ പഴക്കംവരുന്ന, അട്ടപ്പാടിയുടെ ഒരു ഭൂപടം ഇന്നും ഈ കുടുംബം സൂക്ഷിച്ചു പോരുന്നുണ്ട്. അട്ടപ്പാടിയിലെ ശേഷിച്ച പ്രദേശങ്ങൾ വള്ളുവക്കോനാതിരിയുടെ സ്വരൂപത്തിൽപ്പെട്ട ഏറാൾപ്പാട്ട് രാജയുടേതായിരുന്നു. എടത്തനാട്ടുകരയിലെ ആർ.എം പാലാട്ട് എന്ന മേനോൻ കുടുംബമാണ് ഈ പ്രദേശം കൈകാര്യം ചെയ്തിരുന്നത്. ഈ രണ്ടു സ്വരൂപങ്ങളുടെ കൈവശം അട്ടപ്പാടി ഭൂപ്രദേശം എപ്പോൾ, എങ്ങനെ എത്തിപ്പെട്ടു എന്നതിനെ സംബന്ധിച്ച കൂടുതൽ വിവരങ്ങൾ ലഭ്യമല്ല.

ഇരുപതാം നൂറ്റാണ്ടിന്റെ ആദ്യപകുതി വരെ ഈ ജന്മികളുടെ കുടിയാന്മാരായിരുന്നു അട്ടപ്പാടിയിലെ ആദിവാസികൾ. കൃഷി ചെയ്യുന്ന ഭൂമിയുടെ അളവനുസരിച്ച് ആദിവാസികൾ ജന്മികൾക്ക് നികുതി നൽകിപ്പോന്നു. ഇരുപതാം നൂറ്റാണ്ടിന്റെ തുടക്കത്തിൽ ഒരേക്കറിന് 50–1.25 പൈസയായിരുന്നു പാട്ടത്തുക. വനവിഭവങ്ങളുടെ രൂപത്തിലാണ് ഈ പാട്ടതുക ആദിവാസികൾ ജന്മികൾക്ക് നൽകിയിത്. വിദൂരവനാന്തരങ്ങളിൽ പാർത്തുവന്നിരുന്ന കുറുമ്പർ ഈ നികുതി സമ്പ്രദായത്തിൽ

നിന്ന് ഏറെക്കുറെ മുക്തരായിരുന്നു. (Land Alienation among Tribes in Attappady, N. Viswanathan, 1986) എന്തായാലും വളരെ കർക്കശമായ രീതിയിലുള്ള ജന്മിത്ത സമ്പ്രദായങ്ങൾ അട്ടപ്പാടിയിൽ നിലനിന്നിരുന്നില്ലെന്ന് വേണം മനസ്സിലാക്കാൻ. അതുകൊണ്ട് തന്നെ ആദിവാസികളുടെ സ്വതന്ത്രജീവിതം വലിയ പരിക്കുകൾ ഏൽക്കാതെ അക്കാലങ്ങളിൽ തുടർന്നിട്ടുണ്ട്.

ആദിവാസി സമൂഹങ്ങൾ അട്ടപ്പാടിയിൽ ഏതുകാലത്താണ് സ്ഥിരവാസമുറപ്പിച്ചത്? ലിഖിതപ്രമാണങ്ങളുടേയും പഠനങ്ങളുടേയും അഭാവത്തിൽ ഇക്കാര്യത്തിലും ഒരു നിഗമനം സാധ്യമല്ല. ദക്ഷിണേന്ത്യയിലെ വിവിധ ഗോത്രസമൂഹങ്ങളെക്കുറിച്ച് നടത്തിയ പഠനങ്ങളുടെ സമാഹൃത ഗ്രന്ഥമായ 'ബ്ലു മൗണ്ടയി'നിൽ (Blue Mountain, The ethnography and Bio-geography of a south Indian Region edited by Paul Hawkins) നീലഗിരി മേഖലയിലെ ഗോത്രസമൂഹങ്ങളെപ്പറ്റി പ്രതിപാദിക്കുന്നുണ്ട്. എന്നാൽ അട്ടപ്പാടി മേഖലയിലെ പുരാതനസമൂഹങ്ങളെപ്പറ്റി പ്രത്യേകം പരാമർശിക്കുന്നില്ല. എന്തായാലും നിരവധി നൂറ്റാണ്ടുകൾക്ക് മുമ്പുതന്നെ പ്രാചീനഗോത്രവർഗ്ഗമായ കുറുമ്പരും മുഡുഗരും ഈ പ്രദേശങ്ങളിൽ അധിവസിച്ചിട്ടുണ്ടാവണം. അന്ന് അവർക്ക് സ്ഥിരമായ വാസസ്ഥാനങ്ങൾ ഉണ്ടായിരുന്നില്ലല്ലോ. എന്നാൽ ഇരുളരുടെ പ്രധാന അധിവാസകേന്ദ്രം കോയമ്പത്തൂരായിരുന്നുവെന്ന് ചരിത്രപഠനങ്ങൾ വ്യക്തമാക്കുന്നു. 12-ാം ശതകം വരെ ഇരുളവംശത്തിന്റെ ആധിപത്യത്തിലായിരുന്നുവത്രേ ഈ പ്രദേശം. കാടുപിടിച്ചുകിടന്ന ഈ പ്രദേശങ്ങൾ ഇരുളർ വെട്ടിത്തെളിക്കുകയും അധിവാസകേന്ദ്രങ്ങൾ സ്ഥാപിക്കുകയും ചെയ്തു. അന്ന് അവരുടെ രാജാവായിരുന്ന കോവൻ സ്ഥാപിച്ച നാടാണ് കോവൻപുത്തൂർ. അത് പിന്നീട് കോയമ്പത്തൂരായിതീർന്നുവെന്ന് ചരിത്രം. 12-ാം നൂറ്റാണ്ടിൽ ചോളന്മാർ കോയമ്പത്തൂർ കീഴടക്കിയതോടെ ഇരുളന്മാരുടെ പ്രഭാവം നഷ്ടപ്പെട്ടു. അവർ അഭയം തേടി പല സ്ഥലങ്ങളിൽ എത്തിപ്പെട്ടു. അപ്രകാരം കോയമ്പത്തൂർ സമതലങ്ങളിൽ നിന്ന് എത്തിപ്പെട്ടവരാകാം അട്ടപ്പാടിയിലെ ഇരുളർ. ഇന്നും തമിഴ്നാട്ടിലെ ഏറ്റവും വലിയ രണ്ടാമത്തെ ഗോത്രവിഭാഗമാണ് ഇരുളർ.

2002-ൽ അഹാഡ്സ് നടത്തിയ പങ്കാളിത്ത പഠനത്തിൽ ലഭിച്ച വിവരങ്ങൾ അനുസരിച്ച് 500 വർഷത്തിലേറെ പഴക്കം വരുന്ന നിരവധി ഊരുകൾ അട്ടപ്പാടിയിലുണ്ട്. ഇരുള ഊരുകളിൽ ഏറ്റവും പഴക്കം ചെന്ന ഊരുകളിലൊന്നാണ് നട്ടക്കൽചുണ്ടപ്പെട്ടി ഊര്. തമിഴ്നാട്ടിലെ രായനൂർ എന്ന സ്ഥലത്ത് നിന്ന് നിരവധി നൂറ്റാണ്ടുകൾക്ക് മുമ്പ് എത്തിപ്പെട്ടവരത്രേ ഈ ഊരിലെ പൂർവ്വികർ. നൂറ്റാണ്ടുകൾക്ക് മുമ്പ് തമിഴ്നാട് ഭരിച്ചിരുന്ന ഏതോ പാണ്ഡ്യരാജാവിന് ക്ഷേത്രം നിർമ്മിക്കാൻ അട്ടപ്പാടിയിൽ നിന്നാണ് പാറക്കല്ലുകൾ കൊണ്ടു പോയിരുന്നത്. അവ കൊണ്ടു പോകുന്നതിനിടയിൽ കാളവണ്ടിയിൽ നിന്ന് ഒരു കല്ല് ഭൂമിയിൽ വീണ് ഉറച്ചു പോയി. അങ്ങനെ വീണ് ഉറച്ച സ്ഥലമാണ് 'നട്ടക്കൽ' എന്ന് പുരാവൃത്തം. ചുണ്ടച്ചെടികൾ ഇവിടെ ധാരാളമായി വളർന്നിരുന്നതു കൊണ്ട് ചുണ്ടപ്പെട്ടിയെന്നും പിന്നീട് പേര് വന്നു.

ആദിവാസി ജീവിതം
ഒരു സാംസ്കാരിക പഠനം

മുഡുഗ ഊരുകളിൽ ഏറ്റവും പഴക്കം ചെന്ന ഊരുകളിലൊന്ന് മേലെ അബന്നൂർ ആണ്. മല്ലീശ്വരൻ മുടിയുടെ മേൽചെരിവിലാണ് അത് സ്ഥിതി ചെയ്യുന്നത്. ഈ ഊരിൽ ഉണ്ടായിരുന്നവരാണ് പിന്നീട് കാരറ, പോത്തുപ്പാടി, ചിറ്റൂർ, കട്ടേക്കാട്, ആനക്കല്ല്, പൊട്ടിക്കൽ എന്നീ ഊരുകൾ സ്ഥാപിച്ചത്. 'അബ' എന്നാൽ അടിയന്തരം എന്നാണ് അർത്ഥം മറ്റു മുഡുഗ ഊരുകൾക്കുവേണ്ടിയും അടിയന്തര കർമ്മങ്ങൾക്ക് നേതൃത്വം നൽകിയിരുന്നത് ഈ ഊരിലെ മൂപ്പനായിരുന്നു. മല്ലീശ്വരൻ വിളക്കിന് വിളക്ക് തെളിക്കുന്നത് ഉൾപ്പെടെയുള്ള ചടങ്ങുകൾക്ക് നേതൃത്വം നൽകി വരുന്ന മലപൂജാരിമാരും അബന്നൂർ ഊരിൽ നിന്നുള്ളവരാണ്. പൊട്ടിക്കൽ ഊരിൽ നിന്നുള്ളവർക്കും അതിനുള്ള അവകാശമുണ്ട്.

കടുകുമണ്ണയാണ് കുറുമ്പരുടെ പഴക്കം ചെന്ന ഊരുകളിലൊന്ന്. ജാംബവാന്റെ കാലത്തോളം പഴക്കമുണ്ടെന്നാണ് ഊരുനിവാസികളുടെ അവകാശവാദം. നീലഗിരി മലനിരകളുടെ ഭാഗമായ, ചെങ്കുത്തായ ഒരു മലയുടെ നെറുകയിലാണ് ഈ ഊര് സ്ഥിതിചെയ്യുന്നത്. ഏതോ കാലത്ത് ആഹാരം അന്വേഷിച്ച് അലഞ്ഞുതിരിഞ്ഞ കുറുമ്പ ആദിവാസികൾ കടുകുചെടികൾ സമൃദ്ധിയായി വളരുന്ന ഈ പ്രദേശത്ത് താമസമുറപ്പിച്ചുവെന്ന് പുരാവൃത്തം. എന്തായാലും അട്ടപ്പാടിയിലെ ഏറ്റവും പ്രാകൃത ജനവിഭാഗം (സംസ്ഥാന സർക്കാർ പ്രാചീന ഗോത്രവിഭാഗത്തിലാണ് കുറുമ്പരെ ഉൾപ്പെടുത്തിയിട്ടുള്ളത്) കുറുമ്പർ തന്നെയാണ്. ഒരിടത്തും താമസമുറപ്പിക്കാതെ കാടോടികളായി കഴിഞ്ഞിരുന്ന കാലം മുതൽ (കർണ്ണാടകയിലും തമിഴ്നാട്ടിലെ ഊട്ടി, കോയമ്പത്തൂർ ജില്ലകളിലും ഇവർ അധിവസിക്കുന്നുണ്ട്. അതുപോലെ, ഇരുളരും മുഡുഗരും ഈ രണ്ടു ജില്ലകളിലും അധിവസിക്കുന്നുണ്ട്) കുറുമ്പർ അട്ടപ്പാടിയിൽ ഉണ്ടായിരുന്നു. നൊമാഡിക്ക് കാലഘട്ടത്തിൽ നിന്ന് ക്രമത്തിൽ പരിവർത്തനവിധേയമായ അവർ പിന്നീട് എപ്പോഴോ നീലഗിരിമലനിരകളിൽ പലയിടങ്ങളിലായി സ്ഥിരവാസമുറപ്പിച്ചു. അങ്ങനെ അതിരുകളില്ലാതെ ജീവിച്ചിരുന്നവർ അതിരുകൾ ഉള്ളവരുടെ ലോകത്ത് അകപ്പെട്ടു. അതുവഴി അവർ അട്ടപ്പാടിക്കാരും കേരളീയരുമായി തീർന്നു.

ബ്രിട്ടീഷ് കാലഘട്ടത്തിൽ അവരുടെ നയങ്ങൾ അട്ടപ്പാടിയേയും തദ്ദേശഗ്രാമവാസികളായ ആദിവാസികളേയും നല്ലവണ്ണം സ്വാധീനിച്ചതായി രേഖകൾ സൂചിപ്പിക്കുന്നു. 1866-ൽ ബ്രിട്ടീഷ് സർക്കാർ പുനം കൃഷി നിയന്ത്രിക്കുന്നതിനുവേണ്ടി നിയമം കൊണ്ടു വന്നു. ആദിവാസികൾ അവരുടെ കൊത്ത് (മേൽ മണ്ണ് മാത്രം ഇളകുന്ന ചെറിയ കൈക്കോട്ട്) കാട് സമ്പ്രദായം (പുനം കൃഷി) ഉപേക്ഷിച്ച് ഏർക്കാട് (കാളപ്പൂട്ട്) രീതികൾ (സ്ഥിരം കൃഷിയിടം) സ്വീകരിക്കാൻ തന്മൂലം നിർബന്ധിതരായി തീർന്നു. ഉൾക്കാട്ടിൽ താമസിച്ചുപോന്ന കുറുമ്പ ആദിവാസികളെ അപ്പോഴും അത് സ്വാധീനിക്കുകയുണ്ടായില്ല. 1894-ൽ ബ്രിട്ടീഷ് സർക്കാർ ആദ്യത്തെ വനസംരക്ഷണ നിയമം പ്രഖ്യാപിച്ചു എന്നിട്ടും മലബാർ ഡിസ്ട്രിക്ട് ഗസറ്റിയർ അനുസരിച്ച്, 1915ൽ പോലും തമിഴർ, കന്നട ഗൗണ്ടന്മാർ, ബഡുഗർ, ഇരുളർ, മുഡുഗർ, കുറുമ്പർ എന്നിവർ

വ്യാപകമായി പുനംകൃഷി തുടരുന്നതായി സൂചിപ്പിക്കുന്നു. ഈ സാഹചര്യം കൂടി കണക്കിലെടുത്താണ്, സംരക്ഷിതവനപ്രദേശം ഉണ്ടാക്കുന്നതിനുവേണ്ടി സ്വകാര്യജന്മികളുടെ കൈവശമുണ്ടായിരുന്ന കാടുകൾ ബ്രിട്ടീഷ് സർക്കാർ വാങ്ങാൻ തുടങ്ങിയത്.

അപ്രകാരം അട്ടപ്പാടിയിലെ ബ്ലോക്ക് നമ്പർ V 11379 രൂപയ്ക്കും ബ്ലോക്ക് നമ്പർ IIV 91571 രൂപയ്ക്കും വാങ്ങിയതായി രേഖകൾ സൂചിപ്പിക്കുന്നു. ഭവാനിപ്പുഴയുടെ നീർവാർച്ച പ്രദേശത്തിന്റെ സംരക്ഷണമാണ് ബ്രിട്ടീഷ് സർക്കാർ അതുവഴി ലക്ഷ്യം വെച്ചതെന്ന് അവകാശപ്പെടുന്നു.

1930കളിൽ അട്ടപ്പാടിയിൽ തെരഞ്ഞ്വെട്ട് (Selection felling) ആരംഭിച്ചു (First working plan, T.V. Vengiteshwara Iyer, 1934) അട്ടപ്പാടിയിലെ നിത്യഹരിത വനങ്ങളിലും ആർദ്രഇലപൊഴിയും കാടുകളിലും ഉള്ള തെരഞ്ഞ് വെട്ട് തുടർന്നതായി പിന്നീടുള്ള വർക്കിംങ് പ്ലാനുകൾ സൂചിപ്പിക്കുന്നു. എന്നാൽ 1901–1914 കാലഘട്ടത്തിൽ തന്നെ വൻതോതിൽ തെരഞ്ഞ്വെട്ട് സൈലന്റ്‌വാലിയിൽ നടന്നിട്ടുണ്ടെന്ന് സജി ജെയിംസ് പറയുന്നു (സജി ജെയിംസ്, സൈലന്റ് വാലി, ജൈവസമ്പന്നതയുടെ അപൂർവ്വലോകം, പാലക്കാട്-സ്ഥലം-കാലം-ചരിത്രം, 2011, ജില്ലാ ടൂറിസം പ്രമോഷൻ കൗൺസിൽ) 1914ൽ സൈലന്റ് വാലി വനമേഖലയെ ബ്രിട്ടീഷ് സർക്കാർ സംരക്ഷിതവനമേഖലയായി പ്രഖ്യാപിച്ചു. എന്നിട്ടും 1928ൽ സൈലന്റ് വാലിയിലെ തെരഞ്ഞ് വെട്ടിന് ഔദ്യോഗിക അംഗീകാരം നൽകിയതായി രേഖകൾ സൂചിപ്പിക്കുന്നു. അതിനർത്ഥം ബ്രിട്ടീഷ് സർക്കാരിന്റെ സംരക്ഷിത വനപ്രദേശം നിർമ്മിക്കുക എന്ന ലക്ഷ്യത്തിനു പിറകിൽ തങ്ങൾക്ക് കാട്ടിൽ കുത്തകാധികാരം നേടുക എന്നത് മാത്രമായിരുന്നു. തെരഞ്ഞ് വെട്ട് നിർബാധം തുടരുക തന്നെ ചെയ്തു. ഈ തെരഞ്ഞ്വെട്ടിന്റെ അടയാളങ്ങൾ തകർന്നടിഞ്ഞ കൂപ്പ്റോഡുകളുടെ രൂപത്തിൽ ഇന്നും സൈലന്റ്‌വാലിക്കാടുകളിൽ കാണാവുന്നതാണ്. 48000 ഘന മീറ്റർ തടി ഇവിടെനിന്ന് വെട്ടിമാറ്റിയതായി കണക്കുകൾ.

തെരഞ്ഞ്വെട്ട് മാത്രമല്ല, കേവലവെട്ടും (Clean felling) ബ്രിട്ടീഷ് സർക്കാർ നടത്തിയിട്ടുണ്ട്. തടിക്കുണ്ട് ഊരിനോട് ചേർന്ന് വരുന്ന പ്രദേശത്ത് 300 ഹെക്ടർ വനപ്രദേശം ഇപ്രകാരം വെട്ടി വെളുപ്പിച്ചു. പിന്നീട് അവിടെ തേക്കിൻതൈകൾ നട്ടുപിടിപ്പിച്ചു. എന്നിരുന്നാലും 1959-ൽപോലും അട്ടപ്പാടിയിലെ ഭൂവിസതൃതിയിൽ 82%വും വനമായിരുന്നു. 1961-ൽ അത് 74% മായും 1971-ൽ28% മായും കുറഞ്ഞു. 1961-1971 കാലത്തുണ്ടായ വനച്ചുരുക്കം 46% ആണ്. വനനശീകരണം ഏറ്റവും രൂക്ഷമായി നടന്ന കാലഘട്ടം അതായിരുന്നു. 1971-ൽ സംസ്ഥാന സർക്കാർ സ്വകാര്യഭൂമികൾ സർക്കാരിൽ നിക്ഷിപ്തമാക്കുന്ന നിയമം (Vesting and assignmentof Private forest land) കൊണ്ടുവരികയുണ്ടായി ഈ നിയമം പ്രാബല്യത്തിൽ വന്നാൽ സംഭവിക്കാവുന്ന നഷ്ടം മനസ്സിലാക്കി ജന്മികൾ തങ്ങളുടെ അധീനതയിലുള്ള ഭൂമിയിൽ നിന്ന് വൻ തോതിൽ മരങ്ങൾ മുറിച്ചു തള്ളിയതിന്റെ ഫലമായിരുന്നു അത്. പ്രസ്തുത നിയമമാകട്ടെ മാസങ്ങളോളം കോടതി വ്യവഹാരങ്ങളിൽ കുടുങ്ങിക്കിടക്കുകയും ചെയ്തു.

1972 മേയ് മാസം 21ന് ഈ ബിൽ നടപ്പിലാക്കുന്നത് തടഞ്ഞുകൊണ്ട് ഹൈക്കോടതി ഉത്തരവ് പുറപ്പെടുവിച്ചു ഒരു നീണ്ട നിയമയുദ്ധത്തിനു ശേഷമാണ്, അതായത് 1973 ആഗസ്റ്റ്മാസം 19നാണ് സംസ്ഥാന സർക്കാരിന്റെ നിയമനിർമ്മാണം സുപ്രീംകോടതി ശരിവെച്ചത്. അതിനിടയിൽ കുന്നിറങ്ങിയ കാടുകൾക്ക് കൈയും കണക്കുമില്ല. ഭവാനി-ശിരുവാണി പുഴകളിൽ വെള്ളത്തേക്കാൾ കൂടുതൽ തടികൾ ഒഴുകിപ്പോയ കാലം.

ബ്രിട്ടീഷ് കാലഘട്ടത്തിൽ മലബാർ ജില്ലയിലെ വള്ളുവനാട് താലൂക്കിൽപ്പെടുന്ന ഒരു വില്ലേജ് ആയിരുന്നു അട്ടപ്പാടി പ്രദേശം. 1956-ൽ സംസ്ഥാന രൂപീകരണം നടന്നപ്പോൾ പാലക്കാട് ജില്ലയിലെ പെരിന്തൽമണ്ണ താലൂക്കിലായി അട്ടപ്പാടി. പിന്നീട് മലപ്പുറം ജില്ല രൂപീകരിച്ചു. അതോടെ അട്ടപ്പാടി മണ്ണാർക്കാട് താലൂക്കിന്റെ ഭാഗമായി തീർന്നു. 1962-ൽ പഞ്ചായത്തുകൾ രൂപീകരിച്ചു. അപ്പോൾ അട്ടപ്പാടി ഒരൊറ്റ പഞ്ചായത്ത് ആയിരുന്നു. 1968-ൽ അട്ടപ്പാടി ബ്ലോക്കിനും അതിനുള്ളിൽ അഗളി, പുതൂർ, ഷോളയൂർ എന്നീ ഗ്രാമപഞ്ചായത്തകൾക്കും രൂപം നൽകി

ജനസമൂഹം

1920 കളോടു കുടിതന്നെ അട്ടപ്പാടിയിലേക്ക് തമിഴ് ജനസമൂഹമായ കൗണ്ടന്മാർ, നായ്ക്കന്മാർ തുടങ്ങിയവർ കുടിയേറ്റം ആരംഭിച്ചിട്ടുണ്ട്. കാർഷിക വൃത്തിയും പശുപരിപാലനവും മുഖ്യ ജീവനോപാധിയാക്കിയ ഈ സമൂഹം അനുബന്ധസേവനങ്ങൾ ലഭിക്കുന്നതിനുവേണ്ടി ജാതിവ്യവസ്ഥയുടെ ഭാഗമായുള്ള പണിയാളന്മാരേയും കൊണ്ടുവരികയുണ്ടായി. ചക്ലിയന്മാർ, ബോയന്മാർ, നാസവൻ (ബാർബർ) വണ്ണാൻ (അലക്കുകാർ) വലയന്മാർ തുടങ്ങിയ കീഴാളജാതികൾ അങ്ങനെ എത്തിയവരാണ്. കിഴക്കൻ അട്ടപ്പാടിയിലാണ് അവരെല്ലാം താവളമുറപ്പിച്ചത്.

1920 കളോടെ മധ്യതിരുവിതാംകൂറിൽ നിന്ന് മലബാറിലേക്കുള്ള കുടിയേറ്റം ആരംഭിച്ചെങ്കിലും അട്ടപ്പാടിയിൽ അത് എത്തുന്നത് പിന്നെയും പതിറ്റാണ്ടുകൾ കഴിഞ്ഞാണ്.അട്ടപ്പാടിയുടെ താഴ്വരയായ മണ്ണാർക്കാടിന്റെ പരിസരങ്ങളിൽവന്ന് അത് ഗതിയറ്റ് നിന്നിരിക്കണം. റബ്ബർ, കാപ്പി, തേയില, ഇഞ്ചി, തുടങ്ങിയ നാണ്യവിളകൾക്ക് യോജിച്ച സ്ഥലങ്ങൾ കുറവായതുകൊണ്ടാകാം അട്ടപ്പാടി അന്ന് അനാകർഷകമായത്. മാത്രമല്ല, കുടിയേറ്റകർഷകർക്ക് ഒരിക്കലും ഉൾക്കൊള്ളാനോ പൊരുത്തപ്പെടാനോ പറ്റാത്ത മഴനിഴൽപ്രദേശമാണ് അട്ടപ്പാടിയുടെ ഗണ്യമായൊരുഭാഗം. 1925-26 ലെ കണക്കനുസരിച്ച് ബ്രിട്ടീഷ്മലബാറിലെ എട്ട് താലൂക്കുകളിൽ ഏകദേശം പത്ത് ലക്ഷത്തോളം ഏക്കർ ഭൂമി കൃഷിയോഗ്യമായ തരിശുഭൂമിയുടെ ഗണത്തിൽ ഉണ്ടായിരുന്നു. ആകെ ഭൂമിയുടെ മൂന്നിലൊന്നും കുടിയേറ്റക്കാർക്കുവേണ്ടി കാത്തുകിടക്കുകയായിരുന്നു. (Statistical Report to the District Gazetteer, K.N. Krishnadas Aiyyar) ഈ റിപ്പോർട്ട് പ്രകാരം അട്ടപ്പാടി പ്രദേശം ഉൾപ്പെട്ടിരുന്ന അന്നത്തെ വള്ളുവനാട് താലൂക്കിൽ 1,38,071 ഏക്കർ കൃഷിയോഗ്യമായ തരിശുഭൂമിയുണ്ടെന്ന് കണക്കാക്കിയിരുന്നു. അതിൽ അധികപങ്കും

അട്ടപ്പാടിയിലാവാനാണ് സാധ്യത. ആ സാധ്യതയാണ് പ്രതികൂലകാലാവസ്ഥയുടേയും ഭൂപ്രകൃതിയുടേയും പേരിൽ ആദ്യഘട്ട കുടിയേറ്റങ്ങൾ കൈവെടിഞ്ഞത്. പിന്നെയും മൂന്ന് പതിറ്റാണ്ടുകൾ കഴിഞ്ഞാണ് മലയാളി കുടിയേറ്റക്കാർ അട്ടപ്പാടിചുരം കയറുന്നത്.ഈ കാലവിളംബത്തിൽ മറ്റൊന്ന്കൂടി സംഭവിച്ചു. കുടിയേറ്റത്തിന്റെ ആദ്യതിരകളിൽ കണ്ടിരുന്നതുപോലെ, സമ്പന്നവിഭാഗത്തിന്റെ സാന്നിദ്ധ്യം നാമമാത്രമായി തീർന്നു. ദരിദ്രരും ഭൂരഹിതരുമായിരുന്നു അട്ടപ്പാടിയിൽ കുടിയേറിയവരിൽ ഭൂരിഭാഗവും.

1950 കളിലാണ് അട്ടപ്പാടിയിലേക്ക് മധ്യതിരുവിതാംകൂറിൽ നിന്നുള്ളവരുടെ ഒഴുക്ക് ആരംഭിച്ചത് കാടുകൾ വെട്ടിത്തെളിച്ച് കൃഷിയിറക്കുന്നത് അന്ന് സർക്കാർ പ്രോൽസാഹിപ്പിച്ചിരുന്നു. പരമാവധി ഭക്ഷ്യധാന്യം ഉത്പാദിപ്പിക്കുക (grow more food Programme) എന്നത് സർക്കാർ നയമായിരുന്നു. ഈ ഒഴുക്ക് ക്രമപ്രവൃദ്ധമായി വർദ്ധിച്ചുകൊണ്ടിരുന്നു. 1971ലെ നിക്ഷിപ്തവനനിയമത്തിന്റെ പശ്ചാത്തലത്തിൽ കുടിയേറ്റം അതിന്റെ ഉച്ചസ്ഥായിയിലെത്തിച്ചേർന്നു.

മലയാളികൾ മുഖ്യമായും പടിഞ്ഞാറൻ അട്ടപ്പാടിയിലാണ് ആവാസമുറപ്പിച്ചത്. കിഴക്കൻ അട്ടപ്പാടിയിൽ തമിഴരും. ഈ കുടിയേറ്റത്തിന്റെ സമ്മർദ്ദം, കൃഷിക്കും തടിക്കും വേണ്ടിയുള്ള മരംമുറി, കുത്തനെയുള്ള ചെരിവുകളിൽ ഉഴുതുമറിച്ചുള്ള കൃഷിരീതി, മലഞ്ചെരിവുകളിൽ മരച്ചീനി, രാമച്ചം, ഇഞ്ചി, മഞ്ഞൾ തുടങ്ങിയ വിളകളുടെ വ്യാപനം എന്നിവ അട്ടപ്പാടിയുടെ പരിസ്ഥിതി നാശത്തിന് ആക്കം കൂട്ടുകയും ചെയ്തു. അതോടൊപ്പം ഒരു കാലത്ത് പരിസ്ഥിതിക്ക് ഏറ്റവും ഇണങ്ങിയ ആദിവാസികളുടെ പുനംകൃഷി സമ്പ്രദായം പരിക്രമണ ചക്രം (shifting cycle) ചുരുങ്ങിയതോടുകൂടി പരിസ്ഥിതിക്ക് വലിയ ആഘാതം ഏൽപ്പിക്കാൻ തുടങ്ങി. ഓരോ പ്രാവശ്യവും കൃഷിക്കുവേണ്ടി വെട്ടിത്തെളിക്കുന്ന പ്രദേശങ്ങൾ പിന്നീട് പുൽമേടുകളായി തീർന്നു. ആനവായ്, തുടുക്കി, ഗെലുസി, മല്ലീശ്വരൻമുടി തുടങ്ങിയ പ്രദേശങ്ങളിൽ കാണുന്ന പുൽമേടുകൾ ഇങ്ങനെ രൂപം പ്രാപിച്ചതാണ്. അത്തരം പ്രവർത്തനങ്ങളുടെ ഫലമായി 1980കളോടെ അട്ടപ്പാടി പ്രദേശം മരുഭൂമി സമാനമായി തീർന്നു.

1994ലെ ലാന്റ് യൂസ്ബോർഡിന്റെ പഠനമനുസരിച്ച് അട്ടപ്പാടിയിലെ ആകെ ഭൂവിസ്തൃതിയിൽ (745 ച.കി.മീറ്റർ) 444 ച..കി. മീറ്റർ പ്രദേശം വനഭൂമിയാണ്. അതായത്, 59.6%. അതിൽ 170 ച.കി.മീറ്ററും (17000 ഹെക്ടർ) തരിശുഭൂമിയാണ്. സ്വകാര്യഭൂമി 280 ച.കി.മീറ്റർ (28000 ഹെക്ടർ) ആണ്. അതിൽ 157 ച.കി. മീറ്ററും 15,700 ഹെക്ടർ) തരിശുഭൂമിയാണ്. അതായത് ആകെ ഭൂവിസ്തൃതിയുടെ 44% വും തരിശ് ഭൂമിയാണ്. ഈ അവസ്ഥയ്ക്ക് കാതലായ മാറ്റം വരുത്തിയത് പിന്നീട് അഹാഡ്സിന്റെ പ്രവർത്തനങ്ങളാണ്. 120 ച.കി.മീറ്റർ മൊട്ടക്കുന്നുകൾ ഹരിതാഭമാക്കാൻ ജനങ്ങളുടെ സഹായത്തോടുകൂടി അഹാഡ്സിന് സാധിച്ചു. വരണ്ടുണങ്ങിയ നിരവധി നീർച്ചാലുകൾ ഒഴുക്കുകൾ വീണ്ടെടുത്തു.

ആദിവാസി സംസ്കാരത്തിലും ജീവിതത്തിലും കുടിയേറ്റം വലിയ പരിക്കുകൾ ഏല്പിച്ചു. ജനസംഖ്യയിൽ ആദിവാസികൾ ന്യൂനപക്ഷമായിതീർന്നു. ഫലഭൂയിഷ്ഠമായ ഭൂമികൾ അവർക്ക് വൻതോതിൽ നഷ്ടപ്പെട്ടു. സ്വകാര്യസ്വത്ത്, കരുതിവെപ്പ് എന്നീ മൂല്യങ്ങൾ പ്രാഥമിക ദശയിലായതുകൊണ്ട് ആദിവാസിഭൂമികൾ മറ്റെവിടേയും എന്നപോലെ എളുപ്പത്തിൽ തട്ടിയെടുക്കാൻ മറ്റുള്ളവർക്ക് സാധിച്ചു. ഇപ്പോൾപോലും ഭൂമിയെ മൂലധനമായി കാണുന്ന രീതി അവർ ആർജ്ജിച്ചുവരുന്നതേയുള്ളൂ.

1951-ൽ അട്ടപ്പാടിയിലെ ആകെ ജനസംഖ്യയുടെ 90.32% വും ആദിവാസികളായിരുന്നു. ഇരുപത് വർഷം കൊണ്ട് അതായത് 1971ൽ ആദിവാസികൾ ജനസംഖ്യയുടെ കാര്യത്തിൽ വർദ്ധിച്ചെങ്കിലും ജനസംഖ്യാനുപാതത്തിൽ 42.21%മായി ചുരുങ്ങി.

1951ൽ ആദിവാസി ജനസംഖ്യ 10,200 ആയിരുന്നു. 1971-ൽ അത് 16536ഉം. അതേസമയം, 1951ൽ 1100 മാത്രമുണ്ടായിരുന്ന വന്തവാസിജനസംഖ്യ 22647 ആയി കുത്തനെ വർദ്ധിച്ചു. 1981ൽ ഈ ജനസംഖ്യ ഏകദേശം ഇരട്ടിയോളമാവുകയും ചെയ്തു.

1971നെ അപേക്ഷിച്ച് 1981ൽ ആദിവാസി ജനസംഖ്യയിൽ 4123 പേരുടെ വർദ്ധനവ് മാത്രമാണ് ഉണ്ടായത്. എന്നാൽ വന്തവാസി ജനസംഖ്യയിൽ 18940 പേർ വർദ്ധിച്ചു. 1971-1981 കാലഘട്ടത്തിൽ അട്ടപ്പാടിയിൽ കുടിയേറ്റം അതിന്റെ മൂർദ്ധന്യദശയിൽ എത്തിയിരുന്നുവെന്ന് ഈ കണക്കുകൾ സൂചിപ്പിക്കുന്നു. ഏറ്റവും കൂടുതൽ വനനശീകരണവും നടന്നത് ഇക്കാലത്താണ്. 1971ൽ കൊണ്ടുവന്ന സ്വകാര്യവനഭൂമികൾ സർക്കാരിൽ നിക്ഷിപ്തമാക്കുന്ന വനനിയമത്തിന്റെ ചുവടുപിടിച്ച് കാടുകൾ വൻതോതിൽ ചുരമിറങ്ങിയ കാലമായിരുന്നു അത്. അക്കാലത്ത് തന്നെയാണ് ആദിവാസിഭൂമികൾ കൂടുതൽ അന്യാധീനപ്പെട്ടതും. എന്നാൽ പിന്നീട് വന്തവാസി ജനസംഖ്യ ക്രമത്തിൽ അധഃപതിക്കാൻ തുടങ്ങി.

1981-91 കാലത്ത് വന്തവാസികളുടെ ജനസംഖ്യയിൽ പ്രകടമായ കുറവ് വന്നതായി കാണാം. ആകെ ജനസംഖ്യ പത്ത് വർഷംകൊണ്ട് കുറയുകയാണ് ചെയ്തത്. 1981 ൽ അട്ടപ്പാടിയിലെ ജനസംഖ്യ 62246 ആയിരുന്നു. 1991 ൽ 62033 ആയിത്തീർന്നു. അതായത് 223 പേർ കുറഞ്ഞു. 1981ൽ 41587 പേർ വന്തവാസികളായിരുന്നു. 1991-ൽ അത് 33322 ആയി ചുരുങ്ങി. പ്രജനനം വഴിയുള്ള വർദ്ധനവ് ഉണ്ടായിട്ടും പത്ത് വർഷംകൊണ്ട് 8000ത്തിലധികം ആളുകളുടെ കുറവ് വന്നു. വന്തവാസികളിൽ പലരും ചുരമിറങ്ങിയ കാലമായിരുന്നു അത്. കഠിനമായ വരൾച്ച, ജലക്ഷാമം, കൃഷിനാശം തുടങ്ങിയവ മൂലം നിൽക്കക്കള്ളിയില്ലാതെ ധാരാളം പേർ പ്രത്യേകിച്ച് തമിഴർ അട്ടപ്പാടി ഉപേക്ഷിച്ചുപോയി, അങ്ങനെ 1981ൽ 33% ആയിരുന്ന ആദിവാസികൾ 1991ൽ ജനസംഖ്യയുടെ 39.06%മായി തീർന്നു. 2001ൽ 41%വും ആയിത്തീർന്നു. അതായത് 1981- 91 കാലത്ത് ആദിവാസി ജനസംഖ്യയിൽ 3569 (17%) പേരാണ് കൂട്ടിച്ചേർക്കപ്പെട്ടത്. ജനസംഖ്യാനുപാതത്തിൽ ഈ പത്ത് വർഷംകൊണ്ട് 6.6% ത്തിന്റേയും വർദ്ധനവുണ്ടായി. ഈ പ്രവണത തുടരുകയാണ്.

2011 ലെ അട്ടപ്പാടിയുടെ സെൻസസ് റിപ്പോർട്ട് ഇനിയുംലഭ്യമായി ട്ടില്ല. 2012 ൽ അട്ടപ്പാടി ഐ.ടി.ഡി.പി നടത്തിയ സർവ്വേ അനുസരിച്ച് അട്ടപ്പാടിയിലെ ആകെ ജനസംഖ്യ 69723 ആണ്. അതിൽ ആദിവാസി ജനസംഖ്യ 30,460 ആണ്. അതായത് 44%. 2001 നെ അപേക്ഷിച്ച് ആദി വാസി ജനസംഖ്യയിൽ 3% വർദ്ധനവ് ഉണ്ടായിട്ടുണ്ട്. അതായത് വന്ത വാസികൾ ജനസംഖ്യാനുപാതത്തിൽ 3% കുറഞ്ഞു.പതിനൊന്ന് വർഷം കൊണ്ട് ജനസംഖ്യയിൽ 3339 ആദിവാസികൾ കൂട്ടിചേർക്കപ്പെട്ടപ്പോൾ 213 പേർ മാത്രമാണ് വന്തവാസികളുടെ കാര്യത്തിൽ കൂട്ടിച്ചേർക്കപ്പെട്ടത്. എന്തുകൊണ്ടാണ് ഇത് സംഭവിക്കുന്നത്? ചൂഷിതരായി, ഉപരിവർഗ്ഗമായി കണക്കാക്കപ്പെട്ട ജനസമൂഹത്തിന് ഈ പ്രദേശം എന്തുകൊണ്ട് അന ഭിമതമായിത്തീരുന്നു. ഭൂരിപക്ഷം കുടിയേറ്റക്കാർക്കും എന്തുകൊണ്ട് സുസ്ഥിരമായ ഒരു ജീവനോപാധി കരുപിടിപ്പിക്കാനായില്ല. ദാരിദ്ര്യ ത്തിന്റേയും കഷ്ടപ്പാടിന്റേയും കയ്പുനീർ കുടിക്കുന്ന ആയിരക്കണക്കിന് വന്തവാസി കുടുംബങ്ങൾ അട്ടപ്പാടിയിലുണ്ട്, ആദിവാസികളേക്കാൾ ഗതിയറ്റ ജീവിതം നയിക്കുന്ന ചക്ളിയന്മാർ ഉൾപ്പടെ. പ്രാന്തവൽകര ണവും ദാരിദ്ര്യവും അസ്പൃശ്യതയും മൂലം അങ്ങേയറ്റം അപമാനവീക രണം നേരിട്ട ജനതയാണ് ചക്ലിയന്മാർ. 2000-ാംമാണ്ടിൽപോലും ദൊഡ്ഡു ഗട്ടി, ചാളയൂർ എന്നീ സ്ഥലങ്ങളിലെ പൊതുകിണറുകളിൽനിന്ന് നിന്ന് വെള്ളമെടുക്കാൻ ഉന്നതതമിഴ്ജാതിവിഭാഗങ്ങൾ അവരെ അനുവദിച്ചി രുന്നില്ല. ചായക്കടകളിൽ അവർക്കുവേണ്ടി പ്രത്യേകം ഗ്ലാസുകളും സൂക്ഷി ച്ചിരുന്നു. പൊതുസമൂഹത്തിൽനിന്ന് ഉയർന്നുവന്ന പ്രതിഷേധത്തിന്റേയും സമരത്തിന്റേയും ഫലമായാണ് അതിന് മാറ്റം വന്നത്.

സർക്കാരിന് ആദിവാസികൾക്കുവേണ്ടി എണ്ണിയാലൊടുങ്ങാത്ത വികസനപദ്ധതികളുണ്ട്. കൂടാതെ നിരവധി സന്നദ്ധസംഘടനകളും ഈ മേഖലയിലുണ്ട്. എന്നാൽ തീർത്തും ഭൂരഹിതരായ, ദരിദ്രരിൽ ദരിദ്രരായ ഈ വിഭാഗത്തിനുവേണ്ടി പ്രവർത്തിക്കാൻ ഒരു സന്നദ്ധസംഘടന പോലുമില്ല. ഈ കാര്യം ഒരു സവിശേഷസംഗതി എന്ന നിലയിൽ തൽക്കാലം മാറ്റിവെച്ചാൽപ്പോലും വന്തവാസികൾ എന്തുകൊണ്ട് അട്ട പ്പാടി ഉപേക്ഷിച്ചുപോകുന്നുവെന്നത് സഗൗരവം പഠിക്കേണ്ടതുണ്ട്.

ജനസംഖ്യ (1951-2012)

വർഷം	ജനസംഖ്യ	ആദിവാസി	വന്തവാസി	ആദിവാസി %	വന്തവാസി%
1951	11300	10200	1100	90.32	9.68
1961	21461	12972	8489	60.45	39.55
1971	39183	16536	22647	42.21	57.79
1981	62246	20659	41587	33.00	67.00
1991	62033	24228	33322	39.60	60.40
2001	66171	27121	39050	41.00	59.00
2012	69723	30460	39263	44.00%	56.00%

(സ്രോതസ്സ് : സെൻസസ് റിപ്പോർട്ട്, 2012 ലേത് ഐ.ടി.ഡി.പി സർവ്വേ)

ഗ്രാമരൂപീകരണം

ചെടികളും മരങ്ങളും ഒരിടത്ത് തന്നെ പറ്റിപ്പിടിച്ച് വളരുന്നു. അവ അതിജീവനത്തിന് വേണ്ടി ദേശാടനം നടത്തുന്നില്ല. സ്വന്തം കാൽക്കീഴിൽ നിന്ന് അവ പോഷകങ്ങൾ കണ്ടെത്തുന്നു. പക്ഷേ മൃഗങ്ങൾ അങ്ങനെയല്ല, അവ സഞ്ചരിച്ചുകൊണ്ടിരിക്കുന്നു. പക്ഷേ സഞ്ചാരം പരിധികളില്ലാത്ത യാത്രകളല്ല, ഓരോന്നും അതിന്റെ ജന്മവാസനയ്ക്കനുസരിച്ച് ദൂരപരിധികൾ നിശ്ചയിക്കുന്നു. പ്രാചീനമനുഷ്യനാവട്ടെ അതിജീവിക്കാൻ വേണ്ടി സഞ്ചരിക്കുകയല്ല, സഞ്ചാരം തന്നെ അതിജീവനമായിരുന്നു. അങ്ങനെ കുടിയേറ്റങ്ങളും ദേശാടനങ്ങളും ചരിത്രാതീതകാലം മുതൽ സംഭവിച്ചുവരുന്നു. നൊമാഡിക്ക് കാലഘട്ടത്തിൽ സഞ്ചാരം തന്നെയായിരുന്നു അതിജീവനതന്ത്രം. കാർഷികവൃത്തിയുടെ ആരംഭത്തോടെ മനുഷ്യൻ ഒരിടത്ത് സ്ഥിരവാസമുറപ്പിക്കാൻ തുടങ്ങി. പക്ഷേ യുദ്ധം, കലാപം, പ്രകൃതി ദുരന്തം തുടങ്ങിയവ മനുഷ്യന്റെ ആവാസകേന്ദ്രങ്ങളെ അസ്ഥിരപ്പെടുത്തിക്കൊണ്ടിരുന്നു. പുതിയസ്ഥലങ്ങളിലേക്ക് പറിച്ചുനട്ടുകൊണ്ടിരുന്നു. അപ്രകാരം അനുകൂലസാഹചര്യങ്ങളിലേക്ക് മനുഷ്യൻ ഒഴുകിക്കൊണ്ടിരുന്നു. അവയൊന്നും കാരണമാകാതെയുള്ള കുടിയേറ്റങ്ങളാണ് ആധുനികകാലത്ത് സംഭവിച്ചത്, സംഭവിച്ചുകൊണ്ടിരിക്കുന്നത്. അത് കൂടുതൽ വിഭവങ്ങൾക്കുവേണ്ടിയുള്ള ഓട്ടമാണ്.

മലയിൽനിന്ന് താഴ്‌വരയിലേക്കുള്ള യാത്രയെന്നാൽ പ്രകൃതിയിൽ നിന്ന് സംസ്കൃതിയിലേക്കുള്ള യാത്രയാണ്. കാർഷികസംസ്കാരത്തിന്റെ രൂപീകരണം സംഭവിച്ചത് അങ്ങനെയാണ്. അവിടെ പ്രകൃതിവിഭവങ്ങൾ ഉപയോഗിക്കുകയും സംസ്കരിക്കുകയും പുനഃസൃഷ്ടിക്കുകയും ചെയ്തു. എന്നാൽ ആവശ്യങ്ങൾ കൂടിക്കൊണ്ടിരുന്നു. വിഭവങ്ങൾ ശോഷിച്ചുകൊണ്ടിരുന്നു. അങ്ങനെ നൂറ്റാണ്ടുകൾക്ക് ശേഷം, അതായത്, ആധുനികകാലത്ത്, താഴ്‌വരയിൽനിന്ന് ഒരൊഴുക്ക് മുകളിലേക്ക് ആരംഭിച്ചു. 15-ാം നൂറ്റാണ്ടിൽ വിഭവങ്ങൾക്കുവേണ്ടി യൂറോപ്യന്മാർ ആരംഭിച്ച യാത്രയുടെ മറ്റൊരു തുടർച്ചയായിരുന്നു അത്. അതിരുകളില്ലാത്ത ഒരു പ്രവാഹമായിരുന്നു യൂറോപ്യൻ അധിനിവേശങ്ങൾ. ആധുനികകാലത്ത് രാജ്യങ്ങൾക്ക് കൃത്യമായ അതിരുകളുണ്ടായി. അതോടെ പുറത്തേക്കുള്ള അതായത് അന്യരാജ്യങ്ങളിലേക്കുള്ള ഒഴുക്കുകൾ തിരിച്ചുവരാനുള്ള യാത്രകളായിതീർന്നു. വീട് വിട്ടവരുടെ പ്രവാസജീവിതങ്ങളായിതീർന്നു. അതേസമയം രാജ്യത്തിനകത്ത് കാർഷികസംസ്കാരം വേരാഴ്ത്തിയ സമതലങ്ങളിൽനിന്ന് നൂറ്റാണ്ടുകൾക്ക് മുമ്പ് വിട്ടുപോന്ന മലനിരകളിലേക്ക് മനുഷ്യൻ തിരിച്ച് ഒഴുകാൻ തുടങ്ങി- ആന്തരികമായ ഒഴുക്കുകൾ. അധിനിവേശങ്ങൾ അങ്ങനെ കുടിയേറ്റങ്ങളായിത്തീർന്നു. അതാണ് ഇന്ത്യയിലെമ്പാടും (വടക്ക്-കിഴക്ക് സംസ്ഥാനങ്ങളിൽ പ്രത്യേകിച്ചും.) നടന്ന കുടിയേറ്റം. അതാണ് കേരളത്തിൽ നടന്നതും.

അട്ടപ്പാടിയിലെ കുടിയേറ്റത്തിന് നൂറ്റാണ്ടുകളുടെ ചരിത്രമില്ലെന്ന കാര്യം നാം കണ്ടുകഴിഞ്ഞു. ഏറെക്കുറെ കൃത്യമായി പറഞ്ഞാൽ 60 -65 വർഷം. അതായത് അട്ടപ്പാടിയിൽ ആദ്യമായി കുടിയേറിയ മലയാളി

ഇന്നും ജീവിച്ചിരിക്കാൻ സാധ്യതയുണ്ട്. അക്കാലത്ത് ഭൂമിയായിരുന്നു മുഖ്യമായ മൂലധനം. ഒരാളുടെ അതിജീവനശേഷി, സമ്പത്ത്, യശസ്സ് എന്നിവ അളക്കാനുള്ള ഏക ഉപാധി ഭൂമിയായിരുന്നു. ജന്മംകൊണ്ടും ജാതികൊണ്ടുമുള്ള മഹത്ത്വങ്ങൾക്ക് ആദ്യം കോളനിവൽക്കരണവും പിന്നെ നവോത്ഥാനപ്രസ്ഥാനങ്ങളും തുടർന്ന് സ്വാതന്ത്ര്യപ്രസ്ഥാനങ്ങളും സ്വതന്ത്രഇന്ത്യയും പരിക്കേൽപ്പിച്ചിരുന്നു. സ്വതന്ത്ര ഇന്ത്യ ഭൂമിക്ക് വേണ്ടിയുള്ള മനുഷ്യന്റെ വിശപ്പിന് പുതിയ ജാലകങ്ങൾ തുറന്നുകൊടുത്തു. ഫ്യൂഡൽ കാലഘട്ടത്തിൽനിന്ന് മുതലാളിത്തഘട്ടത്തിലേക്കുള്ള പരിവർത്തനത്തിന്റെ പ്രാരംഭദശയിലാണ് ഈ കുടിയേറ്റങ്ങൾ സംഭവിക്കുന്നത്. അഗ്രികൾച്ചർ അഗ്രിബിസിനസ്സായി മാറുകയായിരുന്നു. അന്ന് തരിശുഭൂമിക്ക് തുല്യമായാണ് കാടിനെ കണ്ടിരുന്നത്. കാട് കൈയേറി കൃഷി ചെയ്യുകയെന്നത് പ്രത്യുത്പാദനപരമായിരുന്നു.

കുടിയേറുക എന്നത് അത്ര എളുപ്പമായിരുന്നില്ല. മലമ്പനിയും മരണവും വേട്ടയാടുന്ന ദിക്കിലേക്കുള്ള അതിസാഹസികമായ യാത്രയായിരുന്നു അത്. നേരത്തെ സൂചിപ്പിച്ചപ്പോലെ. മധ്യതിരുവിതാംകൂറിലെ സമ്പന്നരും സമൂഹത്തിലെ വെണ്ണപ്പാളികളുമായ ക്രിസ്ത്യാനികളാണ് മലബാറിലേക്കുള്ള കുടിയേറ്റത്തിന്റെ തുടക്കക്കാർ. എന്നാൽ പിന്നീട് ഭൂരഹിതർ, നാമമാത്രകർഷകർ, മതപരിവർത്തനം വഴി ജാതിവ്യവസ്ഥയുടെ ഭാരത്തിൽ നിന്ന് വിമോചനം നേടിയവർ തുടങ്ങിയവർ അണിചേർന്നു.

ഒറ്റയ്ക്കും തെറ്റയ്ക്കും കുടിയേറിയവർക്ക് ആ നിലയിൽ അവിടെ അതിജീവിക്കാൻ പറ്റുമായിരുന്നില്ല.കുടിയേറിയവർ തങ്ങൾക്ക് പറ്റിയ സമൂഹത്തെ അതാതിടങ്ങളിൽ ക്രമത്തിൽ നിർമ്മിക്കേണ്ടിയിരുന്നു. ബന്ധുത്വം, മതം, ജാതി, ദേശം, ചങ്ങാത്തം എന്നീ പരിഗണനകൾ അതിൽ പ്രവർത്തിച്ചതായി കാണാം. അട്ടപ്പാടിയിലെ ആദ്യകാല മലയാളി കുടിയേറ്റകേന്ദ്രങ്ങളായ കള്ളമല, താവളം, ചിറ്റൂർ, ആനഗദ്ദ, കാരറ തുടങ്ങിയ പ്രദേശങ്ങൾ നിരീക്ഷിച്ചാൽ അത് മനസ്സിലാവും. ഇത്തരം അധിവാസകേന്ദ്രങ്ങളുടെ രൂപപ്പെടലിലും വളർച്ചയിലും ഈ ഒരു പാറ്റേൺ കാണാവുന്നതാണ്.

അധിവാസകേന്ദ്രവും നാട്/ ഗ്രാമവും ഒന്നല്ല. അധിവാസകേന്ദ്രത്തിന് പാർപ്പിടം എന്ന നിലയിലോ കൃഷിയിടം എന്ന നിലയിലോ ഉള്ള, മനുഷ്യന്റെ അതിജീവനമാർഗ്ഗം എന്ന സ്ഥാനമാണുള്ളത്. എന്നാൽ നാട്/ ഗ്രാമം അധിവാസഭൂമികയെ സാംസ്കാരികഭൂമികയായി പരിവർത്തിപ്പിക്കുന്നു. മണ്ണിന് മുകളിൽ നിന്ന് മാത്രമല്ല, മണ്ണിനടിയിൽനിന്നും ജീവന്റെ കാൽപ്പെരുമാറ്റം കേൾക്കാൻ തുടങ്ങുന്നു. മണ്ണ് പുരാവൃത്തങ്ങളുടേയും ഓർമ്മകളുടേയും ധാതുക്കൾകൊണ്ട് നിറയുന്നു. അപ്രകാരം പൊതുവായ ഒരു ഭൂതകാലം, പുരാവൃത്തം, അനുഭവങ്ങൾ, നാട്ടുദൈവങ്ങൾ, നായികാ-നായകസങ്കല്പം തുടങ്ങിയവയും ഉണ്ടായിവരുന്നു. അത് ഒരു അടയാളമായി, വികാരമായി ഒപ്പം സഞ്ചരിക്കാൻ തുടങ്ങുന്നു. പതിറ്റാണ്ടുകളും തലമുറകളും ഒരേ അധിവാസകേന്ദ്രത്തിലൂടെ കടന്നുപോവുമ്പോഴാണ് ഇങ്ങനെയെല്ലാം സംഭവിക്കുന്നത്. ഇങ്ങനെയെല്ലാം സംഭവിക്കുക

വഴിയാണ് ഒരു നാട്/ ഗ്രാമം ഉണ്ടാവുന്നത്. അട്ടപ്പാടിയിൽ ആ അർത്ഥ ത്തിൽ നാടുകൾ/ ഗ്രാമങ്ങൾ ഉണ്ടായിട്ടില്ല. അല്ലെങ്കിൽ അതിന്റെ രൂപീ കരണം നടന്നുവരുന്നേയുള്ളൂവെന്നും പറയാം.

അട്ടപ്പാടിയിലെ വന്തവാസികൾക്ക് നാടെന്നാൽ ഇന്നും അവർ ജനിച്ചു വളർന്ന പ്രദേശമാണ്. സമതലങ്ങളിൽ അപരിചിതർ കണ്ടുമുട്ടുമ്പോൾ പരസ്പരം ആരായുക വീടെവിടെയെന്നാണ്. മലമ്പ്രദേശങ്ങളിൽ നാടെ വിടെയെന്നാണ് ആരായുക. പലയിടങ്ങളിൽനിന്ന് ഒഴുകിവരികയും പര ക്കുകയും ചെയ്ത മനുഷ്യർക്ക് ഇന്നും ഐഡന്റിറ്റിയായി നിൽക്കുന്നത് വിട്ടുപോന്ന ദേശങ്ങളാണ്. വയനാട്ടിലും ഇടുക്കിയിലും കുടിയേറിയവർ അതാതിടങ്ങളിൽ ആഴത്തിൽ വേരൂന്നിക്കഴിഞ്ഞു. അവിടങ്ങളിൽ ഗ്രാമ ങ്ങൾ രൂപപെട്ടുകഴിഞ്ഞു. അട്ടപ്പാടിയിൽ ഇനിയും അത് സംഭവിച്ചിട്ടില്ല. കുടിയേറ്റജീവിതത്തിന്റെ കുറഞ്ഞകാലദൈർഘ്യം മാത്രമല്ല അതിന് പ്രതിബന്ധം. അട്ടപ്പാടിയെ പ്രതി അഭിമാനിക്കാനോ ആത്മഹർഷം കൊള്ളാനോ പറ്റിയ അടയാളങ്ങളുമില്ല. ഉണ്ടെങ്കിൽ തന്നെ അവയ്ക്ക് ദൃശ്യതയില്ല. നവോത്ഥാനപ്രസ്ഥാനത്തിന്റെയോ സ്വാതന്ത്ര്യപ്രസ്ഥാന ത്തിന്റെയോ കാറ്റ് ഈ മണ്ണിൽ വീശിയിട്ടില്ല. ആദ്യകാലകമ്മ്യൂണിസ്റ്റ് പ്രസ്ഥാനത്തിന്റെയോ നക്സലൈറ്റ് പ്രസ്ഥാനത്തിന്റെയോ വേലിയേറ്റ ങ്ങളുണ്ടായിട്ടില്ല. ഭൂതകാലചരിത്രവുമായി ബന്ധപ്പെട്ട ശ്രദ്ധേയസ്മാരക ങ്ങളില്ല. സമൂഹമനസ്സിൽ എടുത്തുപറയാവുന്ന ചരിത്രസംഭവങ്ങളുടെ സ്മൃതികളില്ല. ശാസ്ത്രം,കല, സംഗീതം, സാഹിത്യം തുടങ്ങിയ മേഖല കളിൽ വലിയ ഉദിപ്പുകളുണ്ടായിട്ടില്ല. രാഷ്ട്രീയത്തിലോ സാമൂഹിക-സാംസ്കാരിക മണ്ഡലത്തിലോ ശ്രദ്ധേയരായ വ്യക്തിത്വങ്ങളില്ല. മാത്ര മല്ല, പൊതുമണ്ഡലത്തിൽ അട്ടപ്പാടി എന്ന പേരിന് ദുഷ്കീർത്തി മാത്ര മാണുള്ളത്. ചുരുക്കത്തിൽ അട്ടപ്പാടിയെ ഹൃദയത്തിൽ മുദ്രണം ചെയ്യാൻ പ്രത്യേകിച്ച് ഒന്നും തന്നെയില്ല. ഒരുപക്ഷേ രണ്ടോമൂന്നോ പതിറ്റാണ്ടു കൊണ്ട് ഈ സ്ഥിതിയിൽ മാറ്റം സംഭവിച്ചേക്കാം.

ആദിവാസി സമൂഹം

ഇരുളർ, മുഡുഗർ, കുറുമ്പർ എന്നീ മൂന്ന് വിഭാഗങ്ങളാണ് അട്ടപ്പാടി യിലെ ആദിവാസികൾ. പുനംകൃഷി ചെയ്തും കായ്കനികൾ ശേഖരിച്ചും വേട്ടയാടിയും കഴിഞ്ഞുപോന്ന ആഹ്ലാദകരമായ ഭൂതകാലം അവർക്കു ണ്ടായിരുന്നു. കുടിയേറ്റം മൂർച്ഛിച്ചതോടെ ആ മാവേലിക്കാലം അസ്ത മിച്ചു. സ്ഥലങ്ങൾക്ക് അതിരുകളും ഊരുകൾക്ക് ചുറ്റും നാടുകളു മുണ്ടായി. ശേഷിച്ച കാടുകൾ സർക്കാരിന്റെ കൈവശത്തിലുമായി. വിഭവ ങ്ങളിൽ നിന്നുണ്ടായ ഈ ത്വരിതഗതിയിലുള്ള അന്യവൽക്കരണത്തിന്റെ ഇരകളാണ് അട്ടപ്പാടിയിലെ ആദിവാസികൾ. പാരമ്പര്യ ജീവിതരീതികൾ പിൻതുടരാൻ പറ്റാതെ, വന്തവാസികളെപ്പോലെ പരിഷ്കൃതജീവിത രീതികളിൽ കൈത്തഴക്കം ലഭിക്കാതെ (Psychological adaptation) സാംസ്കാരികാഘാതത്തിൽ (Cultural shock) അകപ്പെട്ടു അവർ. ഈ പശ്ചാത്തലത്തെ സംബന്ധിച്ച ഉൾക്കാഴ്ചയില്ലാതെ ആദിവാസികൾ

വികസനം കിട്ടാത്തവരെന്ന മുൻവിധിയിൽ, വികസനം ആവശ്യമില്ലാത്തവരായിരുന്നു എന്നത് മറന്ന്, മുഖ്യധാരയ്ക്ക് ചേർന്ന വാർപ്പുമാതൃകയിലുള്ള വികസന രൂപങ്ങളാണ് വ്യവസ്ഥാപിത വികസനവാദികൾ അവർക്ക് മുന്നിൽ അവതരിപ്പിച്ചത്. പ്രാകൃതർ/അപരിഷ്കൃതർ/സംസ്കാരശൂന്യർ തുടങ്ങിയ പൊതുബോധ ചിഹ്നങ്ങളുടെ ഉത്പന്നമായ വികസന സങ്കല്പങ്ങൾക്ക് എത്രദൂരം സഞ്ചരിക്കാനാവും. ഔഷധസസ്യ വിജ്ഞാനം, ഗൃഹനിർമ്മാണം, കൃഷി, കരകൗശലം തുടങ്ങിയ മേഖലകളിൽ വിദഗ്ധ പാരമ്പര്യം കൈമുതലായ, അന്യരുടെ ഭൂമി അപഹരിക്കാത്ത, സ്ത്രീധനം എന്ന ദുഷ്ടാചാരത്തിന് ഇടമില്ലാത്ത, കൂലിത്തല്ലുകാരെയോ അബ്കാരികളെയോ പ്രദാനം ചെയ്യാത്ത, ആദിവാസി സംസ്കാരം അപരിഷ്കൃതമാകുന്നത് എങ്ങനെയാണ്? ആദിവാസിഭൂമി തട്ടിയെടുത്തവർ പ്രതിനിധീകരിക്കുന്ന മുഖ്യധാരാ സംസ്കാരം പരിഷ്കൃതവും ഭൂമി നഷ്ടപ്പെട്ട ആദിവാസികൾ അപരിഷ്കൃതരും എന്നത് വലിയ വിരോധാഭാസമാണ്. 'പ്രാകൃതർ' എന്ന വാക്കുകൊണ്ട് ആദിവാസികളെ വിശേഷിപ്പിക്കുന്നത് അക്ഷരാർത്ഥത്തിൽ ശരിയാണ്. പ്രകൃതിദത്തം, ഇക്കോകൾച്ചർ എന്നിങ്ങനെയാണ് അതിന്റെ അർത്ഥം. പക്ഷേ സംസ്കൃതം, പ്രാകൃതം എന്നീ വാക്കുകൾ സംസ്കാരവുമായി ബന്ധപ്പെട്ട വിരുദ്ധാർത്ഥത്തിലാണ് പൊതുസമൂഹം പ്രയോഗിക്കുന്നത്.

ഊരുകളുടെ എണ്ണം

2002 ലെ അഹാഡ്സ് പഠനമനുസരിച്ച് അട്ടപ്പാടിയിൽ 187 ആദിവാസി ഊരുകളുണ്ട്. അതിൽ 144 എണ്ണം ഇരുളരുടേതാണ്. ഇരുളരാണ് ആദിവാസി ജനസംഖ്യയിൽ 84%വും മുഡുഗർ 24 ഊരുകളിൽ താമസിക്കുന്നു. കുറുമ്പർക്കുള്ളത് 19 ഊരുകളാണ്. ആദിവാസി ജനസംഖ്യയിൽ 6% മാത്രമാണ് കുറുമ്പർ, മുഡുഗർ 10%വും.

ഊരുകൾ

1986	-	144
1997	-	171
2002	-	187

ജനസംഖ്യാവർദ്ധനവ് മാത്രമല്ല, ഊരുകളുടെ എണ്ണം കൂട്ടുന്നത്. ഊരുനിവാസികൾക്കിടയിലുള്ള അനൈക്യവും പുതിയ ഊരുകൾ ഉണ്ടാവുന്നതിന് കാരണമാവുന്നുണ്ട്. ഊരിലെ പാരമ്പര്യഘടകങ്ങളും അധികാരവ്യവസ്ഥയും ദുർബലമാവുന്ന മുറയ്ക്ക് ഇത്തരം പ്രവണതകൾ കൂടുകയും ചെയ്യുന്നു. ഊരുകളിൽ നിന്ന് മാറിത്താമസിക്കുന്ന കുടുംബങ്ങളുടെ എണ്ണത്തിലും വർദ്ധനവ് കാണാം. 20%ത്തോളം ആദിവാസികൾ ഊരിന് പുറത്ത് വീട് വെച്ച് താമസിക്കുന്നവരാണെന്ന് 2002 ലെ അഹാഡ്സ് പഠനം വ്യക്തമാക്കുന്നു.

ഊരുകളുടെ പിളർപ്പിൽ കാണുന്ന സവിശേഷത, പുതിയതായി രൂപം കൊള്ളുന്ന ഊരുകൾ അടിചെരിവിലേക്കോ സമതലങ്ങളിലേക്കോ

നീങ്ങുന്നുവെന്നതാണ്. മേലെ മഞ്ചിക്കണ്ടിയിൽ നിന്ന് താഴെ മഞ്ചിക്കണ്ടി, മേലെ തൊടുക്കിയിൽ നിന്ന് താഴെതൊടുക്കി, മേലെ ആനവായിൽ നിന്ന് താഴെ ആനവായ് അങ്ങനെ ഈ ഗണത്തിൽ നിരത്താൻ നിരവധി ഉദാഹരണങ്ങളുണ്ട്. ഇങ്ങനെ രൂപംകൊണ്ട പല ഊരുകൾക്കും മൂപ്പന്മാരില്ല. ഒരു മൂപ്പൻ പല ഊരുകളുടെ ഭരണകാര്യങ്ങൾ നിർവ്വഹിക്കേണ്ടി വരുന്നു.

ഊര് ഭരണസംവിധാനം

അട്ടപ്പാടിയിലെ മൂന്ന് ആദിവാസി വിഭാഗങ്ങളിലും ഊരുഭരണ സംവിധാനം നിലവിലുണ്ട്. ഊരുമൂപ്പൻ, കുറുതല, മണ്ണ്ക്കാരൻ, ബണ്ഡാരി എന്നീ നാലു തൂണുകളിലാണ് ഈ അധികാരവ്യവസ്ഥ നിലനിൽക്കുന്നത്. പാരമ്പര്യമായി കൈമാറ്റം ചെയ്യപ്പെടുന്നവയാണ് ഈ അധികാര സ്ഥാനങ്ങൾ. ഓരോ അധികാരസ്ഥനത്തിന്റെയും ചുമതലകളും വ്യാപ്തിയും കൃത്യമായി നിർവ്വചിക്കപ്പെട്ടിരിക്കുന്നു എന്നത് പ്രത്യേകം എടുത്തു പറയാവുന്നതാണ്. കേരളത്തിലെ മറ്റു ആദിവാസി വിഭാഗങ്ങളിലൊന്നും ഇത്തരത്തിൽ ഈടുറ്റ ഭരണസംവിധാനം കണ്ടിട്ടില്ല. മാത്രമല്ല; സംസ്കാരത്തിൽ വ്യത്യസ്തത പുലർത്തുന്ന മൂന്ന് ആദിവാസി വിഭാഗങ്ങളിലും ഈ ഭരണ സംവിധാനത്തിന് സമാനഘടനയാണ് ഉള്ളത്. ഈ വിഷയം പ്രത്യേകം പഠനം അർഹിക്കുന്നുണ്ട്. ഒരു പക്ഷേ ഏതോ കാലത്ത് പൊതുവായ രാഷ്ട്രീയ- സംസ്കാരിക പരിസരം ഈ ഗോത്രസമൂഹങ്ങൾക്ക് ഉണ്ടായിരുന്നിരിക്കണം അല്ലെങ്കിൽ ബാഹ്യസംസ്കാരത്തിന്റെ സ്വാധീനത്തിന്റെ ഫലമാകണം. എന്തായാലും പ്രകൃതിവിഭവങ്ങളുടെ സമാഹരണം, വിനിയോഗം, വിതരണം എന്നിവയുമായി ബന്ധപ്പെട്ട് പണ്ടുകാലത്ത് ഉണ്ടായിരിക്കാവുന്ന പ്രശ്നങ്ങളും പ്രതിസന്ധികളും പരിഹരിക്കാൻ ഈ സംവിധാനത്തിന് സാധിച്ചിരുന്നു.

ജന്മിത്വകാലത്ത് ജന്മികൾ (മൂപ്പിൽനായർ) കരംപിരിക്കുന്നതിന് പ്രയോജനപ്പെടുത്തിയതും ഇതേ സംവിധാനമാണ് എന്നത് ചരിത്രത്തിന്റെ വിരോധാഭാസം. ജന്മിക്ക് നികുതിപിരിച്ചു നൽകാനുള്ള ബാധ്യത ഊരുമൂപ്പന്റേതായിരുന്നു. കൃഷിചെയ്യുന്ന ഭൂമിയുടെ അളവനുസരിച്ചാണ് അക്കാലങ്ങളിൽ നികുതി നിശ്ചയിച്ചിരുന്നത്. ഏക്കറിന് 50-1.25 പൈസയായിരുന്നു നികുതി തുക. നികുതിത്തുകയിൽ ആറിലൊന്ന് മൂപ്പനും സഹായികൾക്കും (കുറുതല, മണ്ണ്ക്കാരൻ, ബണ്ഡാരി) അവകാശപ്പെട്ടതാണ്. നികുതി പിരിക്കുന്നതിൽ വീഴ്ച്ച വരുത്തിയാൽ ഊരുമൂപ്പൻ ഉത്തരവാദിയായിരിക്കും.

ഊര് മൂപ്പൻ: ഊരിന്റെ അധികാര കേന്ദ്രം. ഊരുമായി ബന്ധപ്പെട്ട എല്ലാ കാര്യങ്ങൾക്കും അവസാനവാക്ക്

കുറുതല മൂപ്പൻ: കൈക്കൊണ്ട തീരുമാനങ്ങൾ ബന്ധപ്പെട്ടവരെ അറിയിക്കുക. ഭരണകാര്യങ്ങളിൽ മൂപ്പനെ സഹായിക്കുക. മൂപ്പന്റെ തീരുമാനങ്ങൾ നടപ്പിലാക്കുക. മറ്റ് ഊരുകളിൽ നിന്നുള്ളവരെ ഔദ്യോഗികമായി സ്വീകരിക്കുക തുടങ്ങിയവ

ബണ്ഡാരി: കുറുതലയെ ഭരണകാര്യങ്ങളിൽ സഹായിക്കുക, സാമ്പത്തിക കാര്യങ്ങൾ കൈകാര്യം ചെയ്യുക തുടങ്ങിയവ

മണ്ണ്ക്കാരൻ: കൃഷി ശാസ്ത്രജ്ഞൻ. കൃഷിക്ക് അനുയോജ്യമായ സ്ഥലം കണ്ടെത്തൽ, വിളയിറക്കൽ, വിളവെടുക്കൽ എന്നിവയ്ക്ക് നേതൃത്വം നൽകൽ വിളപരിചരണത്തിനുള്ള ഉപദേശങ്ങൾ നൽകൽ, മന്ത്രവാദം തുടങ്ങിയവ

ഈ അധികാരസ്ഥാനങ്ങൾ ഇപ്പോൾ പേരിന് മാത്രമായി തീർന്നിട്ടുണ്ട്. വേട്ടയാടിയും കായ്കനികൾ ശേഖരിച്ചും പുനംകൃഷിയിലേർപ്പെട്ടും ജീവിച്ചുപോന്ന പഴയകാലത്തിന്റെ അധികാരരൂപമായിരുന്നു അത്. അക്കാലത്തെ സാമൂഹികവും സാംസ്കാരികവുമായ പ്രശ്നങ്ങൾ കൈകാര്യം ചെയ്യുന്നതിന് പറ്റിയ ഒരു രാഷ്ട്രീയസംവിധാനം. അത് ഒരേ സമയം സർക്കാരും കോടതിയും പൊലീസുമായിരുന്നു. എന്നാൽ ആദിവാസികളുടെ പഴയലോകവും അതുമായി ബന്ധപ്പെട്ട ജീവിതരീതികളും കാലഹരണപ്പെട്ടുകഴിഞ്ഞു. വേട്ടയാടുന്നതും കാട്ടിൽ കൃഷിചെയ്യുന്നതും (കുറുമ്പർക്ക് പുനംകൃഷി ചെയ്യാൻ അവകാശമുണ്ട്) കുറ്റകൃത്യങ്ങളായി കഴിഞ്ഞു. വാർഡ്മെമ്പർ മുതൽ മന്ത്രിമാർ വരെ നീളുന്ന പുതിയ അധികാരസ്ഥാനങ്ങൾ സമൂഹമണ്ഡലത്തിൽ നിറഞ്ഞുകഴിഞ്ഞു. ആരോഗ്യം, വിദ്യാഭ്യാസം, കൃഷി, പാർപ്പിടം തുടങ്ങിയ സേവനങ്ങൾ ഡിപ്പാർട്ട്മെന്റുകൾ കൈയടക്കികഴിഞ്ഞു. നിയമപരമായ കൈകാര്യങ്ങൾക്ക് കോടതിയും പൊലീസും വന്നു. ചുരുക്കത്തിൽ പുതിയകാലം പാരമ്പര്യഅധികാരസ്ഥാനങ്ങളെ നിർവ്വീര്യമാക്കിത്തീർത്തു. അപ്രകാരം അവ കെട്ടുകാഴ്ചകളായി തീർന്നു. ചരിത്രത്തിന്റെ പുതിയസന്ദർഭങ്ങളെ നേരിടുന്നതിൽ ആ സംവിധാനം പരാജയപ്പെടുകയായിരുന്നു. അധികാരം പിൻതുടർച്ചാവകാശമാക്കിയ,പുരുഷകേന്ദ്രീകൃതമായ അത്തരം ഒരു സംവിധാനത്തിന് ജനാധിപത്യലോകത്ത് എങ്ങനെയാണ് ഇടം ലഭിക്കുക? ഈ ദിശയിൽ അട്ടപ്പാടിയിൽ അടുത്തകാലത്ത് നടന്ന ഏറ്റവും നല്ല പരീക്ഷണമായിരുന്നു ഊരുവികസനസമിതികളുടെ രൂപീകരണം. ഊരുനിവാസികളാൽ തെരഞ്ഞെടുക്കപ്പെട്ടവരും പാരമ്പര്യഅധികാരികളും ഒന്നിച്ചു വരുന്ന ഒരു ഭരണസമിതിയാണ് അതിനുണ്ടായിരുന്നത്. വികസനപ്രവർത്തനങ്ങൾ ഏറ്റെടുക്കുന്നതിലും നടപ്പിലാക്കുന്നതിലും അത് ഫലപ്രദമാണെന്ന് തെളിയിക്കുകയും ചെയ്തു. പക്ഷേ, സർക്കാരും ഡിപ്പാർട്ടുമെന്റുകളും അതിനോട് മുഖം തിരിച്ചു.

കുലങ്ങൾ/ഉപകുലങ്ങൾ

ഇരുള വിഭാഗത്തിലെ കുലങ്ങളെ സംബന്ധിച്ച് വിവരങ്ങൾ ആദ്യമായി രേഖപ്പെടുത്തിയത് നരവംശശാസ്ത്രജ്ഞനായ തേസ്റ്റൺ ആണ് (caste and Tribes of south India, Edgar Thurston, Cosmo publication, 1975)

കോയമ്പത്തൂർ ഭാഗത്തുണ്ടായിരുന്ന ഇരുള ഊരുകളെ അധികരിച്ച് നടത്തിയ പഠനത്തിലാണ് ഈ വിവരങ്ങൾ ഉള്ളത്. പുങ്കര് കുടകർ,

കൽക്കട്ടി, വെള്ളക, ദേവണർ, കോപ്പിലിങ്കം(കുപ്ലിക) എന്നിങ്ങനെ ആറ് കുലങ്ങളെപ്പറ്റി തേസ്റ്റൺ സൂചിപ്പിക്കുന്നുണ്ട്. അതിൽ നാല് കുലങ്ങൾ അതായത് പുങ്കര്, വെള്ളക, ദേവക, കുപ്ലിക എന്നിവ അട്ടപ്പാടിയിലെ വിവിധ ഊരുകളിൽ നിലവിലുണ്ട്.

അട്ടപ്പാടിയിലെ ആദിവാസികൾക്കിടയിൽ നിരവധികുലങ്ങളും ഉപ കുലങ്ങളുമുണ്ട്. കുലങ്ങളും ഉപകുലങ്ങളും വേർതിരിച്ച് മനസ്സിലാക്കാൻ സാധിച്ചിട്ടില്ല. ഓരോ കുലത്തിലും 'ഗുരുവൻ' എന്നും 'ജാതീയൻ' എന്നും വിളിക്കുന്ന അധികാര സ്ഥാനങ്ങളുണ്ട്. കുലത്തിലെ വിവാഹം, മരണം തുടങ്ങിയ ചടങ്ങുകൾക്ക് നേതൃത്വം നൽകുന്നത് അതത് കുലത്തിലെ ഗുരുവനാണ്. ജാതീയൻ ഈ ഗുരുവനെ പിൻതുടർന്ന് ചടങ്ങുകൾ പൂർത്തീകരിക്കുന്നു. ജാതീയന്റെ ഭാര്യ ബന്ധപ്പെട്ട ചടങ്ങുകൾക്ക് സഹായിയായി വർത്തിക്കുകയും ചെയ്യുന്നുണ്ട്. ഉദാഹരണത്തിന് ഊരിൽ മരണം സംഭവിച്ചാൽ മഞ്ച (സപ്രം) ഉണ്ടാക്കാനുള്ള മരം മന്ത്രം ചൊല്ലി മുറിക്കാൻ തുടക്കമിടുന്നത് ഗുരുവനാണ്. ജാതീയനും സഹായികളും ചേർന്ന് മരം മുറി (മുള, പുങ്കമരം) പൂർത്തിയാക്കുന്നു. അതുപോലെ, ശവം മറവുചെയ്യാനുള്ള കുഴി മന്ത്രം ചൊല്ലി കുഴിക്കാൻ തുടക്കമിടുന്നതും ഗുരുവനാണ്. ജാതീയനും സഹായികളും ചേർന്ന് കുഴിയെടുക്കൽ പൂർത്തീകരിക്കുന്നു.പരിസ്ഥിതി നിർണ്ണയത്തിന്റെ സ്വാധീനം ഈ സംസ്കാരചടങ്ങിലും കാണാവുന്നതാണ്. മൃതശരീരത്തിന്റെ കാലുകൾ സിദ്ധാസനരൂപത്തിൽ മടക്കിവെച്ചാണ് കുഴിയിൽ കിടത്തുന്നത്. മാത്ര മല്ല, കുഴിയുടെ പള്ളയിൽ തീർത്ത ദ്വാരത്തിലേക്ക് തല കയറ്റിവെക്കുകയും ചെയ്യുന്നു. ഒരു കാലത്ത് വനസ്ഥലികളിലായിരുന്നു ഇങ്ങനെ മൃത ശരീരങ്ങൾ അടക്കം ചെയ്തിരുന്നത്. വന്യമൃഗങ്ങൾ അത് മാന്തിയെടുക്കാനുള്ള സാധ്യതയുണ്ടായിരുന്നു. അതിനെ പ്രതിരോധിക്കാനാവാം ഇത്തരം മുൻകരുതലുകൾ ആദിവാസികൾ കൈക്കൊണ്ടത്.

ഒരേ കുലത്തിലുള്ളവർ തമ്മിൽ സഹോദരബന്ധമാണ് ഉള്ളത്. ഈ രക്തബന്ധം കർക്കശമായി കാത്തുസൂക്ഷിക്കാൻ ഓരോരുത്തരും ബാധ്യസ്ഥരാണ്. അതുകൊണ്ട് കുലത്തിനുള്ളിലുള്ളവർ തമ്മിൽ വിവാഹ ബന്ധം നിഷിദ്ധമാണ്. പണ്ട് ഈ വ്യവസ്ഥ ലംഘിക്കുന്നവരെ, ഊരുവാസികൾ ഭ്രഷ്ട് കല്പിച്ചിരുന്നുവത്രേ. 'ചെമ്പുള്ളി കരിമ്പുള്ളി' എന്ന പേരിൽ ഒരു ഭ്രഷ്ടാചാരം ഇരുള ആദിവാസികൾക്കിടയിൽ നിലവിലുണ്ടായിരുന്നു. അതുപോലെ ചില കുലങ്ങൾ തമ്മിലും സഹോദരി സഹോദരബന്ധം നിലനിൽക്കുന്നു. പുതിയകാലത്ത് ഇത്തരം ആചാരങ്ങൾ കൈവെടിഞ്ഞ് നിരവധി വിവാഹങ്ങൾ ആദിവാസികൾക്കിടയിൽ നടക്കുന്നുണ്ട്. ഇരുളവിഭാഗത്തിലെ ദേവണർ, വെള്ളക, കുപ്ലിക എന്നീ കുലങ്ങൾ 'അണ്ണൻ-തമ്പി' മുറയിലുള്ളതാണ്. ആറ്മൂപ്പ്, കർട്ടിക, ദേവണർ, സമ്പറ് എന്നീ കുലങ്ങൾ മാമൻ-മച്ചൻ മുറയിലാണ്.

ഏഴുകുലങ്ങളും അത്രയും ഉപകുലങ്ങളും ഓരോ ആദിവാസി വിഭാഗത്തിലുമുണ്ടെന്നാണ് പൊതുവിശ്വാസം. ഇരുളർക്കിടയിൽ 12 വ്യത്യസ്ത കുലങ്ങൾ വരെ കാണുന്നുണ്ട്. എല്ലാ ഊരിലും എല്ലാ കുലങ്ങളും ഇല്ല.

ഒരു കുലം മാത്രമുള്ള ഊരുകളും ഉണ്ട്. ഉദാഹരണത്തിന് കുറുമ്പ ഊരായ കടുകുമണ്ണ. അവിടെ വെള്ളക എന്ന കുലം മാത്രമേയുള്ളൂ. എന്നാൽ ഇരുള ഊരായ കതിരം പതിയിൽ 12 കുലങ്ങൾ സംബന്ധിച്ച വിവരങ്ങൾ ലഭിക്കുകയുണ്ടായി മറ്റു ഇരുള ഊരുകളായ കോണംകുത്തി, പുതൂർ, നടുമൂലക്കൊമ്പ്, ചീരക്കടവ് എന്നീ ഊരുകളിൽ 8 കുലങ്ങൾ വീതമുണ്ട്. പലകയൂരിൽ 9 കുലങ്ങളും. മുഡുഗരുടെ കാര്യത്തിലാണെങ്കിൽ ഒരു ഊരിൽ നിന്നും അഞ്ചിൽകൂടുതൽ കുലങ്ങൾ സംബന്ധിച്ച വിവരങ്ങൾ ലഭിക്കുകയുണ്ടായില്ല. ഏറ്റവും പഴയ മുഡുഗ ഊരായ അബന്നൂരിൽ പോലും രണ്ടു കുലങ്ങൾ മാത്രമേയുള്ളൂ. മുഡുഗരും കുറുമ്പരും വ്യത്യസ്തഗോത്രങ്ങളാണെങ്കിലും വിവാഹബന്ധങ്ങൾ നിലവിലുണ്ട്. അതുപോലെ ചില കുലങ്ങൾ മൂന്ന് ആദിവാസി വിഭാഗങ്ങൾക്കിടയിലും പൊതുവായി കാണുന്നുണ്ട്. വെള്ളക, കർട്ടിക, ആറ്മൂപ്പ്, കുറുനാഗർ എന്നിവ. ഈ സാദൃശ്യങ്ങൾ പൊതുവായ ഒരു സംസ്കാരിക ഭൂതകാലത്തേക്ക് വിരൽ ചൂണ്ടുന്നുണ്ട്. അതായത് ഒരൊറ്റ ഗോത്രത്തിൽ നിന്ന് കാലാന്തരത്തിൽ വഴി പിരിഞ്ഞ് വ്യത്യസ്തവിഭാഗങ്ങളായി മാറിയതാവാം. എന്തായാലും വിവിധ ഊരുകളിൽ നിന്ന് കുലങ്ങളുടെ എണ്ണം ക്രോഡീകരിക്കുമ്പോൾ ഇരുള വിഭാഗത്തിൽ പന്ത്രണ്ട് കുല(ഉപ)ങ്ങൾ ഉള്ളതായി കാണുന്നു. മുഡുഗരിൽ ഒൻപത് കുല(ഉപ)ങ്ങളും കുറുമ്പരിൽ പത്ത്(ഉപ) കുലങ്ങളും. എന്നാൽ കുലചിഹ്നങ്ങളെ (മൃഗങ്ങൾ, പക്ഷികൾ, മരങ്ങൾ) സംബന്ധിച്ച സൂചനകളൊന്നും കാണുന്നില്ല.

കുലങ്ങൾ/ഉപകുലങ്ങൾ

ഇരുളർ

1. ആറ്മൂപ്പ്, 2. കുപ്ലിക, 3. പേരാതരർ, 4. സമ്പർ, 5. വെള്ളക, 6. ദേവണർ, 7. ഉപ്ലിക, 8. പുളിയം, കോട്ടെസമ്പറ്, 9. കുപ്പറ്, 10. കുറുനാഗര്, 11. കരട്ടിക, 12. പൂങ്കറ്.

മുഡുഗർ

1. കർട്ടിക, 2. മുള്ളക്കുറുമ്പ, 3. കരിക്കുറുമ്പ, 4. വെള്ളക്കുറുമ്പ, 5. ആരുരാറ്, 6. സമ്പറ്, 7. ആറ്മൂപ്പ്, 8. കുറുനഗറ്, 9. വണ്ടിചിണ്ടെ

കുറുമ്പർ

1. വെള്ളക, 2. കുപ്ലിക, 3. കർട്ടിക, 4.വാനികുല, 5. മൂലഗദ്ദ, 6. കുന്നത്തനാള്, 7. ഏകച്ചത്, 8. കെങ്കറ്, 9. ചെമ്മയനാള്, 10. വീരാര്

ഇക്കോ കൾച്ചറും നാഗരികസമസ്യയും

പാരമ്പര്യ സംസ്കാരത്തിനും ആധുനിക സംസ്കാരത്തിനും ഇടയിൽ അകപ്പെട്ട ഒരു ജനസമൂഹത്തിന് സംഭവിക്കാവുന്ന അതിജീവന പ്രതിസന്ധിയാണ് അട്ടപ്പാടിയിലെ ഗോത്രസമൂഹം അനുഭവിക്കുന്നത്. പരമ്പരാഗത സംസ്കാരം, അറിവ്, ഭരണസംവിധാനം, സാമൂഹിക ക്രമങ്ങൾ തുടങ്ങിയവയെല്ലാം കുടിയേറ്റ സമൂഹത്തിന്റെ കടന്നുവരവും

ആധുനിക സംസ്കാരത്തിന്റെ വ്യാപനവും വഴി പ്രതിസന്ധിയിലായിത്തീർന്നു. വനം സർക്കാരിന്റെ അധീനതയിലും മറ്റു ഭൂമികൾ സ്വകാര്യ വ്യക്തികളുടെ അധീനതയിലും ആയിത്തീർന്നപ്പോൾ വനവിഭവങ്ങൾ ശേഖരിച്ചും വേട്ടയാടിയും പുനംകൃഷി ചെയ്തും ജീവനോപാധികൾ കണ്ടെത്തിയ ഗോത്രസമൂഹത്തിന് അത് അപ്രാപ്യമായിത്തീർന്നു.

പണ്ട് ഇത്തരം അതിജീവനസമസ്യകൾക്ക് തീർത്തും അനുയോജ്യമായ സാമൂഹികക്രമവും ഊരുഭരണസംവിധാനവുമാണ് ആദിവാസികൾക്ക് ഉണ്ടായിരുന്നത്. പരമ്പരാഗത ഭരണസംവിധാനത്തിന്റെ അധികാരങ്ങൾ രൂപംകൊണ്ടതും നിർവചിക്കപ്പെട്ടതും പരമ്പരാഗതമായ അതിജീവനതന്ത്രത്തെയും അതിനുവേണ്ടി ആശ്രയിച്ചുപോന്ന വിഭവങ്ങളെയും അടിസ്ഥാനമാക്കിയാണ്. വിഭവങ്ങളിൽനിന്ന് ഗോത്രസമൂഹം അന്യവൽക്കരിക്കപ്പെടാൻ തുടങ്ങിയതോടെ ഈ ഭരണസംവിധാനത്തിന്റെ അടിത്തറയും ഇളകാൻ തുടങ്ങി. വനവിഭവങ്ങളുടെ ശേഖരണം, വേട്ടയാടൽ, പുനംകൃഷി, മതപരമായ ആചാരാനുഷ്ഠാനങ്ങൾ, സാമൂഹിക കീഴ്വഴക്കങ്ങൾ തുടങ്ങിയവയുടെ സംരക്ഷണമാണ് ഒരു അലിഖിതപ്രമാണമെന്ന നിലയിൽ ഈ ഭരണസംവിധാനം ഉറപ്പുവരുത്തിയിരുന്നത്. വിഭവങ്ങളിൽനിന്നുള്ള അന്യവൽക്കരണം (Alienation from resources), ഈ ഭരണസംവിധാനത്തിന്റെ പ്രസക്തിയേയും ചോദ്യം ചെയ്തു. പുതിയ ജീവിതസാഹചര്യങ്ങളിൽ ആദിവാസികൾക്ക് പിന്തുടരാനുള്ളത് ജനാധിപത്യ വ്യവസ്ഥയുടെ ഭാഗമായ നിബന്ധനകളും മാർഗ്ഗനിർദ്ദേശങ്ങളുമാണ്. സ്വാഭാവികമായും ഊരുമൂപ്പനേക്കാൾ പ്രധാനം വാർഡ്മെമ്പറായി തീരും. ആദിവാസി വികസനവുമായി ബന്ധപ്പെട്ട വിവിധ വകുപ്പുകളിലെ പ്രതിനിധികൾക്ക് പ്രാമുഖ്യം കൈവരും. പുനംകൃഷിക്ക് അറിവാളൻ എന്ന നിലയിൽ നേതൃത്വം നൽകിയ മണ്ണുക്കാരന്റെ സ്ഥാനം കൃഷി ഓഫീസർ വെച്ചുമാറും.

ഭരണസംവിധാനത്തിൽ സംഭവിക്കുന്ന ഈ മാറ്റങ്ങൾ പരമ്പരാഗതമായ അറിവിനെയും സാരമായി ബാധിക്കുന്നു. വനവിഭവങ്ങളുടെ ശേഖരണത്തിന് ആദിവാസികൾക്ക് വനംവകുപ്പിന്റെ നിബന്ധനകൾ പാലിക്കേണ്ടിവരും. വനവിഭവങ്ങളുടെ ശേഖരണം, സംസ്കരണം എന്നിവയുമായി ബന്ധപ്പെട്ട അറിവുകൾക്ക് വിഭവങ്ങളുടെ അഭാവത്തിൽ നിലനില്പില്ലാതാവുന്നു. ഉദാഹരണത്തിന് ചൂൽപ്പുല്ലിന്റെ (Phenix Prucila) ലഭ്യത ഇല്ലെങ്കിൽ ചുലുണ്ടാക്കുന്ന വിദ്യ ക്രമത്തിൽ അപ്രത്യക്ഷമാകും. മുളയും മേച്ചിൽപ്പുല്ലും ലഭിക്കാതാവുന്നതോടെ ഗൃഹനിർമ്മാണം സാധ്യമല്ലാതെ വരികയും അതുവഴി ക്രമത്തിൽ ഗൃഹനിർമ്മാണവിദ്യകൾ ആദിവാസികൾക്ക് കൈമോശം വരികയും ചെയ്യും . ഇപ്രകാരം പരമ്പരാഗതമായ അറിവിൽ നിന്നും ആദിവാസികൾ അന്യവൽക്കൃതരാകുന്നു. (alienation from knowledge). അറിവിൽ നിന്നുള്ള ഈ അന്യവൽക്കരണം ആദിവാസി സമൂഹത്തെ സാംസ്കാരികമായ അന്യവൽക്കരണത്തിലേക്ക് (cultural alienation) നയിക്കുന്നു. ഏതൊരു സമൂഹത്തിന്റെയും

ഭൗതിക വിജ്ഞാനവും സാംസ്കാരികമായ ആചാരനുഷ്ഠാനങ്ങളും പരസ്പരം ബന്ധപ്പെട്ട് കിടക്കുന്നതുകൊണ്ടാണ് ഇങ്ങനെ സംഭവിക്കുന്നത്.

ആട്ടം, പാട്ട്, ആചാരാനുഷ്ഠാനങ്ങൾ തുടങ്ങിയവയെല്ലാം അറിവിനെ അടിസ്ഥാനാമാക്കിയും അറിവ് ഭൗതികവിഭവങ്ങളെ അടിസ്ഥാനമാക്കിയുമാണ് നിലനിൽക്കുന്നത്. ആയിരക്കണക്കിന് വർഷങ്ങളായി ഇക്കോ കൾച്ചറിൽ ജീവിച്ചുപോന്ന ആദിവാസിസമൂഹങ്ങളാണ് കേവലം അഞ്ച് പതിറ്റാണ്ടുകൊണ്ട് ഇത്തരം അന്യവൽക്കരണത്തിന് വിധേയമായതും ആധുനികജീവിത സങ്കേതങ്ങളിൽ പരിചയംനേടാൻ നിർബന്ധിതരായുതും. 1950കളിൽപോലും അട്ടപ്പാടി നിബിഡവനപ്രദേശമായിരുവെന്നതും കുടിയേറ്റ സമൂഹത്തിന്റെ സാന്നിദ്ധ്യം നാമമാത്രമായിരുന്നുവെന്നതും ഇതിന്റെ തെളിവായി ചൂണ്ടിക്കാണിക്കാവുന്നതാണ്.

അടുത്തകാലം വരെ അതായത്. അഞ്ച് പതിറ്റാണ്ട് മുമ്പ് വരെ അട്ടപ്പാടിയിൽ ആദിവാസികൾക്ക് വികസന ഏജൻസികളുടെ സഹായം ആവശ്യമുണ്ടായിരുന്നില്ല. ഭക്ഷ്യക്ഷാമമോ ജലക്ഷാമമോ അവർക്ക് അനുഭവിക്കേണ്ടി വന്നിരുന്നില്ല. ഗൃഹനിർമ്മാണത്തിന് വിഭവങ്ങളും വിദ്യകളും ഉണ്ടായിരുന്നതുകൊണ്ട് സർക്കാർ ഗൃഹനിർമ്മാണപദ്ധതികൾ ആവശ്യമുണ്ടായിരുന്നില്ല.. കാട്ടിൽ ധാരാളം ഔഷധസസ്യങ്ങളും അവയുടെ ഔഷധശക്തിയെക്കുറിച്ചുള്ള അറിവും ആദിവാസികൾക്കും ഉണ്ടായിരുന്നതുകൊണ്ട് ആശുപത്രികളുടെ സേവനവും അവർക്ക് വേണ്ടി വന്നിട്ടില്ല. ചുരുക്കത്തിൽ വിഭവങ്ങളിൽ നിന്ന് അതിവേഗം ആദിവാസികൾ അന്യവൽക്കരിക്കപ്പെട്ടതുകൊണ്ടാണ് സർക്കാരിന്റെ വികസന പ്രവർത്തനങ്ങൾ അനുപേക്ഷണീയമായി തീർന്നത്. എന്നാൽ കഴിഞ്ഞ കാലങ്ങളിൽ സർക്കാർ വിവിധവികസനപ്രവർത്തനങ്ങൾ ആവിഷ്കരിക്കുമ്പോൾ ആദിവാസി സമൂഹത്തിന്റെ ഈ ചരിത്രപശ്ചാത്തലത്തിനോ സാംസ്കാരിക സവിശേഷതകൾക്കോ വേണ്ടത്ര പ്രാധാന്യം നൽകിയിരുന്നില്ല. പ്രത്യേകിച്ച് ആയിരക്കണക്കിന് വർഷം മുമ്പ് തന്നെ വ്യക്തമായ ആസൂത്രണം ആവശ്യമായ അഗ്രികൾച്ചർ ഘട്ടത്തിലൂടെ വികസിച്ചുവരികയും വിവിധ സാമൂഹിക മാറ്റങ്ങളിലൂടെ അറിവും കഴിവും അതിജീവന തന്ത്രവും പുതുക്കുകയും ചെയ്ത മുഖ്യധാരാസമൂഹത്തിൽ നിന്ന് ആദിവാസിസമൂഹം പലനിലയിലും വ്യത്യസ്തരാണെന്ന കാര്യം. സ്വകാര്യസ്വത്ത്, ദീർഘകാല ആസൂത്രണം, കരുതിവെയ്പ്, വിദ്യാഭ്യാസത്തെ നിക്ഷേപമായികാണുന്ന രീതി, സർക്കാർ സംവിധാനങ്ങളുമായി ഇടപെടുന്ന രീതി, സമൂഹിക സംഘാടനത്തിന്റെ ആവശ്യകതയെപ്പറ്റിയുള്ള ബോധം തുടങ്ങിയ ആധുനിക ജീവിതസങ്കേതങ്ങളുമായി ബന്ധപ്പെട്ട ധാരാളം കാര്യങ്ങളിൽ ഗോത്രസമൂഹം പുലർത്തുന്ന വ്യത്യസ്തത ആദിവാസി വികസനത്തെ സമീപിക്കുന്ന ആരും വിസ്മരിക്കാൻ പാടുള്ളതല്ല. ഈ സാംസ്കാരിക- സാമൂഹിക-മാനസിക പ്രത്യേകതകൾ

മനസ്സിലാക്കിക്കൊണ്ടും പുതിയ ജീവിത സാഹചര്യങ്ങളിൽ കൈത്ത ഴക്കം നൽകാൻ പറ്റിയ നിർവ്വഹണതന്ത്രം ആവിഷ്കരിച്ചുകൊണ്ടും പുതിയ ലോകത്തിൽ ആത്മാഭിമാനത്തോടെ നിലനിൽക്കാൻ ആവശ്യമായ വികസനഘടകങ്ങൾ (ഭൂമിയുൾപ്പെടെ)രൂപകല്പന ചെയ്തുകൊണ്ടും മാത്രമേ ആദിവാസി വികസനം എന്ന ലക്ഷ്യം സാക്ഷാത്കരിക്കാൻ സാധിക്കുകയുള്ളൂ.

അവലംബം

1. Blue mountain, the ethonography and Bio-geography of a south Indian Region edited by paul hawking
2. മലബാർ മാന്വൽ, വില്യം ലോഗൻ
3. പങ്കാളിത്ത പഠനം, അഹാഡ്സ്, 2002
4. Land Alientatiion among the tribes of Attappady, N. Viswanathan. 1986
5. Caste and Tribes of Southern India, Edger Thurston, Cosmo publication,1975
6. Study Report, Kerala State land use board,1994
7. Studies on Human Ecology and Eco-Restoration of Attappady valley, Kerala forest Reserch Institute 1991
8. Study Report,Oral History of Tribes in Attappady,AHADS,2002
9. Degrading commens: The ecological consequences of migration The case of Kerala in a Historical Perspective,Dr. V.P.Raghavan.
10. അട്ടപ്പാടി,ആദിവാസികളുടെ ദേവഭൂമി, പ്രൊഫസർ. പി. ഉണ്ണികൃഷ്ണൻ, 2004, പ്രഭാത് ബുക്ക്ഹൗസ്.
11. അട്ടപ്പാടി ആദിവാസിപാട്ടുകൾ, ഡോ. എസ്.ആർ. ചന്ദ്രമോഹനൻ, 2007, ഡി.സി. ബുക്ക്സ്.
12. പാലക്കാട് ജില്ല ഡയറക്ടറി, 2011 (ഭേദഗതികളോടെ)

ചിലർ ചോലകളിലെ മത്സ്യരാജ്യങ്ങളിലേക്ക് പുറപ്പെടുന്നു
മൊതയ അരങ്ങേറ്റം

കാട്ടുനായ്ക്ക ഗോത്രത്തിൽ തിരണ്ടുകല്യാണം വളരെ പ്രധാനമാണ്. തിരളലിലൂടെ ഒരുവൾ ഉർവ്വരയാവുന്നു. പ്രകൃതി അവളുടെ ശരീരത്തിൽ ആഘോഷിച്ചിരിക്കുന്നുവെന്ന അറിയിപ്പാണ് ഈ അരങ്ങേറ്റച്ചടങ്ങ് (initiation rituals). വിവാഹമാവട്ടെ പണിയരിലും അടിയരിലുമെന്നപോലെ ഈ ഗോത്രത്തിലും അപ്രധാനമാണ്. പ്രണയവിവാഹങ്ങളാണ് സുലഭം. പരസ്പരം ഇഷ്ടപ്പെടുന്ന ഒരു മുഹൂർത്തത്തിൽ ഒരുമിച്ചു ജീവിക്കാൻ പുറപ്പെടുകയാണ്. ഉത്സവ പറമ്പുകളിലോ മറ്റു ആഘോഷവേളകളിലോ അത് സംഭവിക്കുന്നു. കുടുംബവും ഗോത്രവും സമ്മതിക്കുന്നു. ഗോത്ര മൂപ്പന് ഒരു ചെറിയ പിഴയടയ്ക്കണമെന്നുമാത്രം. തിരണ്ടുകല്യാണം അങ്ങനെയല്ല. അന്തസ്സിന്റെ കൂടി വിളംബരമാണ്. അതുകൊണ്ട് ആർഭാടമാണ്. എല്ലാ ഗോത്രസമൂഹങ്ങളിലും ഇത് വലിയ പുകിലാണ്. തിരള ലിലൂടെ വംശവർദ്ധനവിന് പ്രകൃതി ഉഴുതിടുകയാണല്ലോ.

പരിഷ്കൃതനെപോലെ ആദിവാസിക്ക് നിരവധി കാലങ്ങളോ സമയ ഗണിതങ്ങളോ ഇല്ല. മരം പോലെ അവൻ/അവൾ വളരുന്നു. ശരീരത്തിൽ ജീവിതം നിറഞ്ഞൊഴിയുന്ന ഒരു ഏകകാലമാണത്. ഇതിൽ സ്ത്രീ ഗോത്ര ത്തിന് ഒരു പ്രാകൃതിക കാലബോധം നൽകുന്നുണ്ട്. ജനനം, തിരളൽ, പ്രസവം, മരണം എന്നീ ജൈവവളർച്ചയുടെ വിവിധ ഘട്ടങ്ങളിലൂടെ. ഇപ്രകാരം സ്ത്രീ ഗോത്രത്തിന്റെ കാലമാപിനി കൂടിയാവുന്നു. ഇതിൽ തിരളൽ കാലസഞ്ചാരത്തിലെ കൃത്യമായ വഴിത്തിരിവാണ്. പുരുഷന് അതില്ല. അയാളിൽ യൗവനത്തിന്റെ രൂപീകരണം ക്രമത്തിലും അവ്യക്ത തയിലുമാണല്ലോ. വയസ്സറിയിച്ചാൽ കുട്ടി ഹവ്വ(അമ്മ)യോട് പറയും. ഹവ്വ ഗെണ്ട(ഭർത്താവ്)യോട്. ഗെണ്ട കോളനിയിലെ മുതലി(മൂപ്പൻ)യെ വിവരം ധരിപ്പിക്കും. മുതലി ഉടനെ അവളുടെ മന(വീട്)യ്ക്കരികിൽ ഗുമ്മൻ (തീണ്ടൽ പുര) പടുക്കുന്നു. മുളകളും പച്ചിലകളും ചേർത്ത് സ്തൂപാകൃതിയിൽ തീർത്ത ഒരു പുൽക്കുടിലാണ് ഗുമ്മൻ. ഗുമ്മന്റെ അലകുകൾ കൂട്ടിയിണക്കാൻ കൈവരി (ഇടംപിരി) നാരുകളോ വെള്ള ചടച്ചി നാരുകളോ ഉപയോഗിക്കുന്നു. ഋതുമതി ഗുമ്മനിൽ പാർക്കും.

തിരളാത്ത ഒരു എണ്ണ്കൂമ്പ (പെൺകുട്ടി) കൂട്ടിന്. ഭക്ഷണം അവിടെയെത്തും. അവളെ ആണുങ്ങൾ കണ്ടുകൂടാ. അച്ഛൻ പോലും. രാത്രിയിലാണ് കുളി. മൊതയ വരെ അവളുടെ ലോകം ഗുമ്മനാണ്. പകലുകളിൽ ഗുമ്മന്റെ ഇലപ്പഴുതുകളിലൂടെ മാത്രം ഗോത്രത്തിന്റെ അനക്കങ്ങളും ജീവിതവും അവളറിയുന്നു. സഖിയും തഥൈവ. ഇപ്രകാരം കുടുംബം പണം സ്വരൂപിക്കും വരെ, തിരണ്ടുകല്യാണം ഒരുങ്ങുംവരെ അവർ കഴിച്ചുകൂട്ടുന്നു. ചിലപ്പോൾ ഗുമ്മനിൽ മാസങ്ങൾ തീരും.

രണ്ടുപകലും ഒരു രാത്രിയും നീളുന്നതാണ് കല്യാണച്ചടങ്ങുകൾ. മറ്റുകോളനികളിലെ നായ്ക്കർ കൂട്ടമായി പങ്കെടുക്കും. രാവിലെ മുതൽ കല്യാണച്ചടങ്ങുകൾ തുടങ്ങുന്നു. രാവിലെ - പരിഷ്കൃതന്റെ സമയബോധമോ കണിശമോ ആദിവാസിക്കില്ല. പുകമഞ്ഞു ചൂഴ്ന്ന വയനാടൻ പ്രഭാതങ്ങളിൽ സൂര്യനുണരുന്നത് വൈകിയാണെന്നുമോർക്കണം- പെൺകുട്ടികളെ പുറത്തിറക്കും. 3-4 സ്ത്രീകൾ ചേർന്ന് പുരുഷന്മാർ കാണാതെ തുണിമറയ്ക്കുള്ളിലാക്കി അവരെ കുളിപ്പിക്കാൻ കൊണ്ടുപോകുന്നു. കുളിമുറി തുണികളിൽ തീർത്ത ഒരു താത്ക്കാലിക മറയാണ്. അവിടെ മുതലി കുട്ടികളുടെ തലയിൽ ഓരോ പാത്രം വെള്ളം തൂവ്വുന്നു. പിന്നെ ഋതുമതിയുടെ ഹവ്വ, മുതലിയുടെ ഇന്റ് (ഭാര്യ), മറ്റുചില സ്ത്രീകളും രണ്ടു പാത്രം വെള്ളം വീതം ക്രമത്തിൽ അവരുടെ തലയിൽ ഒഴിക്കുന്നു. മഞ്ഞൾ തേച്ച് കുളിപ്പിക്കുന്നു. ഈ സമയം മുതലി ഗുമ്മൽ പൊളിക്കുകയാവും. കൈയാളായി ചിലരും. അതിനുശേഷം മുതലി കുളിക്കുന്നു. പിന്നെ ഗുമ്മനടുത്ത്, വൃത്തിയാക്കിയിട്ട പുരുഷന്മാരുടെ കളിസ്ഥലത്തേക്ക് മുതലി പോകുന്നു. അവിടെ ബേദ(കൂമ്പൻമുറം)യിൽ ദക്ഷിണയുണ്ട്. ഇല (വെറ്റില), ഒയ്യ (പുകയില), അടയ്ക്ക, വെള്ളമുണ്ട്, പത്ത് രൂപ എന്നിവ ചേർന്നതാണ് ദക്ഷിണ. മുതലി പുതുമുണ്ട് ധരിക്കുന്നു. സ്ത്രീകൾ കുളിച്ച കുട്ടികളെ അടുത്ത മനയിലേക്ക് കൊണ്ടുപോകുന്നു. തുണിമറയ്ക്കുള്ളിൽ ആരുടെയും കണ്ണിൽപെടാതെയാണ് ഈ യാത്രയും.

ഇനി കളിയൊരുക്കമാണ്. പുരുഷന്മാരുടെ കളിസ്ഥലത്ത്, നിലത്തുവെച്ച മുറുക്കാൻ ചന്ദനത്തിരി, കുളൽ (കുഴൽ), മര (ചെണ്ട) എന്നിവയെ മുതലി നമസ്കരിക്കുന്നു. പിന്നെ ഗോത്രത്തിലെ മുതിർന്നവർക്ക് ദക്ഷിണ വെച്ച് മുറുക്കാൻ പങ്കിടുന്നു. സംഘബോധവും തുല്യതയും വെളിപ്പെടുത്തുന്ന ഒരു ചടങ്ങാണിത്. ഈ ചടങ്ങിന് 'ബിട്ടിയെടുക്ക' യെന്ന് പേർ. മൂന്ന് തരം കളികളാണ് തിരണ്ടുകല്യാണത്തിന് പതിവ്. പെണ്ണുങ്ങളുടെ തൊട്ടി (കൈകൊട്ടിക്കളി), ആണുങ്ങൾക്ക് കടിയാട്ട (കോൽക്കളി)യും കൂനട്ട (ചെണ്ടകൊട്ടിക്കളി)യും. കടിയാട്ട ഇപ്പോൾ വിരളമാണ്.

പുരുഷന്റെ കൂനട്ടയിൽ മരക്കാരും കുളൽക്കാരും നടുവിൽ. മറ്റുള്ളവർ വാദ്യസംഘത്തിനു ചുറ്റും നൃത്തം വെക്കുന്നു. ശരീരം കരകാട്ടരൂപത്തിൽ ചലിപ്പിച്ച് മുമ്പാക്കം പിമ്പാക്കം നീങ്ങുന്നു. ഒരാളുടെ കാലിൽ ചിലങ്കയുണ്ട്. വാദ്യം മുറുകുന്നതിനനുസരിച്ച് ഇടക്കിടെ വായ്ക്കുരവകൾ.

ചലനവൈവിദ്ധ്യം കുറവെങ്കിലും പ്രസന്നമാണ് ഈ നൃത്തരൂപം. പാദം മുതൽ ശിരസ്സുവരെ ഉറയുകയാണ് അവർ. പൊടിപടലങ്ങളിൽ മുങ്ങി എത്ര മണിക്കൂറുകളാണ് ഈ നൃത്തപ്രകടനം. സംഗീത - നൃത്തങ്ങൾ ഗോത്ര സംസ്കൃതിയിൽ പ്രാണാംശമാണെന്ന് ഇത് ബോധ്യപ്പെടുത്തുന്നു.

പുരുഷന്മാരുടെ കളിസ്ഥലത്തിന് അരികിലാണ് സ്ത്രീകളുടെ കളി സ്ഥലം. വൈകുന്നേരമാണ് സ്ത്രീകളുടെ കളി. ആദ്യം സ്ത്രീകൾ കളിസ്ഥലത്തിന് നടുവിൽ പായയിൽ വെച്ച മുറുക്കാനും വിളക്കും തൊട്ട് നിറുകയിൽ വെക്കുന്നു. പെണ്ണുങ്ങളുടെ കളി വൃത്തത്തിലും അച്ചടക്ക ത്തിലുമാണ്. അംഗചലനങ്ങൾ ഒരേ രീതിയിലാണ്. പതന (പാട്ട്) ഒരു പാട് പ്രാവശ്യം ആവർത്തിക്കുന്നു. അന്തരീക്ഷത്തിൽ പുരുഷവാദ്യ ങ്ങളുടെ ആധിപത്യമുണ്ടെങ്കിലും സ്വന്തം കളിയിലും പാട്ടിലും ഇവർ പൂർണ്ണമായും ആമഗ്നരാണ്. പാട്ടിൽ വനജീവിതമാണ് കാണുന്നത്. അവിടെ ചിലർ ചോലകളിലെ മത്സ്യരാജ്യങ്ങളിലേക്ക് പുറപ്പെടുന്നു. ചിലർ പെരുമരങ്ങളിലെ തേൻകൂടുകൾ കിള്ളുന്നു. പക്ഷി-മൃഗാദികളി ലൂടെ ഫലമൂലാദികളിലൂടെ ഗോത്രജീവിതത്തിന്റെ പൊരുളുകളും അനുഭവ തരംഗങ്ങളും വെളിച്ചപ്പെടുകയാണ്.

രാത്രി മുഴുവനും തുടരുന്ന കളി, അടുത്ത ദിവസവും ഉച്ചയോടെ തത്ക്കാലം നിർത്തുന്നു. സർവ്വാഭരണ വിഭൂഷിതകളായ ഋതുമതിയേയും സഖിയേയും പുറത്തേക്ക് ആനയിക്കുന്ന ഇടവേളയാണ് അത്. വാദ്യ സംഘത്തിന്റെ അകമ്പടി, ഇരുവശങ്ങളിലും പിറകിലുമായി മൂന്നു സ്ത്രീ കൾ. അവർ സാവകാശം മുമ്പോട്ടു നീങ്ങുന്നു. ഋതുമതിയുടെ വലതു കൈയിൽ ഒരു കത്തിയമ്പുണ്ട്. അത് പ്രതീകാത്മകമാണ്. വേട്ടയുടെയും പുരുഷന്റെയും പ്രതീകം. സംഘം ആണുങ്ങളുടെ കളിസ്ഥലത്ത് നിൽ ക്കുന്നു. അവിടെ വെറ്റിലയും അടയ്ക്കയും വെച്ച കൂമ്പൻമുറത്തിനു ചുറ്റും ഋതുമതിയും തോഴിയും മറ്റു സ്ത്രീകളും മൂന്നുവലം വെക്കുന്നു. തുടർന്ന് അഞ്ചുപേരും പായയിൽ നിൽക്കും. അവളുടെ മടിയിൽ വെറ്റിലയും തോഴിയുടെ മടിയൽ അടയ്ക്കയും മുതലി നിക്ഷേപിക്കുന്നു. അവർ കിഴക്കുദിശയിൽ തിരിഞ്ഞുനിന്നു പ്രാർത്ഥിക്കുന്നു. അവരുടെ മുമ്പിൽ രണ്ടുകിണ്ണങ്ങൾ. ഈ കിണ്ണങ്ങളിലാണ് ദക്ഷിണയിടുക. മുതലി അവ യിൽ ആദ്യം ദക്ഷിണയിടുന്നു. കുട്ടികൾ മുതലിയുടെ കാലുകൾ തൊട്ട് മൂന്നുപ്രാവശ്യം നിറുകയിൽ വെക്കുന്നു. മുതലി തലയിൽ കൈവെച്ച് അനുഗ്രഹിക്കുന്നു.

ഈ ചടങ്ങ് തീർന്നാൽ ശേഷിച്ച വെറ്റിലകൾ മുകളിലേക്ക് എറിയും. കൂടിയവർ പെറുക്കും. പിന്നെ കുട്ടികളെ മനയിലേക്ക് നയിക്കുകയായി. ഋതുമതി വലതുകാൽ വെച്ചും തോഴി ഇടതുകാൽ വെച്ചും ഗൃഹപ്രവേശം. അപ്പോഴും അമ്പ് ഋതുമതിയുടെ കൈയിൽ. വയസ്സറിയിച്ച ശേഷം അവൾ ആദ്യമായി വീടണയുകയാണ്. എല്ലാവരും കാൺകെ കുട്ടികളുടെ മുമ്പിൽവെച്ച് മുതലിയും ഋതുമതിയുടെ അച്ഛനും മുത്തച്ഛനും ചേർന്ന് ദക്ഷിണ തിട്ടപ്പെടുത്തുന്നു. ഈ പണം കുട്ടികൾക്കുള്ളതാണ്. കുട്ടികൾ

പെൺകളത്തിലേക്ക് തിരിച്ചുവരുന്നു. അമ്പ് കളിക്കളത്തിന് നടുവിൽ തറച്ച്, അവൾ കളിയിൽ പങ്കുചേരുന്നു.

കളി തുടരുന്നു. ഇതിനുശേഷം പരിസരങ്ങളിലെ ചെട്ടികുടുംബങ്ങൾ സന്ദർശിക്കുന്ന ഒരു ചടങ്ങുണ്ട്. വാദ്യസംഘത്തോടൊപ്പമാണ് ഈ യാത്രയും. ചെട്ടിമാർ പഴയ ജന്മികളാണ്. അവരും കുട്ടികൾക്ക് ദക്ഷിണ നൽകും. ഇതര ഹൈന്ദവാചാരങ്ങളുടെയും പരിഷ്കൃതിയുടെയും കലർപ്പുകൾ ഈ ചടങ്ങുകളിൽ പ്രകടമാണ്. എങ്കിലും ഗോത്രസംസ്കൃതിയുടെ സൂക്ഷ്മ മർമ്മരങ്ങളും രേഖാചിത്രങ്ങളും വായിച്ചെടുക്കാനാവും. ഇനിയും കെടാതെ നിൽക്കുന്ന പ്രകൃതി സംസ്കാരത്തിന്റെ ചില അടയാളങ്ങൾ.

കാട്ടിലെത്തുമ്പോൾ

കുറിച്യാടിലേക്കുള്ള കാട്ടുപാതയാണിത്. വയനാട്ടിലെ അപൂർവ്വം വന ഗ്രാമങ്ങളിലൊന്നാണ് കുറിച്യാട്. രാവിലെ പാത വിജനം. പച്ചയുടെ ഗന്ധം. ശബ്ദപ്രകൃതിയിൽ കാട്ടുപക്ഷികളും കുരങ്ങുകളും. ശരീരത്തിൽ പുലരിക്കുളിര്. ചെതലയത്തുനിന്ന് എട്ട് കിലോമീറ്റർ നടക്കണം കുറി ച്യാടെത്താൻ. വിരളമായി വാഹനങ്ങൾ കണ്ടേക്കാം. ചിലപ്പോൾ ജീപ്പു കൾ. വനപാലകരുടെ നിരീക്ഷണ യാത്രകളാണതിൽ. കുഴികളിലും തിരിവുകളിലും ഹൃദയം പൊട്ടി, ഉലഞ്ഞും അമറിയും നിരങ്ങുന്ന ലോറി കളാണ് പിന്നെ. അതിന്റെ രോദനം ദൂരെ കേൾക്കാം. ഒരു അനക്കം തെറ്റിയാൽ കൊല്ലിയിൽ പതിക്കുന്ന ഈ മുള ലോറികൾ മാവൂരി ലേക്കാണ്. കുറിച്യാട് എത്തുംവരെ മനസ്സ് വല്ലാതെ ജാഗരൂകമാവും. ചുറ്റുപാടും രാത്രികളിൽ ആനകൾ മെതിച്ച ചെറുവൃക്ഷങ്ങൾ. ആനകളി പ്പോൾ ഉൾക്കാട്ടിലാണ്. രണ്ടു വർഷം മുമ്പ് ചെതലയത്തെ മുളങ്കാടു കൾ പൂത്തിരുന്നു. മുള പൂക്കുകയല്ല; മരിക്കുകയാണ്. അതോടെ ആന കളുടെ വരവ് കുറഞ്ഞു.

പെരുങ്കാട്ടിൽ ഒരു വയലിന്റെ ഇരുകരകളിലാണ് കുറിച്യാടിന്റെ ജനപദം. അഞ്ച് വയനാടൻചെട്ടി കുടുംബങ്ങൾ: അവ ഇഴ തിരിഞ്ഞ് മുപ്പത്തിയഞ്ച് അംഗങ്ങളുള്ള പന്ത്രണ്ടു വീടുകളായി തീർന്നു. പിന്നെ ഇരുപത് കാട്ടുനായ്ക്കകുടുംബങ്ങൾ. രണ്ട് പണിയകുടുംബങ്ങളും.

എന്നോ ജലസമൃദ്ധമായിരുന്ന കാട്ടുചോലയാണ് കുറിച്യാടിന്റെ നെൽവയൽ; 150 ഏക്കർ വിസ്തൃതിയിൽ നീളത്തിൽ അത് കിടക്കുന്നു. ഞങ്ങൾ ചെല്ലുമ്പോൾ കൊയ്ത്തു കാലമാണ്. ചിലർ അരിയുന്നു: കെട്ടുന്നു. ചിലർ ചെട്ടികളുടെ കളങ്ങളിൽ ഒക്കലിടുന്നു. നാടൻ വിത്തു കളാലാണ് കൃഷി. വാൽത്തൊണ്ടി, മരത്തൊണ്ടി, ഗന്ധകശാല, എന്നീ പഴയ വിത്തുകൾ. പരിഷ്കൃത കൃഷി കാലു കുത്തിയിട്ടില്ല. ചാണകവും കാടിന്റെ പശിമയുമാണ് അവയ്ക്ക് പോഷകം. കേടുകൾ കുറവ്.

ഈ വയലുകൾ ചെട്ടിമാരുടെതാണ്. പതിറ്റാണ്ടുകൾക്ക് മുമ്പ് പാട്ട ത്തിനു ലഭിച്ചതാണത്രേ. കാടിനെ മനുഷ്യമുക്തമാക്കാൻ ചെട്ടികൾക്ക് പകരം ഭൂമികൾ നൽകാൻ വനം വകുപ്പിന് ഉത്സാഹം. തലമുറകളുടെ ആത്മബന്ധമുള്ള ഈ മണ്ണിൽ നിന്ന് എങ്ങനെ പോകാനാവുമെന്ന്

ഗോപാലൻ ചെട്ടി ചോദിക്കുന്നു. ഒരു കാലത്ത് വയനാട്ടിലെ ജന്മിസമൂഹ ങ്ങളിൽ ഒന്നായിരുന്നു ചെട്ടികൾ. കാലവും ചരിത്രവും അതിന്റെ മുന യൊടിച്ചു. എന്നാൽ കുറിച്യാട് ചെട്ടികൾക്കിപ്പോൾ ഒരു ഗോത്ര സ്വഭാവ മാണുള്ളത്. അവരുടെ നഗരഭയങ്ങളും വനാഭിമുഖ്യവും ആഴത്തിലാണ്. ആദിവാസികൾക്ക് കൃഷിയൊന്നുമില്ല. വനവിഭവങ്ങളിലും ചെട്ടികളുടെ വയലുകളിലും ജീവിതം പുലരുന്നു.

കുറിച്യാടിനും ഒരു ചരിത്രമുണ്ട്. പഴശ്ശികലാപങ്ങളിലെ ഒടുവിലത്തെ ഇടങ്ങളിൽ ഒന്നായിരുന്നു കുറിച്യാട്. '1805 ഒക്ടോബർ മാസത്തിൽ പഴ ശ്ശിയും എടച്ചേന കുങ്കനും കുറിച്യാട്ടുനിന്ന് പാക്കം വഴി പുൽപ്പള്ളി വരെയുള്ള പ്രദേശങ്ങൾ തങ്ങളുടെ പ്രവർത്തന രംഗമാക്കുകയും പുൽ പ്പള്ളി സീതാദേവിക്ഷേത്രം കേന്ദ്രമാക്കിക്കൊണ്ട് കുറുമർ, കുറിച്യർ എന്നിവരെ വീണ്ടും സംഘടിപ്പിക്കുകയും ചെയ്തുവെന്ന് കെ.കെ.എൻ. കുറുപ്പ്. (പഴശ്ശി സമരങ്ങൾ, പേജ് 114). 'ആ ഘട്ടത്തിൽ കുറുമർ, കുറി ച്യർ, പണിയർ തുടങ്ങിയ വിഭാഗങ്ങളും കുറെ നായർ പ്രമാണിമാരും മാത്രമായിരുന്നു വയനാട്ടിൽ കലാപം കെട്ടടങ്ങാതെ സൂക്ഷിച്ചത്. വയ നാട്ടിൽതന്നെ പിന്നീടത് കുറിച്യാട്, പുൽപ്പള്ളി തുടങ്ങിയ അല്പം ചില പ്രദേശങ്ങളിലായി ചുരുങ്ങിവരികയും പഴശ്ശി തുടങ്ങിയവരുടെ മരണ ത്തോടുകൂടി പൂർണ്ണമായും കെട്ടടങ്ങുകയും ചെയ്തു.' (പഴശ്ശി സമര ങ്ങൾ; പേജ് 122) ഇപ്പോൾ കുറിച്യാട് പേരിന് ഒരു കുറിച്യൻ പോലുമി ല്ലെങ്കിലും അവർ തമ്മിലുള്ള ബന്ധം ആ പേരിൽ തന്നെ കുടികൊള്ളു ന്നുണ്ട്. കാടിനുള്ളിൽ കരിയിലകളും അടിക്കാടും മറച്ച പഴയ മൺതറ കളും നാട്ടുപ്ലാവ്, പുളി തുടങ്ങിയ വൃക്ഷങ്ങളും അവരുടെ പഴയ താവള ങ്ങളെ ഓർമ്മിപ്പിക്കുന്നു.

ചെട്ടിമാരും വ്യാപകമായി പഴശ്ശി സമരങ്ങളെ പിൻതുണച്ചിരുന്നു. 'ചെട്ടിമാർക്കെതിരായി മറ്റു നടപടികൾ കൂടി എടുക്കുവാൻ ബാബർ നിശ്ചയിച്ചു. അവരിൽ പലരും തങ്ങളുടെ കുടുംബങ്ങളെ മൈസൂരിൽ പുന്നാട്, പുത്തൂർ, കാക്കനബെറ്റ തുടങ്ങിയ പ്രദേശങ്ങളിലാണ് താമസി പ്പിച്ചിരുന്നത്. കലാപകാരികൾക്ക് ആവശ്യമായ സാധനസാമഗ്രികൾ ലഭിച്ചിരുന്നത് മൈസൂരിൽ നിന്നായിരുന്നു.' (പഴശ്ശികലാപങ്ങൾ) നാടൻ വിത്ത് പുന്നാട് നിന്നാണ് കൊണ്ടുവന്നിരുന്നുതെന്ന ഗോപാലൻ ചെട്ടി യുടെ വാക്കുകൾ ഈ ബന്ധത്തിന്റെ സൂചനയാണ്.

പുതിയ കുറിച്യാട് ചരിത്രത്തിലില്ല. പരിഷ്കൃതന്റെ കാഴ്ചകൾക്ക് വെളിയിലാണത്. ഇവിടെ ഒര പ്രൈമറിസ്കൂൾ പോലുമില്ല. ബാഹ്യ ലോകത്തിന്റേതായി ആകെയുള്ളത് രണ്ട് സംഗതികൾ- ഒരു പ്രാഥമികാ രോഗ്യകേന്ദ്രവും സൂര്യവിളക്കുകളും. പ്രാഥമികാരോഗ്യകേന്ദ്രമെന്ന പേരിൽ ഒരു വാർപ്പുകെട്ടിടം മാത്രമാണുള്ളത്. നായ്ക്കകോളനിയിലെ സൂര്യവിളക്കുകൾ നല്ല കെട്ടുകാഴ്ചയാണ്. തുടക്കത്തിലേ ഊർജ്ജാ ഹാരം അതിനു ദഹിച്ചില്ല. സൂര്യനെ പഴിച്ച് രാത്രികളിൽ അത് ഇരുട്ടു കുടിക്കുന്നു.

കത്തുകളോ പത്രങ്ങളോ കുറിച്യാടെത്തില്ല. കത്തുകൾ ചെതലയത്തിൽ വന്നെടുക്കണം. ആഴ്ചയിലൊരിക്കൽ വീട്ടുസാമഗ്രികൾ വാങ്ങാൻ പോകുന്ന കൂട്ടത്തിൽ ചെട്ടികൾ പോസ്റ്റോഫീസിൽ കത്തുകൾ തിരയുന്നു. നായ്ക്കർക്ക് കത്തുകളില്ല. ലിപിയുടെലോകത്തിലേക്ക് ഇനിയും അവർ എത്തിയിട്ടില്ല. അതുകൊണ്ട് അവർ കത്തോ, കത്ത് അവരെയൊ കാത്തിരിക്കുന്നില്ല. ലോകത്ത് എന്തു സംഭവിക്കുന്നുവെന്ന് കുറിച്യാടുകാർ അറിയാറില്ല. വാഹനങ്ങൾ അവിടെ ചീറിപ്പായുന്നില്ല. ഗ്രൂപ്പു വഴക്കുകളും അധികാരമൽസരങ്ങളും ആഗോളീകരണവുമില്ല. വാർത്തകളുടെ പ്രളയങ്ങളും വേഗങ്ങളുമില്ല.

പുകമഞ്ഞും കൂർത്ത ശൈത്യവും കാടിറങ്ങിയ വെളുത്ത പക്ഷത്തിലെ ഒരു രാത്രി. ഏറുമാടങ്ങളിൽ കുറിച്യാട് ഉണർന്നിരുന്നു - വിളഞ്ഞ വയലുകൾ ആനയോ, പന്നിയോ, മാൻകൂട്ടങ്ങളോ കൊയ്തെടുക്കാതിരിക്കാൻ ഏറുമാടങ്ങളിലൊന്നിൽ കുറിച്യാടിന്റെ ചെറുപ്പം. നടുവിൽ തീക്കൂന. കനൽപ്പൊരികളുടെ കരഗാട്ടം. മലയാളം ഒട്ടിയ കന്നട ഭാഷയിൽ വാതോരാതിരുന്നവർ ഞങ്ങളെ കണ്ടതോടെ പെട്ടെന്ന് നിശ്ശബ്ദരായി. മഞ്ഞുരുകാൻ ഒത്തിരി നേരം വേണ്ടിവന്നു. പരിചയപ്പെടലുകൾ, ഇണക്കങ്ങൾ അങ്ങനെ അവരുടെ സ്വനപേടത്തിൽ പിന്നെയും ശബ്ദം കുരുത്തു. കൂട്ടത്തിൽ മുളന്തുടികൾ കൊട്ടാനും തുടങ്ങി. വയൽ കൊയ്യാൻ വരുന്ന വന്യമൃഗങ്ങൾക്കുള്ള ഒരു താക്കീതാണിത്. നിലാവിന്റെ പാൽപ്പതയിൽ ചീവീടുകളുടെയും വന്യമൃഗങ്ങളുടെയും ശബ്ദസമൂഹത്തിനു മീതെ മുളന്തുടികൾ അകലങ്ങളിൽ പ്രതിദ്ധ്വനിച്ചു.

മാധവൻചെട്ടിയുടെ വരാന്തയിൽ ഞങ്ങൾ അല്പനേരം തലചായ്ച്ചു. അപ്പോൾ പാതിരയായിരുന്നു. ഒറ്റപ്പായയിൽ ചുരുണ്ട യാമങ്ങൾ. നഖശിഖാന്തം കാടെടുത്ത തണുപ്പാൽ ഉറക്കം അറച്ചുനിന്നു. രാവിലെ അഞ്ചുമണിക്ക് എഴുന്നേറ്റു. വയലിലിറങ്ങി. മുളന്തുടികളും നായ്ക്കരും ഉറങ്ങിയിരുന്നു. ചീവീടുകളുടെയും വന്യമൃഗങ്ങളുടെയും ഒച്ചകൾ. നിലാവ് പതയുന്നു. വരമ്പുകളിൽ ഞങ്ങൾ നിശ്ശബ്ദം നടന്നു. ഇരുളിൽ ആനക്കൂട്ടങ്ങൾ: അവ വൃക്ഷച്ഛായകളെന്ന് വെളിച്ചത്തിന്റെ തിരുത്തുകൾ. വയലിന്റെ മറുകരയിൽ നിലാവിൽ നിഴലുകളുടെ അനക്കം. ഞങ്ങൾ വരമ്പിൽ ചലനമറ്റു. ടോർച്ചു തെളിച്ചു. ഒരു വലിയ മാൻകൂട്ടം. മുളങ്കൂട്ടങ്ങൾക്കിടയിലും വയൽ ചരിവുകളിലും അവ അല്പനേരം ശങ്കിച്ചുനിന്നു. അവയുടെ കണ്ണുകളിൽ നക്ഷത്രങ്ങൾ. പെട്ടെന്ന് കാടിന്റെ ഇരുട്ടറകളിലേക്ക് കണ്ണുകളുടെ സംഘയാത്ര. എത്രയോ നക്ഷത്രങ്ങൾ കൂട്ടമായിമേയുന്ന അനുഭവം. ഈ ആധുനിക കാലത്ത് മറ്റൊരു ജന്മവും കാലവും നേരിടുകയാണ്. ചില അനുഭവങ്ങൾ ഭാഷയെ ചെറുതാക്കുമെന്ന് നേരിട്ടറിഞ്ഞു.

ഏഴ് മണിക്ക് രാഘവൻചെട്ടി ഉണർന്നു. കുറിച്യാട് ബീഡി മുറുക്കാനുകളും പലവ്യഞ്ജനങ്ങളും വിൽക്കുന്ന ഒരേയൊരാൾ ഇദ്ദേഹമാണ്. മറ്റു കടകളൊന്നുമില്ല. ചായക്കട പോലും. രാഘവൻ ചെട്ടി ഞങ്ങൾക്ക്

കട്ടൻ ചായ തന്നു. പത്തുമണിയോടെ ഞങ്ങൾ നായ്ക്കകോളനിയിലേക്ക് പുറപ്പെട്ടു. വയലിന്റെ മറുകരയിലാണ് കാട്ടുനായ്ക്കർ. കുടിയേറ്റങ്ങൾ മൂർച്ഛിക്കുന്തോറും കാടുകളുടെ അന്തരാളങ്ങൾ നൂഴ്ന്നവരാണവർ. മഴു വെയ്ക്കുന്ന ഒടുക്കത്തെ തുണ്ടുവനത്തിലും അവരുണ്ടാവും. കാണാ കാടിന്റെ കഴമ്പിലും കനിവിലുമാണ് അവരുടെ ജീവിതം. ഞങ്ങൾ വയലി ലിറങ്ങിയപ്പോൾ കോളനിക്കു മുമ്പിലെ കിണറ്റിൽ വെള്ളമെടുത്തിരുന്ന കാട്ടുനായ്ക്കയുവതി ഭയന്നോടുന്നതു കണ്ടു. അല്പം ആശങ്ക തോന്നി യെങ്കിലും നടത്തം തുടർന്നു. കിണറ്റിൽ എത്തിനോക്കിയപ്പോൾ ബക്കറ്റ് കിണറ്റിൽ കിടക്കുന്നു. ഭയം ആ നായ്ക്കയുവതിയെ എത്രമാത്രം ഗ്രസി ച്ചിരിക്കുന്നു!

കോളനിയിൽ അറച്ചറച്ചാണ് ഞങ്ങൾ കയറിയത്. തൈതൽ ചുമരു കളും പുല്ലുമേഞ്ഞ മേൽക്കൂരകളുമുള്ള മന(വീട്)കളുടെ കൂട്ടമാണ് കോളനി. ഞങ്ങളെകണ്ട് കുട്ടികളും പെണ്ണുങ്ങളും പല വഴികളിൽ ഓടി പ്പോവുകയും ഒളിക്കുകയും ചെയ്തിരുന്നു. ആണുങ്ങൾ കാട്ടിലാണ്; വനവിഭവങ്ങളെടുക്കാൻ. ബാക്കിയായത് എഴുന്നേറ്റുനിൽക്കാൻ പോലും ശേഷിയറ്റ രണ്ടു വൃദ്ധകൾ. ചിലർ ഒളിച്ച ഒരു മന ഞങ്ങൾ കണ്ടുപിടിച്ചു. അതിനടുത്ത് എത്തിയതും കുട്ടികൾ ഉറക്കെ നിലവിളിക്കാൻ തുടങ്ങി. നിർത്തുന്നില്ല. ആശ്വസിപ്പിക്കാനുള്ള ശ്രമങ്ങൾ പാഴെന്ന് തീർച്ചയായ പ്പോൾ കുറച്ചു ദൂരെ, മറ്റൊരു മനയിലേക്ക് നടന്നു. വെള്ളം കോരി യിരുന്ന നായ്ക്കയുവതി ഓടിയൊളിച്ചത് അവിടെയാണെന്ന് ഞങ്ങൾ കണ്ടിരുന്നു. അകത്തേക്ക് നോക്കിയപ്പോൾ അന്തം വിട്ടുപോയി. അനക്ക മറ്റ്, ശ്വാസം പോലും വിടാതെ, ഒരു മൂലയിൽ അവൾ പതുങ്ങിയിരിക്കുന്നു. അവളുടെ കീറിയ വസ്ത്രങ്ങളിൽ ഭയത്തിന്റെ ചതുപ്പും ശബ്ദരേഖകളും. വനഗ്രാമത്തിൽ ആദ്യമല്ലെങ്കിലും ഇത്രയും ഭയങ്ങൾ എനിക്ക് അപരി ചിതമായിരുന്നു. എന്തു കൊണ്ട് ഇവർ ഇത്രമാത്രം പേടിക്കുന്നു. പരിഷ് കൃതന്റെ ഉപദ്രവത്തിന്റെയും ചതിയുടെയും അനുഭവചരിത്രമോ? അതോ പച്ചയുടെ കൈരേഖയിലെ ദീർഘജന്മങ്ങളിൽ അവർ സ്വയം ചുരുങ്ങി പ്പോയതോ?

കറിയിലകൾ പാടുന്നു

അട്ടപ്പാടിയിലെ ആദിവാസികളുടെ സസ്യബോധവും ഭക്ഷ്യസംസ്കാരവും വളരെ ഉന്നതമായിരുന്നു. 400 ഓളം ഔഷധസസ്യങ്ങളും 40 ഓളം തരം ഇലക്കറികളും അവർ ഉപയോഗിച്ചിരുന്നതായി 1993 ൽ ഡോക്ടർ വിജയൻ(അമൃതാഞ്ജലി ആയുർവ്വേദക്ഷേത്രം, നെടുമങ്ങാട്) നടത്തിയ പഠനം തെളിയിക്കുന്നു. അഹാഡ്സ് നടത്തിയ പഠനത്തിൽ 500 ഓളം ഔഷധസസ്യങ്ങൾ, 44 കറിയിലകൾ എന്നിവ സംബന്ധിച്ച വിവരങ്ങൾ ശേഖരിച്ചിട്ടുണ്ട്. കൂടാതെ 13 തരം കാട്ടുകിഴങ്ങുകൾ, 17 ഓളം കാട്ടുപഴങ്ങൾ, തുവര, അമര, മുതിര തുടങ്ങിയ പയർവർഗ്ഗങ്ങൾ, റാഗി, തിന, ചാമ, തുടങ്ങിയ ചെറുധാന്യങ്ങൾ എന്നിങ്ങനെ അതിവിപുലമായ ഭക്ഷ്യവിളകൾ അവർക്കുണ്ടായിരുന്നു. ധാന്യങ്ങളും പയർവർഗ്ഗങ്ങളും അവർ കൃഷി ചെയ്യുന്നു. മറ്റുള്ളവയിലേറേയും പ്രകൃതി നൽകുന്ന സൗജന്യങ്ങളാണ്. കേരളത്തിലെ മറ്റു പട്ടികവർഗ്ഗസങ്കേതങ്ങളെ അപേക്ഷിച്ച് പാരമ്പര്യരീതികൾ കൂടുതൽ പ്രബലമായിനിൽക്കുന്ന പ്രദേശമാണ് അട്ടപ്പാടി. കേരളത്തിലെ പ്രധാന പട്ടികവർഗ്ഗസങ്കേതമായ വയനാട്ടിൽ ഈ പാരമ്പര്യ കൃഷിരീതിയും ഭക്ഷ്യസംസ്കാരവും എന്നേ നാമമാത്രമായി തീർന്നു. ഇടുക്കി, നെല്ലിയാമ്പതി, നിലമ്പൂർ എന്നീ പ്രദേശങ്ങളിലെ ചില ആദിവാസിവിഭാഗങ്ങളിലും സമാനമായ കൃഷിരീതികൾ കാണാവുന്നതാണ്. എന്നാൽ വനനശീകരണവും പുതിയ ഭക്ഷ്യസംസ്കാരത്തിന്റെ സ്വാധീനവും ഈ പാരമ്പര്യത്തിൽ നിന്ന് അട്ടപ്പാടിയിലെ ആദിവാസികളേയും ഒരുപാട് അകറ്റിക്കഴിഞ്ഞു. അട്ടപ്പാടിയിലെ ആദിവാസികൾ ഇന്ന് നേരിടുന്ന പോഷകാഹാരക്കുറവിന്റെ കാരണങ്ങളിലൊന്ന് ഈ അന്യവൽക്കരണമാണ്. ഈ ഭക്ഷ്യവിളകളുടെ ലഭ്യത ഉറപ്പുവരുത്തുന്നതും അവയെ സംബന്ധിച്ച അറിവുകൾ പുതുതലമുറയ്ക്ക് പകരുന്നതും അവരുടെ ആരോഗ്യജീവിതത്തിന് മുതൽക്കൂട്ടാവും.

റാഗികഞ്ഞി, റാഗിപുട്ട്, റാഗി ഉപ്പുമാവ് എന്നിവയായിരുന്നു ആദിവാസികളുടെ പ്രധാന പാരമ്പര്യഭക്ഷണം. ഇലകൾ ചേർത്ത കറികളായിരുന്നു അതിന് കൂട്ട്. രാത്രിയിൽ മാത്രമാണ് അവർ പാചകം ചെയ്തിരുന്നത്. രാത്രിയിലും രാവിലേയും മാത്രം ഭക്ഷണം. ഉച്ചഭക്ഷണം അവർക്കില്ല. വേട്ടയാടലിനോ വനവിഭവശേഖരണത്തിനോ പുനം

ആദിവാസി ജീവിതം
ഒരു സാംസ്കാരിക പഠനം

കൃഷിക്കോ വേണ്ടി കാട്ടിൽ പോകുന്നവർക്ക് ഉച്ചഭക്ഷണത്തെപ്പറ്റി ചിന്തിക്കാൻപോലും സാധ്യമല്ലല്ലോ. കാട്ടുപഴങ്ങൾ, കാട്ടുകിഴങ്ങുകൾ എന്നിവയാണ് ഇടക്കാലാശ്വാസങ്ങൾ.പുതിയ ജീവിതസാഹചര്യത്തിൽ ഈ പാരമ്പര്യ ഭക്ഷ്യരീതികൾ കൈമോശം വരികമാത്രമല്ല ചെയ്തത്, പോഷകസമൃദ്ധമായ ആധുനിക ഭക്ഷണരീതികൾ ശീലിക്കാനും പറ്റിയില്ല.

പച്ചക്കറിവിളകളോട് അവർക്ക് ഇപ്പോഴും ആഭിമുഖ്യം കുറവാണ്.. മത്തങ്ങയും ചുരങ്ങയും മാത്രമാണ് അവരുടെ പാരമ്പര്യപച്ചക്കറികൾ. മത്തങ്ങ കറിവെക്കുക മാത്രമല്ല ചെയ്തിരുന്നത് ഉപ്പു ചേർത്ത് പുഴുങ്ങിത്തിന്നുകയും ചെയ്തിരുന്നു.ഇപ്പോഴും പയർവർഗ്ഗങ്ങൾ, ധാന്യങ്ങൾ, കിഴങ്ങുകൾ എന്നിവയോട് തന്നെയാണ് കുടുതൽ പ്രിയം. എന്നാൽ പൊറോട്ടയ്ക്ക് വലിയ സ്ഥാനക്കയറ്റം കിട്ടിയിട്ടുണ്ട്. അധിനിവേശ സംസ്കാരങ്ങളോട് കീഴടക്കപ്പെട്ട സംസ്കാരങ്ങൾ അതിന്റെ വിധേയത്വം പ്രകടിപ്പിക്കുന്നത് പലപ്പോഴും അതിന്റെ സാംസ്കാരികമൂല്യങ്ങൾ ഉപേക്ഷിച്ചുകൊണ്ടാണല്ലോ. വിജയിയെ അനുകരിക്കുന്നത് വിജയത്തിന്റെ ഒരു പ്രതീതിയെ സൃഷ്ടിക്കുമല്ലോ.പാരമ്പര്യത്തോടുള്ള അധമബോധം മൂലം സംസ്കാരത്തിന്റെ ശക്തികൾപോലും ചോർന്നുപോവുന്നു.

അട്ടപ്പാടിയിലെ ഇരുള ആദിവാസികൾ പാടിപ്പോരുന്ന കാക്കേഡാക് (ചിക്കുട്ടി ചീര/ മണിതക്കാളി) എന്ന പാട്ട് അവരുടെ സസ്യബോധത്തിലേക്ക് വെളിച്ചം വീശുന്ന ഒരു നല്ല ഉദാഹരണമാണ്. 14 തരം കറിയിലകളേയും അവയുണ്ടാവുന്ന 14 സ്ഥലങ്ങളേയുംപ്പറ്റി ഈ പാട്ടിൽ സൂചിപ്പിക്കുന്നു. ഇത് ഇലക്കറികളുടെ വൈവിധ്യത്തെ മാത്രമല്ല ചൂണ്ടിക്കാണിക്കുന്നത്, അവ ലഭ്യമാകുന്ന അട്ടപ്പാടിയിലെ വിവിധസ്ഥലങ്ങളെ സംബന്ധിച്ച വ്യക്തമായ സുചനകളും നൽകുന്നു. ഭാര്യ ഭർത്താവിനോട് നടത്തുന്ന അഭ്യർത്ഥനയാണ് ഈ പാട്ടിന്റെ പശ്ചാത്തലം. ഓരോ തരം ചീരയും വീതംവെച്ച് തരാനും അവയുണ്ടാവുന്ന പ്രദേശം വാങ്ങി തരാനുമാണ് ഭാര്യ പറയുന്നത്. കാരമട അവർ ആരാധിക്കുന്ന ദൈവം കുടികൊള്ളുന്ന സ്ഥലമായതുക്കൊണ്ടാവണം അത് വാങ്ങിത്തരാൻ പറയാതിരുന്നത്. മറിച്ച് അവിടെ ഒരു വലിയ വീട് വെച്ചു തരാനാണ് അഭ്യർത്ഥന.

ചീരപ്പാട്ട്

ലാലേ ലാലേ ലലാലേ ലാലേ
ലാലേ ലാലേ ലലലേ ലാലേ (2)
കാക്കേഡാഗേ പങ്കിത്താളാനേ
കാരമടേ ബംങ്കളത്തേ കെട്ടിത്താളനേ (2)
ശീങ്കേഡാഗേ പങ്കിത്താളാനേ
ശീങ്കരേ നാടിനെമു വാങ്കിത്താളാനേ (2)
ലാലേ ലാലേ (2)

മുന്നേഡാഗേ പങ്കിത്താളാനേ
മുത്തിക്കുളം നാടിനേമു വാങ്കിത്താളാനേ (2)
തെയ്യാഡാഗേ പങ്കിത്താളാനേ
തേക്കുപ്പന നാടിനേമു വാങ്കിത്താളാനേ (2)
ലാലേ ലാലേ (2)

ചീരേഡാഗേ പങ്കത്താളാനേ
കീരിപതി നാടിനേമു വാങ്കിത്താളാനേ (2)
മുരുങ്കേഡാഗേ പങ്കിത്താളാനേ
മുക്കാലിനാടിനേമു വാങ്കിത്താളാനേ
ലാലേ ലാലേ (2)

ശേമ്പാഡാഗേ പങ്കിത്താളാനേ
ശേമ്പുവട്ടേ നാടിനേമു വാങ്കിത്താളാനേ (2)
പാലേഡാഗേ പങ്കിത്താളാനേ
പാലക്കയം നാടിനേമു വാങ്കിത്താളാനേ (2)
മുള്ളിക്കരേഡാഗേ പങ്കിത്താളാനേ
മുള്ളിനാടിനേമു വാങ്കിത്താളാനേ (2)
ശക്കരാഡാഗേ പങ്കിത്താളാനേ
ചാളയൂര് നാടിനേമു വാങ്കിത്താളാനേ (2)
ലാലേ ലാലേ (2)

പന്നേഡാഗേ പങ്കിത്താളാനേ
പാലൂര്നാടിനേമു വാങ്കിത്താളാനേ (2)
കടുകാഡാഗേ പങ്കിത്താളാനേ
കടുകമണ്ണനാടിനേമു വാങ്കിത്താളാനേ (2)
ലാലേ ലാലേ (2)

ചുരുളിഡാഗേ പങ്കത്താളാനേ
ചുണ്ടക്കുളം നാടിനേമു വാങ്കത്താളാനേ (2)
പണലീഡാഗേ പങ്കിത്താളാനേ
മണ്ണാർക്കാട്നാടിനേമു വാങ്കിത്താളാനേ (2)
അഗത്തീഡാഗേ പങ്കിത്താളാനേ
അട്ടപ്പാടിനാടിനേമു വാങ്കിത്താളാനേ (2)
ലാലേ ലാലേ (4)

ചെടികളുടെ പേരും സ്ഥലനാമങ്ങളും

സസ്യനാമം (ആദിവാസി ഭാഷ)	സസ്യനാമം (മലയാളം)	ശാസ്ത്രനാമം	വിഭാഗം സ്ഥലം
കാക്കേ ഡാഗ്	ചിക്കുട്ടിചീര, മണിത്തക്കാളി	Solanum nigrum Linn	ഔഷധി, കാരമട
ശീങ്കേ ഡാഗ്		Acacia pennata	കുറ്റിച്ചെടി, ശീങ്കര
മുന്നേ ഡാഗ് ഏപ്പെൽ		Premna integrifolia	മരം, മുത്തിക്കുളം
തെയ്യാ ഡാഗ്?		Celosia polygonoides	ഔഷധി, തേക്കുപ്പന
കീരാ ഡാഗ്	ചീര	Amaranthus viridis	ഔഷധി, കീരിപ്പതി
മുരുങ്കേ ഡാഗ്	മുരിങ്ങ	Moringa pterygosperma	മരം, മുക്കാലി
ശേമ്പാ ഡാഗേ	കാട്ടുചേമ്പ്	Colacasia esculenta	ഔഷധി, ചേമ്പുവട്ട
പാലേ ഡാഗ്?		Holostemma ada-kodien	വള്ളിച്ചെടി, പാലക്കയം
മുള്ളിക്കര ഡാഗ്	മുള്ളൻചീര	Amaranthus spinosus	ഔഷധി, മുള്ളി
ശക്കരഡാഗ്	മത്തൻ	Cucurbita maxima	വള്ളിച്ചെടി ചാളയൂർ
കടുകാഡാഗ്	കടുക്	Brassica juncea Linn	ഔഷധി, കടുകമണ്ണ
ചുരുളി ഡാഗ്?		Diplazium esculentum	ഔഷധി, ചുണ്ടക്കുളം
മനലിഡാഗ്?		Giseria pharmaceoides	വള്ളിച്ചെടി മണ്ണാർക്കാട്
അഗത്തിഡാഗ്	അഗത്തിചീര	Sesbania grandiflora	കുറ്റിച്ചെടി, അട്ടപ്പാടി

അവലംബം

അഹാഡ്സ് പഠനം, 2004/ആദിവാസിവൈദ്യന്മാരുമായുള്ള അഭിമുഖം/ ഡോ: വിജയന്റെ പഠനം.

ലോക ആദി(മ)വാസിദിനം

'അവസാനത്തെ വൃക്ഷവും വെട്ടിവീഴ്ത്തിയതിനു ശേഷമേ, അവസാനത്തെ പുഴയും വറ്റിവരണ്ടതിനുശേഷമേ, അവസാനത്തെ മൽസ്യവും ചത്തുപൊന്തിയതിനുശേഷമേ നിങ്ങൾക്ക് അവയുടെ വില മനസ്സിലാവൂ. അന്ന് നിങ്ങൾക്ക് മനസ്സിലാവും നിങ്ങൾ ഇപ്പോൾ ഏറ്റവും വിലമതിക്കുന്ന നിങ്ങളുടെ പണത്തിന് യാതൊരു വിലയുമില്ലെന്ന്.'

ഒരു നൂറ്റാണ്ട് മുമ്പ് പാപ്പാ ന്യൂഗിനിയയിലെ ആദിവാസിമൂപ്പൻ അമേരിക്കൻ പ്രസിഡണ്ടിനയച്ച കത്തിലെ വാചകങ്ങളാണിത്. നിരക്ഷര ലോകം അക്ഷരലോകത്തിന് നൽകിയ ഒരു മുന്നറിയിപ്പായിരുന്നു അത്. പ്രകൃതിയെ മെരുക്കാം പക്ഷേ ഭരിക്കാനാവില്ലായെന്ന നിത്യനൂതനസത്യത്തെയാണ് അദ്ദേഹം വെളിപ്പെടുത്തിയത്. ഉത്തര-ദക്ഷിണധ്രുവങ്ങളിലെ മഞ്ഞുരുക്കങ്ങളായി, കാലാവസ്ഥാവ്യതിയാനങ്ങളായി, പ്രളയങ്ങളും സുനാമികളുമായി പ്രകൃതി പ്രതികരിക്കുമ്പോൾ ഈ ആദിവാസിമൂപ്പന്റെ ജ്ഞാനത്തിന് മുമ്പിൽ നാം ശിരസ്സ് കുനിക്കേണ്ടിവരുന്നു. ഇപ്പോൾ ആഗസ്റ്റ് 9 ഇന്ത്യക്ക് ക്വിറ്റിൻഡ്യാദിനമാണെങ്കിൽ ലോകത്തിന് ആദി(മ) വാസിദിനമാണ്.

1995 ആഗസ്റ്റ് 9 നാണ് ആദ്യത്തെ ലോക ആദിവാസിദിനം ആചരിച്ചത്. 1985- 1994 കാലഘട്ടം ആദിവാസികൾക്കുവേണ്ടിയുള്ള സാർവ്വദേശീയദശകമായി ഐക്യരാഷ്ട്രസഭ പ്രഖ്യാപിച്ചിരുന്നു. തുടർന്ന് 1994 ഡിസംബർ 23ന് ഈ ദിനാചരണവും പ്രഖ്യാപിച്ചു. 1993ൽ നടന്ന രണ്ടാം ലോക മനുഷ്യാവകാശസമ്മേളനത്തിൽ പങ്കെടുത്ത കറുത്തവർഗ്ഗക്കാർ ശക്തിയുക്തം ഉന്നയിച്ച ഈ ആവശ്യം ഐക്യരാഷ്ട്രസഭ അംഗീകരിക്കുകയായിരുന്നു.

ആദിവാസികളുടെ അസ്തിത്വം, സംസ്കാരം, മനുഷ്യാവകാശങ്ങൾ തുടങ്ങിയവ സംരക്ഷിക്കാൻ ഈ ദിനാചരണങ്ങൾ സഹായിക്കുമെന്ന് ഐക്യരാഷ്ട്രസഭ നിരീക്ഷിക്കുന്നു. ഈ ദിശയിലുള്ള ഒരു സന്ദേശമാണ് ഐക്യരാഷ്ട്രസഭ ജനറൽ സെക്രട്ടറി ലോകത്തിന് നൽകിയത്. ആദിവാസികളുടെ മനുഷ്യാവകാശങ്ങൾ വിലമതിക്കണമെന്നും അവർക്ക് നീതിയും നിയമപരിരക്ഷയും അന്തസ്സും ഉറപ്പുവരുത്താൻശ്രമിക്കണമെന്നും അദ്ദേഹം ലോകരാജ്യങ്ങളെ ഉദ്ബോധിപ്പിച്ചു. ദാരിദ്ര്യവും

ഭൂമിയുടെ അന്യവത്കരണവും ഉൾപ്പടെയുള്ള വെല്ലുവിളികൾ നേരിടുന്നതിനുവേണ്ടി സാർത്ഥകമായ നടപടികൾ കൈക്കൊള്ളാൻ അദ്ദേഹം അംഗരാജ്യങ്ങളോട് ആവശ്യപ്പെടുകയും ചെയ്തു. കൊളമ്പസ്സ് അമേരിക്കയിൽ കപ്പലിറങ്ങിയതുമുതൽ ആരംഭിച്ച കൊടുംപാതകങ്ങൾ അഞ്ച് നൂറ്റാണ്ട് പിന്നിട്ടിട്ടും അവസാനിച്ചിട്ടില്ലെന്ന് ലോകത്തെങ്ങുമുള്ള ആദിവാസിജീവിതങ്ങൾ സാക്ഷ്യപ്പെടുത്തുന്നുണ്ടല്ലോ. ഈ യാഥാർത്ഥ്യത്തിലേക്ക് ലോകമനസ്സാക്ഷിയെ ഉദ്ദീപിപ്പിക്കുന്ന പ്രതീകാത്മകനടപടിയാണ് ലോകആദിവാസിദിനം.

ലോകജനസംഖ്യയിൽ 37 കോടിയുണ്ട് ആദിവാസികൾ - അതായത് ആകെ ജനസംഖ്യയുടെ ഏകദേശം 5%. 90 രാജ്യങ്ങളിൽ 5000 വ്യത്യസ്ത വിഭാഗങ്ങളായി അവർ അധിവസിക്കുന്നു. ആഫ്രിക്കയിലാണ് ഏറ്റവും കൂടുതൽ ആദിവാസികളുള്ളത്. അടുത്ത സ്ഥാനം ഇൻഡ്യക്കാണ്. 2001ലെ സെൻസസ് അനുസരിച്ച് ഇൻഡ്യയിൽ 8.5 കോടിയോളം ആദിവാസികളുണ്ട്. ഇന്ത്യൻ ജനസംഖ്യയുടെ 8.19% വരുമത്. ചുരുക്കത്തിൽ ലോകആദിവാസി ജനസംഖ്യയുടെ 23% ഇൻഡ്യയിലാണ്. ഇൻഡ്യയിൽ 533 ആദിവാസിവിഭാഗങ്ങളുണ്ട്. അതിൽ 75 വിഭാഗങ്ങൾ പ്രാചീനഗോത്രവർഗ്ഗമാണ്. അതായത് ഈ ഗണത്തെ തിരസ്കരിച്ചുക്കൊണ്ടോ വിസ്മരിച്ചുകൊണ്ടോ ഇന്ത്യക്ക് മുന്നേറാനാവില്ല.

ആരാണ് ആദി(മ)വാസി

ആരാണ് ആദിവാസിയെന്ന് നിർവ്വചിക്കാൻ ഐക്യരാഷ്ട്രാസഭ ശ്രമിച്ചിട്ടുണ്ട്. ഒരു പ്രദേശത്ത് കാലങ്ങളായി, തലമുറകളായി അധിവസിച്ചു പോരുന്ന ജനസമൂഹം എന്നാണ് അതിൽ പ്രധാനം. യൂറോപ്യൻ ശക്തികൾ ഏഷ്യയിലും ആഫ്രിക്കയിലും അമേരിക്കയിലും അധിനിവേശം ആരംഭിച്ചകാലത്ത് അവിടെ ജീവിച്ചുപോന്നിരുന്നവർ എന്നാണ് അതുകൊണ്ട് വിവക്ഷിക്കുന്നത്. അതായത് ഭാഷ, സംസ്കാരം. ആത്മീയ മൂല്യം, ആവാസസ്ഥാനം, സാമ്പത്തികഘടന തുടങ്ങിയ കാര്യങ്ങളിൽ അവിടെ കുടിയേറിയവരിൽനിന്ന് വളരെ വ്യത്യസ്തത പുലർത്തുന്നവർ ഈ വിഭാഗത്തിൽപ്പെടുന്നു.

കൊളമ്പസ്സും കോളനീകരണവും

ആഗസ്റ്റ്മാസം 9 ന് ലോകആദിവാസിദിനം ഐക്യരാഷ്ട്രാസഭ പ്രഖ്യാപിക്കുന്നതിന് മുമ്പുതന്നെ കോളനീകരണത്തിന്റെ ഇരകൾ അതിന് തുടക്കം കുറിച്ചിരുന്നു. 1992 ൽ അമേരിക്കയും യൂറോപ്യൻ രാജ്യങ്ങളും ചേർന്ന് കൊളമ്പസ്സിന്റെ 500-ാം വാർഷികം ആഘോഷിക്കാൻ തീരുമാനിച്ചപ്പോൾ പ്രതിരോധത്തിന്റെ 500 വർഷങ്ങൾ എന്ന പേരിൽ അമേരിക്കൻ ഇൻഡ്യക്കാർ ആചരിക്കാൻ തീരുമാനിച്ചിരുന്നു. അമേരിക്കയിലെ ടേർട്ടിൽ ഉപദ്വീപിൽ കൊളമ്പസ്സ് കാലുകുത്തിയ ഒക്ടോബർ12-ാം (1492) തിയതിയാണ് അതിനായി അവർ തെരഞ്ഞെടുത്തത്. തദ്ദേശസമൂഹങ്ങളെ സംബന്ധിച്ച് പാതകത്തിന്റെ നൂറ്റാണ്ടുകൾക്ക് ആരംഭം കുറിച്ചത് ആ

ദിനമാണ്. കേരളത്തിൽ അത് ആരംഭിച്ചത് 1498ലാണ്. ആ വർഷത്തിലാണ് കോഴിക്കോട് കാപ്പാട് കടപ്പുറത്ത് വാസ്ക്കോഡിഗാമ കപ്പലിറങ്ങിയത്.

ഇന്ത്യയിലെ സ്വർണ്ണനിക്ഷേപങ്ങളെപ്പറ്റി കേട്ടറിഞ്ഞാണ് കൊളമ്പസ്സ് സ്പെയിനിൽ നിന്ന് യാത്രയാരംഭിച്ചത്. കടലിൽ ദിശതെറ്റി, അവർ സാൻ സാൽവദോറിനടുത്തുള്ള ടേർട്ടിൽ ഉപദ്വീപിൽ എത്തിപ്പെടുകയായിരുന്നു. തദ്ദേശവാസികളായ ടെയ്നോഗോത്രം വളരെ സ്നേഹപൂർവ്വം ആതിഥേയരെ സ്വീകരിച്ചു. സ്പെയിൻ അതിന് നൽകിയ പ്രത്യുപകാരം അവിസ്മരണീയമായിരുന്നു. കൊന്നും യൂറോപ്യൻ അടിമച്ചന്തകളിൽ വിറ്റഴിച്ചും ടെയ്നോകളെ വംശനാശത്തോളമെത്തിച്ചു. കൊളമ്പസ്സ് കപ്പലിറങ്ങുമ്പോൾ അവരുടെ ജനസംഖ്യ മൂന്ന് ലക്ഷത്തിലേറെയായിരുന്നു. 25 വർഷങ്ങൾകൊണ്ട് അവർ 12000-ായി ചുരുങ്ങി. ടെയ്നോകൾ പ്രതിരോധിക്കാൻ ശ്രമിച്ചിരുന്നു. മത്സ്യത്തിന്റെ എല്ലുകൾ പോർമുനകളാക്കിയ അമ്പുകൾക്ക് നിറത്തോക്കുകൾക്ക് മുമ്പിൽ പിടിച്ചുനിൽക്കാൻ സാധിച്ചില്ല പിന്നീട് അക്ഷരാർത്ഥത്തിൽ യൂറോപ്പ് അമേരിക്കയിലേക്ക് ഒഴുകുകയായിരുന്നു. ഭൂമിയൊ പ്രകൃതിവിഭവങ്ങളൊ ആരുടേയും സ്വന്തമല്ലെന്ന് വിശ്വസിച്ച അമേരിക്കൻ ഗോത്രസമൂഹങ്ങൾക്ക് അവയെല്ലാം അതിവേഗം നഷ്ടപ്പെട്ടു. കൈയേറ്റങ്ങൾക്ക് കൈയേറ്റക്കാർ തന്നെ നിയമങ്ങളുണ്ടാക്കി. 1625 ൽ മസാച്ചുസെറ്റ്സിൽ തദ്ദേശവാസികളുടെ ഭൂമി വെള്ളക്കാർക്ക് പതിച്ചുകൊടുത്തുകൊണ്ടുള്ള ആദ്യത്തെ പട്ടയം നിർമ്മിച്ചു. 12000 ഏക്കർ ഭൂമി പതിച്ചു നൽകിയെന്ന ഒരു പ്രമാണം വെള്ളക്കാർ ഉണ്ടാക്കുകയും അതിൽ അവിടത്തെ ആദിവാസിമുഖ്യനായ സാമൊസെറ്റിനെക്കൊണ്ട് നിർബന്ധിച്ച് വിരലടയാളം ചാർത്തിക്കുകയും ചെയ്തു. 'ആകാശംപൊലെ ഭൂമിയും ദൈവത്തിൽനിന്ന് വരുന്നതാണ്. അതിൽ എങ്ങനെ മനുഷ്യന് ഉടമസ്ഥാവകാശം സ്ഥാപിക്കാൻ കഴിയും.' ആദിവാസി മുഖ്യന്റെ ഈ വാക്കുകൾ വെള്ളക്കാർ പുച്ഛിച്ചുതള്ളി. (Bury My Heart at Wounded Knee, Dee Brown,1970,published by Vintage.) ചെറുത്തുനിന്നിടത്തെല്ലാം കനത്ത നഷ്ടം തദ്ദേശവാസികൾ നേരിട്ടു. വെർജീനിയയിൽ സ്പെയിനിന്റെ കൈയ്യേറ്റങ്ങൾ പ്രതിരോധിക്കാൻ ശ്രമിച്ച ഒരു ഗോത്രസമൂഹത്തിന് വലിയ ആൾ നാശം സംഭവിച്ചു. 8000 പേരുണ്ടായിരുന്ന ഗോത്രം 1000 മായി ശോഷിച്ചു. കൈയേറ്റം കഴിഞ്ഞാൽ മറ്റൊരു തന്ത്രം മതംമാറ്റമായിരുന്നു. അധിനിവേശങ്ങൾ പിന്നെ പ്രത്യക്ഷപ്പെട്ടത് വികസനത്തിന്റെയൊ വിദ്യാഭ്യാസത്തിന്റെയോ പേരിലായിരുന്നു. അമേരിക്കയിലെ വളോവ താഴ്വരയിൽ വെള്ളക്കാർ ഒരു സ്കൂൾ സ്ഥാപിക്കാൻ നടത്തിയ ശ്രമങ്ങൾ അക്കാര്യത്തിൽ എടുത്തുപറയാവുന്നതാണ്. യൂറോപ്യൻ കമ്മീഷണർ ഗോത്രതലവനെ സ്കൂൾ സ്ഥാപിക്കുന്നതിനു വേണ്ടി സമീപിച്ചു. ഞങ്ങൾക്ക് സ്കൂൾ ആവശ്യമില്ലെന്ന് ഗോത്രതലവൻ അറിയിച്ചു. 'എന്തുകൊണ്ടാണ് നിങ്ങൾക്ക് സ്കൂൾ ആവശ്യമില്ലാത്തത്.' കമ്മീഷണർ ചോദിച്ചു. 'അവർ ഞങ്ങളെ ചർച്ചുകളെപ്പറ്റി പഠിപ്പിക്കും.' ഗോത്രത്തലവൻ മറുപടി പറഞ്ഞു. 'നിങ്ങൾക്ക് ചർച്ചുകൾ

ആവശ്യമില്ലേ' 'ഇല്ല ഞങ്ങൾക്ക് അതിന്റെ ആവശ്യമില്ല.' 'എന്തുകൊണ്ട് ചർച്ചുകൾ നിങ്ങൾക്ക് ആവശ്യമില്ല.' കമ്മീഷണർ വീണ്ടും ചോദിച്ചു. ഗോത്രത്തലവൻ പറഞ്ഞു.'അവർ അത് വഴി ദൈവത്തെപ്പറ്റി കലഹിക്കാനാണ് ഞങ്ങളെ പഠിപ്പിക്കുക. അതുകൊണ്ട് ഞങ്ങളത് പഠിക്കാനാഗ്രഹിക്കുന്നില്ല. ഞങ്ങളും കലഹിക്കാറുണ്ട്. അത് ഭൂമിയിലെ ചില കാര്യങ്ങളുമായി ബന്ധപ്പെട്ടാണ്. അല്ലാതെ ദൈവത്തെപ്രതിയല്ല.' ഈ സംഭാഷണം കഴിഞ്ഞ് കമ്മീഷണർ മടങ്ങിപ്പോയി. അധികം കഴിയും മുമ്പ് വെള്ളക്കാർ ഗോത്രസമൂഹത്തിന്റെ കുതിരകളേയും പശുക്കളേയും വ്യാപകമായി മോഷ്ടിക്കുകയും അവരുടെ ഉടമസ്ഥത കാണിക്കുന്ന അടയാളങ്ങൾ മുദ്രണം ചെയ്യുകയും ചെയ്തു. മാത്രമല്ല, വാഷിംഗ്ടണിൽ ചെന്ന് അവർ സർക്കാരിന് പരാതിയും നൽകി. ആദിവാസികൾ അവരുടെ വളർത്തുമൃഗങ്ങളെ മോഷ്ടിക്കാൻ ശ്രമിക്കുന്നുവെന്നും ജീവനും സ്വത്തിനും ഭീഷണിയായിത്തീർന്നുവെന്നും. ഇതെല്ലാമാണ് ലോകആദിവാസിദിനം സമൂഹത്തെ ഓർമ്മിപ്പിക്കുന്നത്.

'കൊളമ്പസ്സ് അഭിയാനത്തിന്റെ 500 വർഷങ്ങൾ' 1992-ൽ ഒക്ടോബർ 12ന് അമേരിക്ക ആഘോഷിക്കാൻ തീരുമാനിച്ചപ്പോൾ ടോർട്ടിൻ ദ്വീപിലെ ബെർക്കിലി സിറ്റി കൗൺസിൽ അത് പീഡാനുഭവ ദിനമായി ആചരിക്കാൻ തീരുമാനിച്ചു. മാത്രമല്ല, ഐക്യരാഷ്ട്രസഭയിൽ ആ നിലയിൽ ആചരിക്കാൻ സമ്മർദ്ദം ചെലുത്തുകയും ചെയ്തു. എന്നാൽ ആ ദിനം ആദിവാസിദിനമായി പ്രഖ്യാപിക്കാൻ ഐക്യരാഷ്ട്രാസഭ വിസമ്മതിച്ചു. പകരം നിശ്ചയിച്ച തിയ്യതിയാണ് ആഗസ്റ്റ്-9.

ആദിവാസിദിനാചരണവുമായി ബന്ധപ്പെട്ട് എടുത്ത് പറയേണ്ട ഒരു പേരാണ് സ്വദേശി അമേരിക്കൻ സാമൂഹ്യപ്രവർത്തകയും സിനിമാനിർമ്മാതാവുമായ മില്ലി കെച്ചസ് സ്ചുവാനയുടേത്. (Millie Ketches Cheawno-1937-2000)കൊളമ്പസ്സ്ദിനം ആഘോഷിക്കാൻ അമേരിക്ക തീരുമാനിച്ചപ്പോൾ അതിനെതിരെ പ്രതിരോധത്തിന്റെ അഞ്ഞൂറുവർഷങ്ങൾ എന്ന പേരിൽ അധിനിവേശത്തിന്റെ ക്രൂരതകൾ തുറന്നു കാണിക്കുന്ന പരിപാടിക്ക് തുടക്കം കുറിച്ചവരിൽ പ്രധാനിയായിരുന്നു അവർ. അവരുടെ ചെറുത്തുനില്പിനെ തുടർന്നാണ് സാൻഫ്രാൻസിസ്കൊ ഉൾക്കടലിലേക്ക് കൊളമ്പസ്സ് ഉപയോഗിച്ച പായ്ക്കപ്പലിന്റെ മാതൃക സൃഷ്ടിച്ച് യാത്ര നടത്താനുള്ള അമേരിക്കൻ പരിപാടി ഉപേക്ഷിക്കപ്പെട്ടത്. മാത്രമല്ല ആദിവാസിദിനാചരണത്തിന് മിഴിവ് പകരാൻ പോവോ (Pow Wow) എന്ന പരമ്പരാഗത ഗോത്രനൃത്തത്തിന്റെ ശുദ്ധരൂപം പുനരുജ്ജീവിപ്പിക്കുന്നതിനു അവർ നേതൃത്വം നൽകി. 2000 ൽ ഒരു കാറപകടത്തെ തുടർന്ന് മില്ലി കെച്ചസ് സ്മുവാന മരിച്ചു.

പ്രാഗ്ബോധം

ആദിവാസികൾ മറ്റൊരു ലോകം മാത്രമായിരുന്നില്ല, ലോകബോധം കൂടിയായിരുന്നു. സ്വകാര്യസ്വത്തില്ലാത്ത,നാളെയില്ലാത്ത, സ്നേഹത്തിന്റെയും നന്മയുടേയും നിറവുകളുള്ള സമൂഹം. സിയാറ്റിൻമൂപ്പൻ

അമേരിക്കൻ പ്രസിഡണ്ടിനയച്ച കത്തിലൂടെ കടന്നുപോകുന്ന ഒരാൾക്ക് എത്ര ഭാസുരമായ ലോകബോധമായിരുന്നു അവരുടേതെന്ന് മനസ്സിലാക്കാൻ സാധിക്കും. 1854 ൽ അമേരിക്കയിലെ പൂഗെറ്റ്സോണ്ട് ദ്വീപുകളിൽ അധിവസിച്ചിരുന്ന സുസ്ക്വോമിഷ് എന്ന ആദിവാസിവിഭാഗത്തിന്റെ തലവനായിരുന്നു സിയാറ്റിൻ മൂപ്പൻ. അദ്ദേഹം അമേരിക്കൻ പ്രസിഡണ്ടിന് അയച്ച, ധാരാളം ഉദ്ധരിക്കപ്പെട്ട, കത്തിന്റെ ഉള്ളടക്കം ഇതായിരുന്നു. 'വാഷിങ്ടൺ പ്രസിഡണ്ട് പറയുന്നു അദ്ദേഹം ഞങ്ങളുടെ ഭൂമി വാങ്ങാൻ ആഗ്രഹിക്കുന്നുവെന്ന്. എങ്ങനെയാണ് നിങ്ങൾക്ക് ഭൂമിയും ആകാശവും വിൽക്കാനും വാങ്ങാനും സാധിക്കുക. ഞങ്ങൾക്ക് ഈ ആശയം തീർത്തും അപരിചിതമാണ്. വായുവും വെള്ളവും നമുക്ക് സ്വന്തമല്ലെങ്കിൽ പിന്നെ എങ്ങനെയാണ് അവ നിങ്ങൾക്ക് വാങ്ങാനാവുക.'

'ഭൂമിയുടെ ഓരോ കണികയും എന്റെ ജനങ്ങൾക്ക് വിശുദ്ധമാണ്. തിളങ്ങുന്ന ഓരോ പൈൻമരവും ഓരോ മണൽത്തിട്ടയും ഇരുണ്ട കാടുകളിലെ മൂടൽമഞ്ഞും ഓരോ പുൽമേടും ഓരോ പ്രാണിയും എന്റെ ജനങ്ങൾ അവരുടെ ഓർമ്മകളിലും അനുഭവങ്ങളിലും പരിപാവനമായി സൂക്ഷിക്കുന്നു.'

'ഞങ്ങളുടെ ഞരമ്പുകളിലൂടെ ഒഴുകുന്ന രക്തത്തെ ഞങ്ങൾ അറിയുന്നതുപോലെ മരങ്ങളിലൂടെ ഒഴുകിക്കൊണ്ടിരിക്കുന്ന ചോരയേയും ഞങ്ങൾക്ക് അറിയാം.ഞങ്ങൾ ഭൂമിയുടെ ഭാഗവും ഭൂമി ഞങ്ങളുടെ ഭാഗവുമാണ്. സുഗന്ധം വഹിക്കുന്ന പൂക്കൾ ഞങ്ങളുടെ സഹോദരിമാരാണ്. കരടി, മാൻ, പരുന്ത് എല്ലാം ഞങ്ങളുടെ സഹോദരന്മാരാണ്. പർവ്വത ശിഖരങ്ങൾ, പുൽമേട്ടിൽ പറ്റിപിടിച്ചു നിൽക്കുന്ന മഞ്ഞുകണം, കുതിരക്കുട്ടി, മനുഷ്യൻ എല്ലാം ഒരേ കുടുംബത്തിലെ അംഗങ്ങളാണ്. '

'അരുവികളിലും പുഴകളിലും ഒഴുകുന്ന തിളങ്ങുന്ന വെള്ളം വെറും വെള്ളമല്ല. ഞങ്ങളുടെ പൂർവ്വികരുടെ രക്തമാണ്. ഞങ്ങൾ നിങ്ങൾക്ക് ഭൂമി നൽകുന്നുവെങ്കിൽ ഞങ്ങൾക്കത് എത്രമാത്രം പരിപാവനമായിരുന്നുവെന്ന് നിങ്ങളോർക്കണം.തടാകജലത്തിലെ ഓരോ പ്രതിബിംബവും എന്റെ ജനതയുടെ ജീവിതസംഭവങ്ങളെപ്പറ്റിയും സ്മൃതികളെപ്പറ്റിയും പറയുന്നുണ്ട്. ജലം എന്റെ മുത്തച്ഛന്റെ ഭാഷയിലാണ് പിറുപിറുക്കുന്നത്....'

എന്തുകൊണ്ടാണ് ഇന്നും ഗോത്രസമൂഹങ്ങൾ ഇത്രമാത്രം പ്രതിസന്ധികൾ നേരിടുന്നത്? എന്തുകൊണ്ടാണ് ആദിവാസിവികസന പ്രവർത്തനങ്ങളിലധികവും ലക്ഷ്യം കാണാത്തത്?. ലോകം മുഴുവൻ ഈ ചോദ്യം ഉയരുന്നുണ്ട്. അവരുടേതുംകൂടിയാണ് ഈ ഭൂമിയും ആകാശവും. ദേശീയതലത്തിലും അന്തർദേശീയതലത്തിലും എത്രമാത്രം ചർച്ചകൾ അതിന്റെ പേരിൽ സംഘടിപ്പിക്കുന്നു. എന്നിട്ടും ഗോത്രഗ്രാമങ്ങളിൽ പ്രശ്നങ്ങൾ ഉമിത്തീപ്പോലെ എരിയുന്നു. വന്തവാസികൾ ഇന്നും ആദിവാസികളെ ഒന്നുകിൽ കഴിവ് കെട്ടവരായി അല്ലെങ്കിൽ സഹതാപം അർഹിക്കുന്നവരായി മാത്രമേ കാണുന്നുള്ളൂ. ആദിവാസികൾ

സാമൂഹികമായും സാംസ്കാരികമായും വ്യത്യസ്തഗണമാണ് എന്ന കാര്യം മനസ്സിലാക്കപ്പെടുന്നില്ല. ആദിവാസി മേഖലകളിലെ ആദിവാസികളല്ലാത്ത ദരിദ്രജനവിഭാഗങ്ങൾക്ക് അസൂയയും അമർഷവും ഉണ്ടാക്കുന്ന അളവിലുള്ള വൻതുകകളും ആനുകൂല്യങ്ങളുമാണ് ഓരോ വർഷവും ആദിവാസികൾക്കുവേണ്ടി പ്രഖ്യാപിക്കപ്പെടുന്നത്. അത് ഓരോ പഞ്ചവൽസരപദ്ധതിയിലും ആവർത്തിക്കപ്പെടുന്നു. ആദിവാസികൾക്കുവേണ്ടി ചെലവഴിച്ച തുക, നടപ്പിലാക്കിയ പദ്ധതികൾ എന്നിവ സംബന്ധിച്ച് ഒരു ഗുണ-ദോഷ വിശകലനം നടത്താനോ ആദിവാസിപദ്ധതികൾ പുനഃസംവിധാനം ചെയ്യാനോ സർക്കാർ ശ്രമിക്കുന്നുമില്ല. ആദിവാസികളല്ലാത്ത വിഭാഗങ്ങൾക്കിടയിൽ ആദിവാസികളെ സംബന്ധിച്ച അവബോധം സൃഷ്ടിക്കാനും ശ്രമിച്ചിട്ടില്ല. ഇപ്പോഴും മലയാളിയുടെ ചെരിപ്പിനനുസരിച്ച് ആദിവാസികളുടെ കാല് മുറിക്കുന്നത് തുടരുന്നു. പ്രകൃതിക്കും സംസ്കൃതിക്കും ഇടയിൽ രണ്ട് തരം ബോധങ്ങളുടെ അകലമുണ്ട്. ആദിവാസികളിൽ പ്രകൃതിയുടെ ഉൾപ്രേരണകൾ കൂടുതലുണ്ട്, അവർക്കുപോലും അതറിയില്ലെങ്കിലും. സംസ്കൃതിയാകട്ടേ പ്രകൃതിയിൽ നിന്നുള്ള അന്യവൽക്കരണത്തിന്റെ ജീവിതചിഹ്നമാണ്. അതാണ് വന്തവാസികളുടെ പാരമ്പര്യം. ആവശ്യങ്ങളുടെ കാര്യത്തിൽ ഏറെക്കുറെ തുല്യാവസ്ഥയിൽ എത്തിയിട്ടും.

ആദിവാസി പ്രശ്നങ്ങളുടെ അളവും പദ്ധതികളുടെ അളവും ഒരുപോലെ പെരുകുന്നു. ഈ പദ്ധതികളിലെ സ്ഥിരം ഉപഭോക്താക്കൾ ചില സന്നദ്ധസംഘടനയുടെ കോൺട്രാക്ടർമാരും ഒരുപറ്റം ഉദ്യോഗസ്ഥന്മാരുമാണ്.

■

www.ingramcontent.com/pod-product-compliance
Lightning Source LLC
LaVergne TN
LVHW041533070526
838199LV00046B/1651
* 9 7 8 9 3 8 6 1 2 0 7 3 1 *